मोगलकालीन महसूलपद्धती

(Land Revenue Administration
Under the Mughals)

लेखक
श्री. एन. ए. सिद्दिकी

अनुवाद
डॉ. प्र. ल. सासवडकर

 डायमंड पब्लिकेशन्स, पुणे

मोगलकालीन महसूलपद्धती

(Land Revenue Administration Under the Mughals)

लेखक : एन. ए. सिद्दिकी, अनुवादः डॉ. प्र. ल. सासवडकर

© भारतीय इतिहास अनुसंधान परिषद, दिल्ली

© (Indian Council of Historical Research, Delhi)

ISBN 81-89724-07-X

मराठी प्रथम आवृत्ती – २००६

प्रकाशक :

डायमंड पब्लिकेशन्स

२६४/३ शनिवार पेठ, ३०२ अनुग्रह अपार्टमेंट

ओंकारेश्वर मंदिराजवळ, पुणे–४११ ०३०

☎ ०२०–२४४५२३८७, २४४६६६४२

info@diamondbookspune.com

ऑनलाईन पुस्तक खरेदीसाठी भेट द्या

www.diamondbookspune.com

अक्षरजुळणी :

अमित भागवत, पुणे –३०

या पुस्तकाचे प्रकाशन भारतीय इतिहास अनुसंधान परिषद, नवी दिल्ली, या संस्थेच्या इतिहासविषयक प्रसिद्ध इंग्रजी ग्रंथाच्या भारतीय योजनेअंतर्गत पुरस्कृत. या पुस्तकात व्यक्त झालेली मते सर्वस्वी लेखकांची आहेत. त्याच्याशी संपादक अथवा प्रकाशक सहमत असतीलच असे नाही.
This book has been sponsored by Indian Council of Historical Research, New Delhi, under its project Translation of well-known English History book in the India Languages.

प्रकाशकीय निवेदन

सदर ग्रंथ वाचकांच्या हाती देत असताना 'डायमंड प्रकाशन'ला विशेष आनंद होत आहे. इंडियन कौन्सिल ऑफ हिस्टॉरिकल रिसर्च आणि डायमंड प्रकाशन यांच्या संयुक्त विद्यमाने मराठीत प्रथमच एवढ्या मोठ्या प्रमाणावर हा प्रकल्प अस्तित्वात येऊ शकला. अत्यंत चांगले संदर्भग्रंथ अभ्यासकांच्या हाती उपलब्ध करून देण्याची संधी आम्हाला मिळाली, याबद्दल कृतज्ञता आणि आनंदसुद्धा !

इतिहास विषयाचे प्रमाणभूत संदर्भग्रंथ मराठीत आणणे हे एक आव्हानच होते. परंतु सर्वांच्या सहकार्याने आम्हा हा अकरा पुस्तकांचा प्रकल्प पूर्णत्वास नेतो आहोत, ही गोष्ट मराठी सारस्वताला ललामभूत आहे. 'याचसाठी केला होता अट्टाहास...' अशीच आमची याविषयी भावना आहे.

या निमित्ताने अधिकाधिक अनुवाद मराठीत आणण्याचा प्रयत्न आम्ही करीत आहोत.

सदर प्रकल्प अस्तित्वात येण्यासाठी इतिहासतज्ज्ञ प्रा. अ. रा. कुलकर्णी (माजी कुलगुरू, टि. म. वि., सुप्रतिष्ठ प्राध्यापक इतिहास विभाग, पुणे विद्यापीठ) यांचे मार्गदर्शन मोलाचे ठरले. त्यांच्याच पुढाकारामुळे हे काम घडून आले. डॉ. राजा दीक्षित यांची मदत या कामी अमूल्य होती. त्यांचेही विशेषत्वाने आभार. आमचे समन्वयक श्री. अनिल किणीकर, या संपूर्ण प्रकल्पाचे संपादक आणि प्रा. गणेश द. राऊत, भारतीय इतिहास अनुसंधान परिषदेच्या प्रकाशन विभागाचे अध्यक्ष श्री. डी. एन्. त्रिपाठी, सेक्रेटरी डॉ. प्रभातकुमार शुक्ला, डेप्युटी डायरेक्टर इंदिरा गुप्ता, मुद्रक, चित्रकार, आमचा कर्मचारी वर्ग यांच्याच सहकार्याने हा प्रकल्प अस्तित्वात येऊ शकला.

डायमंड पब्लिकेशन्स

Preface

The Council with the view to providing adequate historical meterial in different Indian languages for students, teachers, research scholars, etc., had initiated a programme of translating core books of History into regional languages. The basic idea was to reach out to scholars in their mother tongue. The selection of the titles was made after applying two principles, namely (i) to what extent the historian has used the modern historical and scientific methodology; and (ii) to what extent the work was an authentic piece of research.

We are really proud to present the work of Professor N. A. Siddiki entitled 'Land Revenue Administration under the Mughals.'

We are extremely grateful to Professor A. R. Kulkarni who has made this publication possible. I also would like to extend my thanks to the publisher, Shri Pashte Dattraya G. for making an attempt to publish this important work into Marathi

D. N. Tripathi
(Chairman)
I. C. H. R.
New Delhi

भाषांतर योजनेविषयी थोडेसे

'भारताचा इतिहास' या विषयाच्या, संशोधन, अध्ययन आणि अध्यापन यांना उत्तेजन देण्याच्या उद्देशाने तत्कालीन शिक्षणमंत्री प्रा. नुरूल हसन यांच्या प्रयत्नामुळे 'भारतीय इतिहास अनुसंधान परिषदेची' स्थापना २७ मार्च १९७२ रोजी झाली. या परिषदेने आपल्या कार्यक्रमपत्रिकेत, भारतातील ज्येष्ठ इतिहासकारांनी इंग्रजीत लिहिलेल्या इतिहासावरील काही मूलभूत ग्रंथांचा परिचय प्रादेशिक भाषांतून इतिहासाच्या अभ्यासकांना प्रादेशिक भाषांत होणे आवश्यक आहे, असा विचार करून भारताच्या इतिहासावर विविध कालखंडातील राजवटींवर लिहिलेल्या ग्रंथांचे भाषांतर करण्याचा धोरणात्मक निर्णय घेतला. त्यानुसार काही प्रसिद्ध निवडक इतिहासग्रंथांची एक प्राथमिक यादी तयार केली. त्यात प्रामुख्याने डी. डी. कोसंबी, सुशोभन सरकार, रजनी पाम दत्त, जदुनाथ सरकार, रामशरण शर्मा, एस्. गोपाल, एच्. सी. रायचौधरी, डब्ल्यू. एच. मूरलँड, डी. सी. सरकार, रोमिला थापर, एन. ए. सिद्दिकी इत्यादी सिद्धहस्त इतिहासकारांच्या ग्रंथांची निवड करून, भारतातील प्रमुख विद्यापीठांच्या सहकार्याने ही योजना कार्यान्वित करण्याचे ठरविले.

या योजनेनुसार परिषदेचे पहिले अध्यक्ष प्रा. रामशरण शर्मा आणि मानद सचिव श्रीमती दोरायस्वामी यांनी, मराठी भाषांतराचे काम पुणे विद्यापीठाकडे सोपविले. भारतीय इतिहास अनुसंधान परिषदेचा महाराष्ट्राचा प्रतिनिधी, सदस्य आणि पुणे विद्यापीठाचा इतिहास विभागप्रमुख या दुहेरी नात्याने ही कामगिरी माझ्याकडे आली. तज्ज्ञांच्या सहकार्याने ग्रंथाची आणि अनुवादकांची निवड करण्यात आली आणि तीन-चार वर्षांच्या कालावधीत काही भाषांतरे मान्यवर व्यक्तींकडून तयार करून घेण्यात आली.

परंतु या कामास मराठी प्रकाशकांकडून योग्य तो प्रतिसाद न मिळाल्याने ज्या हेतूने हे अत्यंत जिकिरीचे आणि कष्टाचे काम करून घेण्यात आले होते, तो हेतू सफल झाला नाही.

तथापि, भारतीय इतिहास अनुसंधान परिषदेचे सचिव डॉ. प्रभातकुमार शुक्ला आणि प्रकाशन विभागप्रमुख श्रीमती इंदिरा गुप्ता यांनी रेंगाळत पडलेल्या या

योजनेचे पुनरुज्जीवन करण्याचे ठरविले. पुण्यातील **डायमंड पब्लिकेशन्स** या प्रकाशन संस्थेच्या **श्री. दत्तात्रय गं. पाष्टे** यांनी विशेष पुढाकार घेऊन आम्हाला मदत करण्याचे ठरविले आणि पुस्तकांच्या प्रकाशनाची मोठी जबाबदारी स्वीकारली. पुण्यातील इतर मान्यवर प्रकाशकांनीही मदतीचा हात पुढे केला आणि या सर्वांच्या सहकार्यामुळे पंधरा महत्त्वाचे इंग्रजी भाषेतील ग्रंथ मराठीत लवकरच उपलब्ध होणार आहेत आणि मराठी माध्यमातून अध्ययन, अध्यापन करणाऱ्या महाविद्यालयीन विद्यार्थी, प्राध्यापक यांची एक महत्त्वाची गरज पूर्ण होईल अशी उमेद आहे.

अ. रा. कुलकर्णी
सुप्रतिष्ठ प्राध्यापक
पुणे विद्यापीठ

प्रास्ताविक

मोगलांच्या सामाजिक, आर्थिक आणि कारभारविषयक संस्थांचा अभ्यास काही काळपर्यंत विद्वानांना मोठ्या प्रमाणावर आकर्षित करीत आहे. प्राथमिक कार्य श्रेष्ठ इतिहासकारांनी आधीच केलेले आहे. तरीही असे वाटते की; सामाजिक, आर्थिक व कारभारविषयक इतिहास शास्त्रीय पायावर उभारण्यासाठी अजून बरेच करावयाचे आहे. आणि नव्या साधनांचा विशेषत: कागदपत्रांच्या पुराव्याचा व्यवस्थित अभ्यास केला पाहिजे. अलिगढ येथील मुस्लिम विद्यापीठाच्या इतिहास विभागाने हे काम १९५३मध्ये अंगावर घेतले. प्रस्तुत ग्रंथ त्या अभ्यासाचा भाग असून त्याचा उद्देश, १८ व्या शतकाच्या पूर्वार्धातील जमीन महसूल कारभाराचा तपशीलवार अभ्यास करणे हा आहे. हा अभ्यास कागदपत्रांच्या पुराव्यावर आधारित असून भरतीला इतिहासातील पुरावे घेतले आहेत.

हे पुस्तक मुख्यत: अलिगढ मुस्लिम विद्यापीठाच्या १९५९ च्या डॉक्टरेटच्या प्रबंधावर अधारित आहे. पुनर्निरीक्षणांत काही नवा पुरावा तपासला गेला आणि काही नवे प्रश्न, उदाहरणार्थ, जमीन महसूल मागणीचे स्वरूप आणि तिचा विस्तार, जमीनदार संस्था आणि तिच्या शाखा, वजीर कचेरीचे काम आणि तिचा शेती पद्धतीवर परिणाम यांचा तपशीलवार अभ्यास केला गेला आहे. काही अपरिहार्य कारणामुळे पुस्तकाचे प्रकाशन जरा लांबले. तरीही पुस्तकाच्या प्रकाशनात अलिगढ विद्यापीठ इतिहास विभाग प्रमुख प्रा. एस्. नुरुल हसन आणि त्यांच्या पै. पत्नी श्रीमती खुर्शीद नुरुल हसन यांनी व्यक्तिगत लक्ष घातल्याने ग्रंथ छापायला पाठविणे मला शक्य झाले. मी त्यांचा कृतज्ञतापूर्वक आभारी आहे.

हे पुस्तक तयार करण्यात ज्यांनी मला मदत केली व उत्तेजन दिले त्यात माझे गुरुजन, सहकारी व मित्र आहेत. ज्यांच्या मदतीमुळे व सल्ल्यामुळे माझा फायदा झाला त्यांचा कृतज्ञतापूर्वक उल्लेख करणे माझे काम आहे. प्रा. शेख अब्दुल रशीद, माझे गुरू व मार्गदर्शक, अलिगढ मुस्लीम विद्यापीठांतील पूर्वीचे इतिहास विभाग

प्रमुख, यांच्याबद्दलची कृतज्ञता मी शब्दांत व्यक्त करू शकत नाही. जीवनासंबंधीचा त्यांचा उदार दृष्टिकोन आणि इतिहास प्रश्नासंबंधीची त्यांची वस्तुनिष्ठ दृष्टी यामुळे मला मानवीदृष्ट्या जितके शक्य आहे तितक्या साधनांचा पूर्वग्रहविरहित विचार करण्यास स्फूर्ती मिळाली. माझे गुरू प्रा. एस्. नुरुल हसन यांनी माझा युक्तिवाद आणि निष्कर्ष यासंबंधीचे जे गुणदोष दाखविणारे मूल्यमापन केले त्यामुळे त्यांचे पुन: नव्याने व्यक्तिश: परीक्षण करणे मला शक्य झाले. याबद्दल मी त्यांचा कृतज्ञतापूर्वक ऋणी आहे. शिवाय डॉ. सौ. असिया सिद्दिकी-पूर्वीची माझी सहकारिणी यांनी काही प्रकरणांचे पहिले लेखन वाचून मला उपयुक्त सूचना दिल्या. त्यांची मदत व उत्तेजन यांची कर्तव्यपूर्वक आठवण करणे हे माझे आनंदाचे काम आहे. अलिगढ मुस्लिम विद्यापीठांतील इतिहास विभागात पूर्वी असलेले प्रा. सतीशचंद्र हे पुस्तक तयार होत असताना मला अडविणाऱ्या काही प्रश्नांची चर्चा करण्यास नेहमीच उपलब्ध होते. मला अजूनही आनंदाने व कृतज्ञतापूर्वक त्यांची न कुरकुरणारी मदत आठवते.

याशिवाय मला पुढील व्यक्तींना अंत:करणपूर्वक धन्यवाद द्यावयाचे आहेत. श्री. अली अमीर-पूर्वीचे उत्तरप्रदेश पब्लिक सर्व्हिस कमिशनचे सचिव आणि अलिगढ मुस्लिम विद्यापीठातील प्रा. हबीबूर रहमान यांनी दयाळू होऊन पुस्तकाचे हस्तलिखित वाचून मला भाषेच्या बऱ्याच चुकांतून वाचविले.

हे पुस्तक तयार करण्यात अनेक विद्वानांनी मला मदत केली तरी तिच्या मर्यादा मला माहीत आहेत. या व्यक्तिगत आहेत. पुस्तकांतील मुद्दे, विधाने व निष्कर्ष यासंबंधीच्या सूचना कुणी केल्या तर त्या आम्हाला हव्याच आहेत.

तसेच अलिगढच्या मौलाना आझाद ग्रंथालयातील अलिगढ मुस्लिम विद्यापीठांतील इतिहास विभागातील आणि अलाहाबादेच्या उत्तर प्रदेश दप्तरखान्यातील अधिकारी व कर्मचाऱ्यांचा, त्यांचे संग्रह मला वापरू दिल्याबद्दल मी ऋणी आहे.

- एन. ए. सिद्दिकी

६, झकीर बाग,
अलिगढ मुस्लिम विद्यापीठ
अलिगढ

-: अनुक्रमणिका :-

विषय-प्रवेश	
१. खेडे आणि शेतकरी	१
२. जमीनदार आणि जमीनदारी	१६
३. जमीन महसूल मागणी आणि साराआकारणी पद्धती	३९
४. जमीन महसुलाची व्यवस्था	६२
५. जमीन महसुलाचे विभाजन	१११
सारांश आणि निष्कर्ष	१५३
परिशिष्टे	
अ. खेड्यांचे वर्गीकरण	१६३
ब. घैरअमली परगणे व खेडी	१७४
क. माल-ओ-जिहात करांचे स्वरूप	१७७
ड. दिवाणाच्या कचेरीतील कागद	१८६
इ. जामादामीचे आकडे	१८८
संदर्भ ग्रंथ	२००

विषय-प्रवेश

अठराव्या शतकाच्या सुरुवातीच्या वर्षात मोगल साम्राज्याच्या प्रादेशिक विस्ताराची परिसीमा गाठली गेली, परंतु औरंगजेबाच्या मृत्यूनंतरच्या थोड्याच दशकांत साम्राज्य कोसळू लागले. देशात घडलेल्या राजकीय घटना, पक्षोपपक्षांची आणि समूहांची दरबारातील भांडणे, कारभार पद्धतीचा दुबळेपणा ही सर्व कारणे साम्राज्य मोडकळीस आणण्यास कारणीभूत झाली. साम्राज्याच्या प्रदेशावर मराठ्यांचे आक्रमण ही नित्याची गोष्ट बनली. शीख आणि जाट तसेच रजपूतसुद्धा साम्राज्याचा अधिकार उडवून देण्याची संधी प्रसंगी आली तर दवडत नसत. साम्राज्यातला सामर्थ्यवान सरदारवर्ग, स्वत:करता अर्धस्वतंत्र प्रदेश संपादण्यात दंग झाला होता. सामर्थ्यवान सरदारवर्गाच्या समूहातील संघर्षामुळे शाही दरबार कारस्थाने व कुटील प्रयोग यांचे आगर बनले, आणि त्यामुळे बादशहाचा अधिकार दुबळा होऊन साम्राज्याची सैनिकी सत्ता आणि कारभाराविषयक स्थैर्य यांना धोका पोहोचला. याशिवाय जागीरदारी पद्धतीतील तीव्र होत गेलेला पेचप्रसंग वरील घटनांच्याबरोबर संबंधित होता. मोगल साम्राज्य आपल्या अपरिहार्य पतनाच्या दिशेने गडगडत होते. सन १७३९ मधील इराणी सैन्याच्या विजयाने मोंगलांच्या सैनिकी सत्तेचा सन्मान आणि धीर नष्ट झाला आणि साम्राज्यपतनाला आणखी वेग आला.

मोगल साम्राज्य का कोसळले हे योग्य रीतीने समजण्यासाठी या सर्व घटनांचा काळजीपूर्वक अभ्यास आवश्यक आहे. या काळातील राजकीय इतिहासावर आयर्विनने आपल्या ' दी लेटर मूघल्स ' या मौल्यवान ग्रंथांत उत्तम काम केले आहे. सतीशचंद्रचे प्रकाशन ' मोगल दरबारातील पक्ष व राजकारण : १७०७-१७३९ ' हा सरदारवर्गाच्या कामगिरीबाबत अत्यंत मौल्यवान ग्रंथ आहे. सैन्याच्या संघटनेचा विचार, आयर्विनने 'भारतीय मोंगलाची सेना' या ग्रंथात केला आहे. हे अभ्यास जरी आपापल्या परीने मोलाचे असले तरी सतराव्या शतकाच्या अखेरच्या चतुर्थात आणि अठराव्या शतकाच्या प्रथमार्धातील कारभारविषयक आणि शेतीविषयक

पेचप्रसंगाचे स्पष्टपणे स्वरूप आणि व्याप्ती दाखवीत नाहीत. मूरलँडने ' मुसलमानी भारताची शेतीविषयक पद्धती ' या आपल्या ग्रंथातील एक प्रकरण अठराव्या शतकातील शेतीविषयक घटनांना दिले आहे; परंतु हा अभ्यास संक्षिप्त असून साम्राज्यातील इतर कारभारविषयक घटनांशी संबंध दाखविण्याचा त्यात प्रयत्न केलेला नाही. शिवाय त्याचा हा अभ्यास केवळ ब्रिटिश दप्तरावर अवलंबून असून समकालीन फारसी साधने वापरण्याचा जवळ जवळ प्रयत्न त्याने केलेला नाही. ती साधने माहितीच्या बाबतीत समृद्ध आहेत आणि जमीन महसूल कारभाराचा उत्कृष्ट नमुना सुबोधपणे पुनर्निमित करण्यास ती आपल्याला मदत करतात. ही दरी भरून काढण्याचे काम प्रस्तुत ग्रंथाने केले आहे.

या ग्रंथाचा संबंध अठराव्या शतकाच्या पूर्वार्धातील मोंगलांच्या जमीन महसूल कारभाराच्या विविध अंगांशी आहे. जागीरदारी पद्धतीच्या प्रक्रियेवर आणि शेतकरी जमातीवरील आणि मोंगलांच्या जमीन महसूल पद्धतीवर झालेल्या प्रतिक्रियांवर विशेष जोर देऊन तिचे परीक्षण करण्यात आले आहे. खेड्यातील जमीनदार ही संस्था हा अभ्यासाचा अत्यंत मनोरंजक विषय असून त्याचा येथे सविस्तर विचार केला गेला आहे. त्याचप्रमाणे इजारादारीची पद्धत अथवा महसुली शेती आणि तिचे प्रत्यक्ष कार्य ह्यांचा तपशीलवार अभ्यास केला गेला आहे. मदादमाश नेमणूक या संस्थेच्या अभ्यासाकडे आणि तिचा उत्तर भारतातील ग्रामीण जीवनावर झालेला सामाजिक, धार्मिक आणि आर्थिक परिणाम तपासण्यात आला आहे. ज्यांच्यामुळे मोंगलांच्या जमीन महसूल कारभाराच्या ढोबळ भागात तिला मौलिक एकता लाभली तिच्यापुरताच अभ्यास मर्यादित केला आहे. प्रांतिक व प्रादेशिक कारभारविषयक पद्धतीतील फरक अभ्यासातून वगळण्यात आले आहेत.

अठराव्या शतकाच्या पूर्वार्धातील जमीन महसुलाच्या कारभारांत काही घटना झाल्या. त्यांनी मोगल साम्राज्याचे कारभारविषयक व आर्थिक स्थैर्य दुबळे बनविले. साधारणपणे बोलले असता ह्या घटनांमुळे मोगलांना व सर्वदूर पसरलेल्या शेतीच्या महसूल पद्धतींना माहीत असलेल्या व समजत असलेल्या जागीरदारी पद्धतीचे प्रत्यक्ष पेकाटच मोडले.

औरंगजेबाच्या कारकिर्दीच्या उत्तरकाळात बदलत्या परिस्थितीशी जुळवून घेण्यात जागीरदारी पद्धतीला आलेले अपयश, मनसबदारांच्या संख्येत झालेली बेसुमार वाढ, त्याचबरोबर उपलब्ध नेमून देण्याच्या जागिरीच्या संख्येत घट, प्रचंड फुगलेला जामा आणि मनसब आणि जागिरी मिळविण्यासाठी विविध वर्गात झालेली तीव्र स्पर्धा यांत दिसून येते. जागीरदारी पद्धतीतील ह्या प्रवृत्ती औरंगजेबाच्या मृत्यूनंतरच्या वर्षात वेगाने वाढीस लागल्या. जागिरीसाठी मनसबदारांच्या येणाऱ्या

दोन

वजनास तोंड देण्यासाठी खालीसा जमिनीतील नेमणुका देण्यात आल्या आणि मुहंमदशहाच्या कारकिर्दीच्या सुरुवातीच्या वर्षात असे आढळून आले की, खालीसा जमिनीचा सर्व साठा जागीर म्हणून देण्यात आला आहे. ह्या घटनेनेसुद्धा परिस्थिती शमली नाही, आणि आणीबाणीच्या परिस्थितीत रोख पगार देण्याच्या करारावर केलेल्या भरतीवरून दिसून येते की एकतर जागिरदारांच्यावर केंद्रसत्तेचा काहीही ताबा राहिलेला नव्हता किंवा प्रचंड फुगलेल्या जामाच्या आकड्यांनी बहुसंख्य मनसबदारांना आर्थिक अडचणीत आणले होते. त्यामुळे आवश्यक ती फौज ठेवणे त्यांना शक्य होत नव्हते. ह्या घटनांचा एकंदर परिणाम असा झाला की; राज्याला जागीरीदारी पद्धत कुशल सैनिकी नोकरी देण्यात अयशस्वी झाली आणि जे सरकारच्या पगारदारांच्या यादीत होते अशा मनसबदार आणि घोडेस्वारांच्या मोठ्या संख्येला उदरनिर्वाहाचे साधनही नाहीसे झाले. अशा परिस्थितीत दरबारात पक्षोपपक्ष निर्माण झाले व साम्राज्यात अंतर्गत बंडाळ्या आणि साम्राज्याच्या प्रदेशात मराठ्यांच्या सतत स्वाऱ्या सुरू झाल्या.

जागीरदारी पद्धतीतील पेचप्रसंगाला दूरवर पसरलेल्या महसुली शेती पद्धतीची जोड मिळाली. असे दिसते की महसुली शेती पद्धतीचे जहांगीरच्या कारकिर्दीत पुनरागमन झाले. बहादूरशहाच्या मृत्यूनंतर तिने विशाल रूप धारण केले, आणि फरुकासियरच्या कारकिर्दीत तिचा चांगलाच विस्तार झाला. ह्या घटनांचे मूळ एकतर फुगलेल्या जाम्याच्या आकड्यांत आणि काही अंशी विविध पातळीवरील जमीन महसूल कारभारातील वाढत्या दुबळेपणात दिसते. विस्तारलेल्या महसुली शेती पद्धतीचा जमीनदार आणि शेतकरांच्यावर मात्र भयंकर हानिकारक परिणाम झाला, तिने सावकार आणि कल्पक लोक ह्यांच्या उदयाला मदत केली. त्यांनी आपला पैसा महसूल शेतीच्या उद्योगांत गुंतविला. वंशपरंपरागत जमीनदारांच्यापेक्षा मध्यस्थांचा एक वेगळा वर्ग निर्माण केला. हे महसूल शेतकरी एकतर श्रीमंत आणि शक्तिमान जमीनदार होते. त्यांनी क्रमश: स्वत:साठी तालुकदाऱ्या निर्माण केल्या किंवा शहरातले श्रीमंत सावकार प्रत्यक्ष शेती न करणारे जमीनदार बनले. महसूल शेतीचा शेतकऱ्यांच्यावर झालेला परिणाम त्याहूनही वाईट होता. करार महसूल शेतकऱ्यांच्या बरोबर होवो किंवा जमीनदारांच्या बरोबर होवो, निर्माण झालेली कृत्रिम स्पर्धा शेतकऱ्यांच्यावर जमीन महसूल मागणीच्या विस्ताराची प्रवृत्ती नित्य वाढीस लागली. परिसीमा झाल्यामुळे शेतकऱ्यांनी खेडी सोडली. त्यामुळे पिकांवर परिणाम झाला आणि उत्पन्न घटले.

अशा रीतीने शेतीतील पेचप्रसंग आणि जागीरदारी पद्धतीतील पेचप्रसंग एकत्र झाले व राज्याच्या आर्थिक आणि कारभारविषयक स्थैर्याला धोका निर्माण होऊ लागला. साम्राज्याची सैनिकी सत्ताही खूप दुबळी झाली आणि तिच्यात अंतर्गत बंडाळ्या आणि बाह्य आक्रमण ह्यांना तोंड देण्याचा जोमच राहिला नाही.

तीन

आम्हाला आशा आहे की १८ व्या शतकाच्या उत्तरार्धातील जमीन महसूल पद्धतीचा ज्यांना अभ्यास करायचा आहे त्यांना प्रस्तुत विषयाचा प्रास्ताविकाप्रमाणे उपयोग होईल. ब्रिटिशांनी जेव्हा १८व्या शतकाच्या उत्तरार्धातील आणि १९व्या शतकाच्या पूर्वार्धातील जमीन महसूल व्यवस्थेची पुनर्घटना हाती घेतली तेव्हा जमीनदारी संस्थेला धक्का लावणे त्यांना तोट्याचे व मूर्खपणाचे वाटले, कारण जमीनदारी संस्थेने इतर संस्था, रूढी आणि जमीन महसूल पद्धतीबरोबर शेतीविषयक संबंध जोडले होते. ब्रिटिशांचा हा कारभारविषयक निर्णय देशाच्या राजकीय आणि आर्थिक इतिहासावर परिणाम करणारा झाला. ह्या कारभारविषयक निर्णयाचे संबंध व परिणाम ह्यांचा शोध लावण्याचे प्रस्तुत लेखकाच्यापुढचे काम भावी इतिहासकारांचे आहे.

अभ्यासाची साधने

प्रस्तुत ग्रंथ मुख्यत: फारसी साधनांच्यावर आधारित आहे. उदा. कारभारविषयक संहिता, दस्तऐवज, बातमीपत्रे, बखरी, जमीनमहसूल कारभारावरील समकालीन ग्रंथ आणि पारिभाषिक संज्ञांचे कोश. ह्या दस्तऐवजांत उपलब्ध असलेला पुरावा बखरी आणि बातमीपत्रे ह्यांच्याशी संबंधित आहे असे दाखविले आहे. जमीन महसूल पद्धतीची विविध पातळीवरील (उदा. सुभा, सरकार आणि परगणा) घडण समजून घेण्याच्या दृष्टीने महत्त्वाची आहे. कारभारविषयक संहिता आणि पत्रे व दस्तऐवज ह्यांचा संग्रह ह्यामध्ये फार महत्त्वाचा फरक आहे. कारभारविषयक संहिता मोंगलांची कारभारपद्धतीचे सुव्यवस्थित वर्णन करते. त्यात मधून मधून निरनिराळ्या अधिकाऱ्यांनी ठेवलेल्या कागदांचे स्वरूप कळावे म्हणून मूळ कागद मधेमधे घातलेले आहेत. पत्रे व दस्तऐवजाचा संग्रह जरी कारभारविषयक पद्धतीची व्यवस्थित माहिती देत नसले तरी त्यांच्यात फर्माने, परवाने, निशाण, अर्जदास्त आणि नेमणुकीची पत्रे आहेत. ती मोंगलांच्या कारभारपद्धतीवर विशेषत: निरनिराळ्या अधिकाऱ्यांची कामे व कर्तव्ये तसेच जमीन महसूल कारभाराची अंतर्गत कार्ये ह्यावर महत्त्वाचा प्रकाश टाकतात. कारभारविषयक संहितेचे आणखी एक महत्त्वाचे कार्य म्हणजे त्यात सर्व जामादामीचे आकडे असतात आणि मनसबदार व घोडेस्वार ह्यांच्या वेतनाचे प्रमाण असते.

अनेक संस्थांचे मूळ व स्वरूप समजण्यासाठी ऐन-इ-अकबरी, अकबरनामा, आणि १६व्या व १७ व्या शतकात लिहिले गेलेले महत्त्वाचे इतिहास ह्यांचा तपशीलवार अभ्यास आवश्यक आहे. ह्या अगदी जुन्या साधनात असलेला आवश्यक पुरावा पाहून तो सध्याच्या पुराव्याबरोबर ताडून पाहिलेला आहे. तसेच १८व्या शतकाच्या उत्तरार्धात आणि १९व्या शतकाच्या सुरुवातीच्या वर्षात लिहिले

गेलेले काही फारसी ग्रंथ, उदा. दिल्लीच्या ख्वाजा यासीनचा जमीन महसुलाच्या शब्दांचा कोश, माखझन-इ-अखबार, दिवाण-इ-पसंद, दस्तूर-उल्-अमल-इ-महादी-अली खान इत्यादींचा उपयोग करण्यात आला आहे. कारण त्यातील पुरावा आधुनिक साधनातील पुराव्याशी जुळतो किंवा त्यात भर घालतो किंवा तांत्रिक शब्दांत आधुनिक किंवा पूर्वीच्या साधनांत न जुळणाऱ्या गोष्टींचे स्पष्टीकरण देतो. १८ व्या शतकाच्या उत्तरार्धातील आणि १९ व्या शतकाच्या पहिल्या चतुर्थातील लिहिली गेलेली दप्तरेसुद्धा तपासली आहेत, कारण ब्रिटिशांनी ते ग्रंथ मूळ फारसी साधनांचा अभ्यास करून किंवा कारभार ताब्यात घेणाऱ्या त्या अधिकाऱ्यांच्या प्रत्यक्ष अनुभवाने तयार केलेले आहेत. घोटाळे होऊ नयेत म्हणून ज्या काळातील पुराव्याचा अंश दिला गेला आहे त्याचा उल्लेख केलेला आहे.

आपल्या अभ्यासाच्या क्रमांत साम्राज्याच्या अनेक प्रदेश व प्रांतातील साधनांचा अभ्यास करण्यात आला आहे. असे दिसते की खुलासत-उस्-सियाक पंजाबमधील कारभारविषयक पद्धतीचा विचार करते; तर मिगरनामा-इ-मुन्शीमध्ये पंजाब, दिल्ली व आग्रा प्रांताचा विचार आहे. दस्तूर-उल-अमल-इ-बेकस हे संभल, मुरादाबाद येथे संकलित करण्यात आले आणि दिल्लीजवळील सरकार संभल व मुरादाबादमधील कारभारविषयक पद्धतीचे वर्णन देते. अलाहाबाद डाक्युमेंटस्, दस्तूर-उल-अमल-इ -महादीअलीखान आणि माखझन-इ -अकबर ह्यांचा संबंध अवध प्रांताशी आहे. फर्हांग-इ-कर्दानी, रीसाला-इ-झीराअत आणि ख्वाजा महंमद यासीनचा महसूल शब्दांचा कोश हे सर्व बंगालच्या कारभारविषयक पद्धतीचे वर्णन देतात. वाक्का-इ-सुबा अजमीर आणि ग्वाल्हेरनामा हे अजमीर व राजपुतान्याबाबत कारभारविषयक स्थितीची माहिती देतात. मिरात-इ-अहमदी हे गुजराथच्या कारभारविषयक पद्धतीची उत्तम माहिती देते. दक्षिणेबाबत शहाजहानच्या कारकिर्दीतील निवडक दस्तऐवज ह्या ग्रंथात आणि हैदराबादच्या दप्तर-इ-दिवाणीने प्रसिद्ध केलेले सिलेक्टेड वाका-इ-दखन महत्त्वाची माहिती देते.

पुढील गटात साधनांचे सोयिस्कररित्या विभाजन करता येईल.

(१) अलाहाबाद डॉक्युमेंटस

(२) पत्रे व दस्तऐवजांचे संग्रह

(३) कारभारविषयक संहिता

(४) तांत्रिक संज्ञा आणि कारभारविषयक व्यवहार ह्यांच्याशी संबंधित ग्रंथ

(५) वाकाई

(६) बखरी (*इतिहास*)

७) ब्रिटिश दप्तर

१. अलाहाबाद डॉक्युमेंटस

फर्माने[१], परवाने[२], विक्रीखाते, न्यायविषयक हुकूम इत्यादी मोठ्या संख्येने अलहाबाद येथील उत्तर प्रदेशच्या दप्तरखान्यात सुरक्षित आहेत. मी जवळ जवळ १००० दस्तऐवज तपासले आहेत. त्यांचा काळ अकबरापासून मुहंमदशहापर्यंत येतो. जवळ जवळ सर्वांवर तारखा आहेत. आणि जबाबदार अधिकारी आणि विभाग प्रमुख यांचे त्यावर शिक्के आहेत. त्यामुळे त्यांच्या अधिकृतपणाबद्दल शंका घेता येणार नाही. त्यांत मोगल कालातील अवध प्रांतात असलेली सामाजिक, आर्थिक, आणि कारभारविषयक परिस्थितीसंबंधीची अत्यंत मोलाची माहिती आहे. आपल्या कामाकरिता त्याचे महत्त्व म्हणजे जमीनदारी व मदादमाश अनुदाने. ह्या संस्थांबद्दल महत्त्वाची माहिती त्यात आहे. फर्माने आणि परवान्यांचा अनुदानांशी संबंध आहे. तसेच मदादमाश जमिनीसंबंधी कायम करणे व नूतनीकरण करणे ह्यांचीही माहिती ते देतात; तर विक्रीखाते जमीनदारी हक्काच्या विक्रीची नोंद करतात आणि दर्शवितात की जमीनदारी हक्क मूलतःच बदलणारे (*दुसऱ्याला देता येण्याजोगे*) असतात.

२. पत्रे व दस्तऐवजांचे संग्रह

पत्रे व दस्तऐवजांचे संग्रहात विविध पातळीवरील नोकरी करणाऱ्या कारभारविषयक अधिकाऱ्यांची आपसातील व्यक्तिगत पत्रे आणि शहाजादा व बादशहा यांना उद्देशून लिहिलेले अर्जदास्त[३] असतात. त्यात आणखीही बरेच परवाने, निशाण[४], फर्माने आणि वेगवेगळ्या नोकऱ्यांसाठी नेमणुकीची पत्रे असतात. ही पत्रे व दस्तऐवज कारभारविषयक रिवाज आणि पद्धतीवर महत्त्वाचा प्रकाश टाकतात. तसेच विविध पातळीवरील विविध अधिकाऱ्यांची कर्तव्ये आणि मोगलांच्या कारभारविषयक पद्धतीच्या प्रत्यक्ष कामकाजावरही प्रकाश टाकतात. ह्यापैकी काही संग्रहात जमीन महसूल पद्धतीसंबंधीची उत्कृष्ट माहिती आहे.

३. कारभारविषयक संहिता

कारभारविषयक संहिता मोगलांच्या कारभारविषयक पद्धतीबाबत थोडीफार

---

१. फर्मान - बादशहाचा शिक्का असलेला बादशहाचा हुकूम.

२. परवाना - दिवाण-इ-आला किंवा सद्र-उ-सुदूरसारख्या विभागप्रमुखाने जागीर किंवा मदादमाश जमिनीचे अनुदान मंजूर करण्यासाठी अधिकाऱ्याने दुय्यम अधिकाऱ्याला दिलेला हुकूम.

३. दुय्यम अधिकाऱ्याने वरील अधिकाऱ्याला लिहिलेले पत्र किंवा अर्ज.

४. शाही कुटुंबातील कोणाही व्यक्तीने बादशहा सोडून कोणालाही दिलेली सूचना, हुकूम किंवा पत्र.

सहा

व्यवस्थित हकिकत आणि मोगल कारभाराच्या सर्व शाखांचे वर्णन देतात. ह्यात दस्तूर-उल्-अमल नावाचे ग्रंथ त्याचप्रमाणे खुलासत-उस्-सियाक, फर्हंग-इ- कर्दानी आणि सियाकनामासारखे ग्रंथ आहेत. यापैकी काही कारभारविषयक संहिता विशेषकरून केंद्रीय मोगल कारभाराचे कामकाज वर्णन करतात; तर इतरांच्यामध्ये स्थानिक कारभारासंबंधी तपशीलवार माहीती असते. सर्वसाधारणपणे या संहिता कारभाराविषयक पद्धती आणि विविध अधिकाऱ्यांची कामे व कर्तव्ये ह्यासंबंधी विचार करतात. त्यांनी ठेवलेल्या कागदांची यादी परगणा अधिकाऱ्यांनी ठेवलेल्या हिशोबाची प्रत, प्रांताचे त्याचबरोबर प्रत्येक प्रांतातील सरकार आणि महालातील जाम्याचे आकडे त्यात असतात. तसेच महत्त्वाच्या शहारांतील अंतरे त्यात असतात. दस्तूर-उल्-अमल असे शीर्षक असलेल्या काही ग्रंथांमध्ये प्रांताचे फक्त जामाचे आकडे असतात; तसेच प्रांतातील सरकार आणि परगण्याचे आकडे असतात. ह्या ग्रंथांतून दिलेले जामाचे आकडे जामासारख्या नाजूक प्रश्नांचा तौलनिक अभ्यास करण्यासाठी उपयुक्त आहेत. ह्यापैकी काही संहिता जमीन महसूल कारभारासाठी अत्यंत उपयुक्त असून माहिती पुरवण्याच्या दृष्टीने त्यांचे मोल थोडक्यात स्पष्ट केले गेलेले आहे.

४. तांत्रिक संज्ञा आणि कारभारविषयक व्यवहार यांच्याशी संबंधित ग्रंथ

अनेक ग्रंथांतून जे तांत्रिक संज्ञांची व्याख्या व स्पष्टीकरण देतात, त्यांच्यामध्ये बरीच महत्त्वाची माहिती उपलब्ध असते. अशा ग्रंथांत मीरात-उल्-इस्तीला, रिसाला-इ-झीरात आणि दिल्लीच्या ख्वाजा महंमद यासीनचा महसूल संज्ञांचा कोश हे आहेत.

५. वाकाई

वाकाई किंवा शाही दरबाराला प्रांतातून पाठविलेली बातमीपत्रे मोगलांच्या कारकिर्दीतील कारभारविषयक कामकाज समजण्याच्या व अभ्यासाच्या दृष्टीने मोलाची व अधिकृत साधने आहेत. दुर्दैवाने जयपूर दप्तरखान्यातील वाकाई व अखबारात ह्यांचा मी अभ्यास करू शकलो नाही; परंतु हैदराबाद येथील दप्तर-इ-दिवाणीने प्रसिद्ध केलेल्या दक्षिणेतील निवडक वाकाईंचा मी अभ्यास केलेला आहे. तसेच अजमीर व रणथंबोर येथील वाकाईची हस्तलिखित प्रत अलिगढ मुस्लिम विद्यापीठातील इतिहास विभागाच्या संशोधन ग्रंथालयात मी पाहिली आहे.

६. बखरी (*इतिहास*)

कागदपत्रांतील पुरावा बखरींमध्ये असलेल्या छापील व हस्तलिखित पुराव्यात भर घालून व एकमेकांशी संबंध असलेला असा दाखविला आहे. अकबराच्या काळापासून १८ व्या शतकाच्या मध्यापर्यंतचा काळ त्यात येतो. बहुधा हे बखरकार कारभारविषयक बाबीकडे फार थोडे लक्ष देतात, पण सर्वसाधारण कथनात त्यांचे अधूनमधून आलेले उल्लेखसुद्धा महत्त्वाचे आहेत. कारण ते प्रत्यक्ष कारभारविषयक पद्धतीचे कामकाज दाखवितात. शिवाय काही बखरीतून मोगलांच्या जमीन महसूल

पद्धतीची विशेष माहिती असते. अशा या ग्रंथातून विशेषत: अकबरनामा, मुन्तखब-उल्-लुबाब व मिरात-इ-अहमदी ह्यांचा विशेष करून उल्लेख करावा लागेल. खाफीखानच्या मुन्तखब-उल्-लुबाबमध्ये केंद्रीय कारभाराचे कार्य व विशेषत: औरंगजेबाच्या अखेरच्या वर्षातील जागीरदारी पद्धतीची प्रगती व त्यासंबंधीची माहिती त्यात आहे. मोंगलांच्या कारभारविषयक पद्धतीचा अभ्यास करण्याच्या दृष्टीने अकबरनाम्यानंतर मिरात-इ-अहमदी ही अत्यंत महत्त्वाची बखर आहे. त्यात फर्मानांची संख्या बरीच असून मोगलांच्या कारभाराच्या विविध शाखांवर प्रकाश टाकणारे शाही हुकूमनामे, विशेषत: मनसबदारी पद्धती आणि जमीन महसुलाचा कारभार ह्यासंबंधी भरपूर आहेत. निरनिराळ्या अधिकाऱ्यांची कर्तव्ये, सारा आकारणीच्या पद्धती आणि तेथील जमिनीवर शेती करणाऱ्यांचे हक्क व हित-संबंध ह्याच्या संबंधीची माहिती त्यात आहे. जामादामीची आकडेविषयक माहिती आणि सरकारांचे आकडे, त्याचबरोबर महालांचेही पुरवणीत दिलेले आकडे ऐनमध्ये असलेल्या तपशीलवार जाम्यांच्या आकड्यांचा तौलनिक अभ्यास करण्याच्या दृष्टीने उपयुक्त आहेत.

तसेच बखरींत असलेले काही सुटे उतारे, उदा. अहवाल-उल्-ख्वाकिन, तझकिरात-उल्-मुलुक, शहनामा-इ-मुन्नव्वर-उल्-कलम, रियाझ-उस्-सलातीन व सियार-उल्-मुताखिरीन ह्यात जागीरदारी, जमीनदारी, महसूल शेती ह्यासंबंधीची महत्त्वाची व उपयुक्त माहिती आहे. आणि ती आपल्याला साम्राज्याच्या कारभारविषयक विभक्तीकरणाच्या क्रमाची अत्यंत उत्तम कल्पना देतात. सर्वच बखरींचे तपशीलवार परीक्षण करणे शक्य नाही, परंतु संदर्भग्रंथांच्या यादीत महत्त्वाच्या बखरींची नावे, त्यांच्या लेखकांची नावे आणि रचनाकाल दिलेला आहे.

७. ब्रिटिश दप्तर

काही संस्थांचा योग्य अभ्यास करण्याच्या दृष्टीने ब्रिटिश दप्तराचाही उपयोग विशेषत: ' सिलेक्शन्स फ्रॉम द रेव्हेन्यू रेकॉर्डस् ऑफ दि वेस्टर्न प्रोव्हिन्सेस् - १८१८-१८२१ ' तसेच आर. बी. रामस बोथँम ह्यांच्या ' स्टडीज इन द लँड रेव्हेन्यू हिस्ट्री ऑफ बेंगाल १७६९-१७८७ ' ह्यातील दस्तऐवजाचाही उपयोग केला आहे. सिलेक्शन्स् फ्रॉम द रेकॉर्डसमध्ये जमीनदार, मुकादम, किसान, ग्रामसेवक ह्यासंबंधीची महत्त्वाची माहिती आहे. तत्कालीन फारसी साधनांतील पुराव्याने ती बळकट होते. ' स्टडीज इन द लँड रेव्हेन्यू हिस्ट्री ऑफ बेंगॉल 'मधील कानूंगोच्या कचेरीवरील अहवाल महत्त्वाचा असून मोगलांच्या कारकिर्दीतील कानूंगो पदाचे मूळ आणि प्रगती ह्यासंबंधीची महत्त्वाची व सर्वसंग्राहक माहिती त्यात आहे.

❖❖❖

प्रकरण पहिले
खेडे व शेतकऱ्यांची स्थिती

भाग १

भारतातील खेड्यांचा व खेड्यातील लोकांचा इतिहास समजून घेतल्याशिवाय भारतीयांचा इतिहास पूर्ण होणार नाही, या विधानाबाबत कोणाचेही दुमत होणार नाही. खेडी व खेड्यातील लोक यांचा परिचय इष्टच नव्हे तर आवश्यकही आहे. कारण आजच्याप्रमाणेच अठराव्या शतकातही भारतातील बहुसंख्य लोक खेड्यांत राहात होते. आपल्या प्रस्तुत अभ्यासाची सुरुवात खेड्यापासूनच केली पाहिजे कारण जमिनीचे हक्कदार व जमिनीशी संबंधित लोक खेड्यातच राहात असत आणि सरकारी कारभाराची यंत्रणा महसूल ठरविणे व गोळा करणे याकरिताच राबवली जात होती.

भारतीय खेडी त्यांच्या वैशिष्ट्याच्या दृष्टीने (*एकमेकापासून*) मोठ्या प्रमाणावर वेगळी होती. खेड्यातील जमिनीचे स्वरूप, उत्पन्न व जमिनीचा दर्जा तसेच तेथे रहाणाऱ्या रहिवाशांची रचना प्रत्येक प्रांतात व जिल्ह्यात एकमेकांपासून भिन्न असे. पण असा फरक असूनसुद्धा भारतीय खेडे म्हणजे काय असे हे सर्व पूर्णपणे जाणत असत. भारतीय खेड्यांत साऱ्या देशभर सर्वांनाच ज्ञात असलेली काही सामान्य लक्षणे होती. मोगल साम्राज्यात विविध भागात खेड्याला गांव किंवा देह जरी म्हणत असले तरी महसुली दप्तरात त्याचे वर्णन सरसहा ' मौजे ' म्हणूनच केलेले आढळते.

मौजे

अठराव्या शतकाच्या पूर्वार्धात जमीन महसुलाच्या कारभारात मौजा किंवा खेडे हा प्राथमिक घटक म्हणून होता. त्यात लागवडीस आणण्याची जमीन, आबादी म्हणजे लोकवस्तीचा प्रदेश, तळी, कालवे, नाले, जंगले व पडीक जमीन यांचा समावेश असे.[१] खेड्याच्या हद्दी स्पष्टपणे आखलेल्या असत.[२] खेड्याच्या

क्षेत्राच्या बाबतीत जरी बरीच विविधता असली तरी सर्वसाधारण खेड्यांत सुमारे एक हजार बिघे जमीन लागवड योग्य समजली जाई.[३] लागवडीस आणण्याच्या जमिनीचे भाग पाडलेले असत व ते बंधाऱ्याच्या साह्याने दाखविले जात.[४] शेतकरी बहुधा आपली जमीन कुठल्यातरी नावाने ओळखीत असे. ते असे आजही करतात.

काही खेडी मिळून एक परगणा होई. परगणा हा प्रादेशिक व आर्थिक घटक असे. परगण्यातील खेड्यांची संख्या पाच किंवा बारापासून सहाशे असे.[५] महसुलाच्या हिशेबात या खेड्यांचे दोन वर्ग केलेले होते. उदा. असली किंवा दाखिली[६] हा एक वर्ग आणि रयती किंवा तालुका[७] हा दुसरा वर्ग.

खुलासत-उस-सियाकमध्ये सांगितले आहे की, असली म्हणजे ज्या खेड्यांत वस्ती कायम आहे आणि दाखिली म्हणजे ज्या खेड्याचे क्षेत्र दुसऱ्या खेड्यात सामाविष्ट केले गेलेले आहे; कारण ते खेडे ओसाड पडलेले असल्यामुळे विस्मृतीत गेलेले असते.[८] तथापि एकोणिसाव्या शतकाच्या पूर्वार्धात एका इंग्रज अधिकाऱ्याने लिहिले आहे की, ' हिशेबातील मोठे खेडे असली किंवा मूळ समजले जाई आणि लहान खेडी अवलंबित दाखिली किंवा समाविष्ट समजली जात. '[९] या व्याख्या अगदीच परस्परविरोधी आहेत असे नाही. जी खेडी पूर्णत: ओसाड झालेली आहेत आणि ज्यांचे क्षेत्र शेजारच्या असली खेड्यामध्ये समाविष्ट केले गेलेले आहे अशा खेड्यांना दाखिली नाव देता येणे शक्य आहे. तसेच जी खेडी (वस्त्यांच्या स्वरूपांत) छोटी बनली आहेत त्यांनाही हे लावता येईल. असली व दाखिली

---

१. दस्तूर-उल-अमल-इ-अलमगीरी, पृष्ठ ४१बी.

२. ऐन-इ-अकबरी : भा. १, पृ.-२००, दिवाण-इ-पसंद, पृ. ७बी

३. दिवाण-इ-पसंद, पृ. ८

४. अलाहाबाद डॉक्युमेंटस, ३०२, मेमॉयर ऑफ सेंट्रल इंडिया: खंड २, पृ. ३०पहा.

५. मीरा ते अहमदी, पुरवणी १८८-२००, दस्तूर-उल-अमल-इ-शहनशाही, पृ. ८४ ए, ९३ए, ९७बी

६. सियाकनामा पृ. ३३-४३, तसेच पहा दस्तूर-उल-अमल-इ मुजमली, पृ. ४०बी, ४१एबी, ४२ए, खुलासत-उस-सियाक, पृ. २३ए, असली व दाखिली खेड्यासाठी दस्तूर-उल-अमल-इ-शहनशाही, पृ. २५ए. २७बी पहा.

७. सियाकनामा, पृ. ३५-३९

८. सियाकनामा, पृ. २२बी

९. मालकम ' मेमॉयर्स ऑफ सेंट्रल इंडिया ' पृ. ५ तळटीप.

खेड्यांची हिशेबातील नोंद स्थानिक कारभाराला उपलब्ध जमीन आणि ती लागवडीस आणण्यास तयार होणारे लोक यांचे प्रमाण ठरवण्यास उपयुक्त होईल.

असली आणि दाखिली हे खेड्यांचे प्रकार सोडून परगण्यातील खेडी रयती आणि तालुका या दोन प्रकारात विभागली जातात. या दोन्ही शब्दांचा योग्य अर्थ लक्षात घेतला तर शेतीप्रधान समाजातील संपत्तीच्या संबंधीचे काही दृष्टिकोन कळण्यास आपल्याला मदत होईल. विचाराधीन असलेल्या गोष्टीशी खरोखर संबंधित असलेल्या पुराव्याचा अभ्यास केला तर असे दिसते की जे जमीनदार पेशकश देत किंवा जमीन महसुलापासून मुक्त असलेली जमीन ज्यांच्याजवळ असे अशा जमीनदारांच्या क्षेत्राबाहेर रयती खेडी किंवा त्यांचे क्षेत्र असे. दुसरी गोष्ट अशी की रयती खेड्यामध्ये जमिनीचा महसूल ठरविणे व गोळा करणे यासंबंधीचे बादशाही नियम पूर्णपणे लागू करण्यात आले होते. तिसरा मुद्दा असा की रयती खेड्यातील शेती करणारांत असा एक वर्ग असे की ज्याला जमिनीवरील जिंदगीच्या बाबतीत काही बदलता येण्यासारखे संपत्तीवरील हक्क असत. जमीन महसुलासाठी कामाला लावण्याचा एक हक्क त्यात असे व शेती करणाऱ्या ‘ राय ’ नावाच्या दुसऱ्या विभागातील लोकांना हा हक्क नसे. ज्यांना हे बदलता येणारे हक्क असत त्यांना रयती जमीनदार म्हणत. अखेरची गोष्ट म्हणजे रयती खेड्यामध्ये प्रत्येक जमीनदार जमीन महसुलासाठी स्वत:च्या जमिनीच्या भागाची नोंद करी आणि दुसऱ्या कुणालाही हक्कदार म्हणून अधिक चांगली माहिती असलेल्याला मध्यस्थ म्हणून आपल्यातर्फे नोंद करू देत नसत. उलटपक्षी प्रथमत: जो पेशकश देई किंवा पेशकशच्या बदली सैन्यात नोकरी करी अशा जमीनदाराच्या ताब्यातील खेड्यांना तालुका ही संज्ञा लावीत. दुसरी गोष्ट अशी की ज्यांचा जमीन महसूल देता येण्याजोगा आहे, अशा काही खेड्यांना तालुका शब्द लावीत. अनेक जमीनदारांच्या संयुक्त मालकीच्या जमिनीतून त्यांच्यातर्फे प्रतिनिधी म्हणून एक जमीनदार अशा खेड्यांचा महसूल देई. तिसरे असे की हीच संज्ञा जमीन विकत घेतल्यानंतर निर्माण होणाऱ्या छोट्या किंवा मोठ्या जमीनदारालाही लावीत. शेवटची गोष्ट म्हणजे खेड्यांचा एक समूह किंवा कारभारासाठी निर्माण केलेला त्यांचा संघ यालाही तालुका म्हणत.[१०] ही वर्गीकरणे त्या परगण्यातील शेतीविषयक परिस्थिती दाखवीत असत व मनसबदारांच्या[११] दर्जाप्रमाणे नियमानुसार जागीरी देण्यास उपयोगी पडत असत.

❖

---

१०. समग्र चर्चेसाठी परिशिष्ट ‘ अ ’ पहा.

११. हिदायत-उल-कवायद, पृ. ७ए-९बी

भाग २

शेतकरी

उपलब्ध साधनांच्या सहाय्याने शेतकऱ्यांच्या स्थितीसंबंधीच्या विचाराधीन असलेल्या गोष्टीशी खरोखरीच संबंधित असलेल्या पुराव्याचे परीक्षण करण्यापूर्वी शेतकरी या शब्दाचा निश्चित अर्थ आपण काय लावणार आहोत हे स्पष्ट करणे उपयुक्त ठरेल. प्रस्तुत लेखकाच्या मते शेतकरी म्हणजे मालकीचे हक्क असोत वा नसोत जमिनीची मशागत करणारा आणि ती जमीन विकणे किंवा गहाण टाकणे याचे अधिकार नसणारा. इराणी बखरीतून आणि कागदपत्रांतून अशा शेतकऱ्यांना माजरा, असामी किंवा राया म्हणत.[१२] शेतकरी व पहिल्या खेड्यांत कामास येणारे या शब्दाचा उपयोग आम्ही मर्यादित अर्थाने करून त्यात खेड्यातील जमीनदारांचा अंतर्भाव करणार नाही.[१३] आपल्या फारसी अधिकाऱ्यांनी जमीनदार या सामाजिक व आर्थिक वर्गापासून अधिकार नसलेल्या रयतेला वेगळे काढले आहे. शेतकरी आणि शेती करणारे जमीनदार दोघेही जमिनीची मशागत करीत परंतु दोहोत एक महत्त्वाचा फरक असे. यातील एका वर्गाला आपल्या जमिनीवर वंशपरंपरागत व बदलता येण्यासारखे हक्क व हितसंबंध असत. दुसरा वर्ग असे हक्क दाखवू शकत नसे. इतकेच नव्हे तर खुद्द त्यांच्या मालकीच्या हक्काबद्दलही वाद निर्माण होई. अशा रीतीने ग्रामीण समाजातील दोन महत्त्वाचे विभाग त्यामुळे वेगळे दाखविले असून ते थोडे

---

१२. ' अग्रेरियन सिस्टीम ऑफ मुस्लिम इंडिया ' पृ. १६१. मूरलँडने तळटीपेत दिले आहे की दप्तरात बंधुता निर्माण करणाऱ्या शेतकऱ्यांना सर्वसाधारणपणे ग्रामीण जमीनदार पट्टीदार किंवा समभागी म्हणत. (पृ. १६१, तळटीप)

१३. वायव्य सरहद्द प्रांताच्या दप्तरांत खेड्यातील जमीनदाराची व्याख्या पुढीलप्रमाणे दिली आहे. ' उलट खेड्यातील जमीनदार हे जमिनीचे अनंत कालाचे वारस आहेत. त्या जमिनीची मशागत ते पिढ्यान् पिढ्या करीत असतात. स्वत:च्या इच्छेनुसार ते जमीन विकीत किंवा गहाण टाकीत. काही बाबतीत ते खालच्या दर्जाच्या शेतकरी वर्गाशी निगडित असत. या शेतकऱ्यांनाही नियमित कर भरण्यामुळे व अन्य करार किंवा दीर्घकाल उपयोग यामुळे जमिनीची मालकी मिळालेली असते. परंतु जमीनदारांच्या भाईबंदात न मोडणारे, शेती करणारे रयत वेगळेपणाने दुसऱ्याच्या जमिनीची मशागत करणारे म्हणून निश्चितपणे ओळखले जातात. कोठेही आपण करीत असलेल्या शेतीच्या जमिनीशिवाय व आपण जोपर्यंत त्याची शेती करत आहोत तोपर्यंतच त्या हक्काचा उपयोग तो वंशपरंपरागत घेत असतो व विक्री, देणगी किंवा गहाण यांनी जो जात नाही तसेच तो परतही मिळवता येत नाही. (पहा - रेव्हेन्यू रेकॉर्डस, पान नं. ८९-९०)

घोटाळ्याचे झाले आहे. कारण त्यामुळे दोन्हीमधील मौलिक, सामाजिक व आर्थिक फरकाकडे दुर्लक्ष झाले आहे. आणि याला फारसी तज्ज्ञांनी निरपवादपणे मान्यता दिली आहे.

सर्वसाधारणपणे रयती खेड्यांमध्ये जमिनीचा महसूल देण्यासाठी जमीनदारालाच कामावर ठेवीत असत आणि सरकारी अधिकारी प्रत्यक्षपणे शेतकऱ्याशी व्यक्तिशः संबंध ठेवीत नसत. दस्तूर-उल अमल-ई-बेकस यात दिलेल्या भाडेपट्ट्यावरून असे दिसते की, मुकादम किंवा जमीनदार जमीन महसुलासाठी नेमले जात.[१४] दिवाण-इ - पसंद याचा लेखक शेतकरी व जमीनदार यांच्या परस्परसंबंधाविषयी अधिक स्पष्ट दिसतो. कारण तो सांगतो की, प्रत्येक खेड्यात अनेक मुकादम किंवा मालीक असत आणि यांच्या हाताखाली शेकडोंनी आसामी किंवा माजरा असत. हे आसामी जमिनीची मशागत करीत आणि मुकादमाच्यातर्फे सरकारला जमीन महसूल देत.[१५] याच आधारावर अन्यत्र आपल्याला असे दिसून येते की, जमीनदारांशीच जमीन महसूल ठरविण्याची सर्वसाधारण पद्धती होती व या पद्धतीला जामा-ई-मुशखरवस असे म्हणत. ज्या वेळी जमीनदार करार करण्यास काही कारणाने नाकारत असे त्या वेळी सारा ठरविलेल्या जमिनीवर शेतकऱ्याकडून जमाबंदीच्या नावाखाली प्रत्यक्षपणे पैसा गोळा करीत. या पद्धतीला अमल-इ-खाम असे म्हणत.[१६] अशा रीतीने सरकार आणि शेतकरी यांच्यात प्रत्यक्ष संबंध सहसा प्रस्थापित होत नसे. जमीन महसुलासंबंधीचा समझोता जमीनदाराशी होई आणि शेतकऱ्यांना यांच्याशी संबंध ठेवावा लागे. तथापि जमीनदार व शेतकरी यांच्यातील संबंध सरकारने घालून दिलेल्या काही नियमानुसार चालत. या नियमांचे किंवा निर्बंधांचे निरीक्षण केल्यानंतर जमीनदार व शेतकरी यांच्या संबंधावर प्रकाश पडतो. तसेच जमिनीच्या बाबतीत शेतकऱ्यांना कोणते हक्क आहेत याचेही स्वरूप कळते.

शेतकऱ्यांचे हक्क

जमीन गहाण टाकणे किंवा विकणे हे शेतकऱ्यांचे हक्क नसत. उपलब्ध पुराव्यावरून तरी असे हक्क दिसत नाहीत. तरीही संशोधनाच्या साधनांच्यामध्ये जे नियम दिले आहेत त्यावरून असे दिसते की काही शेतकऱ्यांना वहिवाटीचे हक्क

---

१४. दस्तूर-उल-अमल-ई-बेकस, पृ. ६७ए-८६बी तसेच पहा, हिदायत-उल-कवायद, पृ. २७एबी, २८एबी

१५. दिवाण-इ-पसंद, पृ. ७बी

१६. पूर्वीप्रमाणे पान १५एबी पहा. दस्तूर-उल्-अमल-माहादि-अलिखान, पृ. ८बी वसुली अधिकाऱ्याला सूचना दिलेली असते की शेतकऱ्यांकडून (बेहेसील-इ-खाम) कोणत्याही खेड्यातून अगदी अशक्य होईपर्यंत प्रत्यक्षपणे वसुली करू नये.

असत. दस्तूर-उल्-अमल-इ-बेकस यात एक मुचलका किंवा करार दिला आहे. तो करार मुकादम किंवा जमीनदार पाळीत असत व त्यामुळे या मुद्द्यावर चांगलाच प्रकाश पडतो. त्यामुळेच जमीनदार व शेतकरी यांच्यासंबंधीच्या अंतरंगाचे यथार्थ ज्ञान आपणाला होते आणि परस्परांच्या आवडी व हक्क यांचीही स्पष्ट कल्पना येते. या दस्तऐवजांत किंवा लेखांत आलेल्या महत्त्वाच्या मुद्द्यांचा सारांश पुढीलप्रमाणे-[१७]

(१) विशिष्ट काळापुरता जमीनदारांनी ठरलेल्या रकमेतील जामा नावाचा भाग उभ्या पिकावरून ठरवून वापरला आहे. तसेच प्रत्येक शेतकऱ्याकडून हा ठरलेला जामा ते त्याच्या नावावर पिकाचे जे क्षेत्र दाखविले असेल त्याप्रमाणे घेतील.

(२) प्रत्येक बिघ्यावरील जमीन महसूल सोडून दुसरे काहीही ते गोळा करणार नाहीत.

(३) कुठल्याही शेतकऱ्यावर ते खेडे सोडून जाण्याची पाळी आणणार नाहीत.

(४) काही कारणाने शेतकऱ्याने खेडे सोडलेच तर त्याच्या मालमत्तेतून जमीनदार महसूल गोळा करून जमीन महसुलातील शिल्लक सरकारी तिजोरीत भरील. जमीन महसुलातील जी शिल्लक राहील, मग ती कितीही असो, शेतकऱ्यांना समान वाटली जाईल.

(५) गाव सोडून गेलेल्या शेतकऱ्यांना जमीनदार पुढील वर्षात परत आणण्यासाठी प्रयत्न करील व त्यांचे पुनर्वसन करून शेती करण्याबद्दल मन वळवील.

(६) शेतकरी जर खेड्यात येऊन स्थानिक झाला नाही तर त्याची मालमत्ता मालकाने दिलेल्या महसुलाच्या प्रमाणात विभागली जाईल आणि ती जमीन लागवडीस आणली जाईल.

(७) ठरलेल्या महसुलावाचून स्वतःचे शेत नांगरण्यासाठी म्हणून ते जादा पैसे घेणार नाहीत.

(८) ते रयतेला नष्ट करणार नाहीत.

या करारात मुख्यतः शेतीविषयक संबंधाचे तीन पैलू स्पष्ट झाले. उदा. महसूल ठरविणे व गोळा करणे. शेतकऱ्यांचे वहिवाटीचे हक्क व जमीनदारांचे नोकराकडून व्यक्तिगत काम करून घेण्याचे सरंजामी बंधन. कराराचा नाममात्र विचार केला तर १८व्या शतकाच्या सुरुवातीस शेतकरी अगतिक व जमीनदारांची इच्छा असेतोपर्यंत कूळ म्हणून नव्हते असे उलट दिसते. काही अटी ठरवून शेताची मशागत करणारे शेतकरी असत. अधिकारी शेतकऱ्याचा महसूल ठरवीत व त्याने किती पैसे भरावयाचे हे कर-आकारणीच्या हिशेब-पुस्तकात दाखवींत. जमीनदारांचे हक्क हिशेबात दाखविल्याप्रमाणे जमीन महसूल गोळा करण्याशी संबंधित असत. ठरल्या महसुलापेक्षा त्यांनी अधिक तो घेऊ नये असा दंडक असे. त्याचा दुसरा अर्थ जमीनमहसूल ठरविणे

---

१७. *दस्तूर-उल-अमल-ई-बेकस, पृ. ६६ एबी*

व गोळा करणे या कामांत केलेले विभाजन शेतकऱ्यांचे हक्क राखण्यास उपयोगी पडत. शेतकऱ्यांना बेकायदेशीर मार्गाने घालवून लावण्याचे भय नसे व त्यांच्या वहिवाटीसंबंधीचे हक्क सामान्यत: उल्लंघिले जात नसत. शेतकरी जरी खेड्यांतून अनुपस्थित राहिला तरी त्याचे शेतावरील हक्क वस्तुत: अबाधित राहात. हे शेतकरी काही काळाने परत येणार असतील तरच हे चालत असे.[१८] करारामध्ये ठरविलेल्या या गोष्टी जमीनदार प्रत्यक्षपणे अमलात आणीत होते, की त्याकडे दुर्लक्ष करीत होते या गोष्टी तर्कावरच सोपवायला हव्यात. हे नियम उल्लंघिल्याबद्दल सरकारकडे तक्रार केल्याची व त्याबद्दल योग्य ती उपाययोजना केल्याची लेखी नोंद नाही; पण ज्या अर्थी जमीनदारांनी अशा तऱ्हेचे करार करण्याची नियमित प्रशासकीय पद्धती ठेवली होती, त्या अर्थी शेतकऱ्यांचे हक्क व आवडी त्यांना चांगल्या माहीत होत्या. इतकेच नव्हे तर त्याची नोंद केली जात होती, असे दिसते. आपल्या हक्काविषयी शेतकरी जागृत असून ते अमलात आणण्यासाठी अधिकाऱ्यांना भेटत असत. जमीनदारांच्या परंपरागत हक्कांसंबंधी सरकारला पूर्ण माहिती होती व हे जमीनदार या हक्कांची पायमल्ली करून शेतकऱ्यावर जुलूम करीत असेही आपण अनुमान करू शकतो. अशा तऱ्हेचे करार जमीनदारांनी[१९] कोणताही अतिरेक करू नये म्हणून उपयोगी पडतात.

शेतकरी व जमीनदार

शेतकऱ्याने जमीनदाराची काही व्यक्तिगत सेवा करावी असा एक रिवाज होता. ही सेवा विनामूल्य ठरविलेली असे व तिची मर्यादा स्थानिक रीतिरिवाजानुसार ठरविली जाई. जमीनदाराचे स्थानिक पूर्वज व त्यांची कुळे यांचे एकमेकांशी संबंध सरंजामशाही पद्धतीत ठरविले जात होते. दूरच्या भूतकाळाचा हा वारसा असावा असे

---

१८. मालकी हक्कासंबंधी निश्चिती करणारा काही पुरावा दस्तूर-उल-अमल-ई-महादी अलिखानमध्ये उपलब्ध आहे. दस्तूर-उल-अमलमध्ये दिलेल्या नियमांत पहिला नियम असा की ज्या रयतेने परंपरागत हक्क दीर्घकाळ उपभोगले आहेत त्यांना खेड्यातून काढून टाकू नये. कुठल्याही परिस्थितीत शेतकऱ्याने दीर्घकाळ व्यापलेल्या वंशपरंपरागत जमिनीतून त्याला हुसकू नये. जर शेतकऱ्याने आपणहून आपला अधिकार काढून घेतला तर ती जमीन दुसऱ्यास द्यावी. अशा तऱ्हेची दुसऱ्यास द्यायची जमीन शक्यतो वंशपरंपरागत हक्क असणाऱ्या जमीनधारकाला द्यावी. (दस्तूर-उल-अमल-ई-महादी अलीखान, पृ. १बी)

१९. प्रत्यक्ष व्यवहारात १९ व्या शतकाच्या पहिल्या पाव शतकात हुसकण्याचा प्रश्नच निर्माण झाला नाही. जमीनदार आणि रयत यांच्यात हा प्रश्न वादात कधी आलाच नाही. मजुरीपेक्षा जमीन अधिक उपलब्ध असल्याने रहिवासी रयत व्यवहारात अधिक वसुलीपासून स्वत:ला संरक्षित करू शकत असे. (रेव्हेन्यू रेकॉर्ड्स, पृ. ९६)

दिसते. कसेही असो, १८व्या शतकातील भारतीय किसान हा व्यक्तिशः स्वतंत्र असून काही अटींच्यावर तो जमिनीची मशागत करी व उत्पन्नातील काही भाग जमीनदारांच्या तर्फे सरकारला देई, हे आपण मानू शकतो. अटी व करार ज्यात लिहिले जात त्या दस्तऐवजाला - जो जमीनदाराच्याकडून शेतकऱ्यांना दिला जाई - पट्टा म्हणत. महादी अलीखान याच्या दस्तूर-उल-अमलवरून आपल्याला कळते की जमीनदार व जमीन महसुलासाठी नेमलेले (*वसुलीचे शेतकरी*) यांना जमीन वसुलीसाठी असा पट्टा लिहून द्यावा लागे व त्यात महसुलाची रक्कम, ती ठरविण्याची पद्धत-उदा. नकदी की बहुली - सांगावे लागे व ठरलेल्या रकमेपेक्षा आम्ही अधिक घेणार नाही अशी हमी द्यावीं लागे.[२०]

शेतकरी जी जमीनमहसूल म्हणून रक्कम देत त्याबद्दल त्यांना पावतीही दिली जात असे असे दिसते. ही पावती पटवारी[२१] देई. औंध प्रांतासंबंधी असलेल्या दस्तऐवजात काही भागात अशा तऱ्हेच्या करारात अटी व बंधने लिहिली जात. त्यासंबंधीचा पुरावा मिळालेला आहे. हा दस्तऐवज महम्मदशहाच्या २९ व्या राज्यारोहणवर्षात फट्टा व झांडा या संदीला परगण्यातील कोरणा चौरा खेड्यातील शेतकऱ्याशी मान्य केलेला करार आहे. त्यांनी आपणहून ३२ बिघे आणि १० बिशवे जमीन तीन वर्षासाठी १९२ रु. ३ आणे देण्याच्या कराराने ११५४ फसलीपासून ११५६ फसली पर्यंतच्या काळात (सन १७४७ ते १७४९) घेतली होती व ही रक्कम दामी व सतारही करावरील होती. प्रतिवर्षी व प्रतिमोसमांत महसूल नियमित दिला जाईल असे त्या कागदात निश्चित केले आहे. नैसर्गिक आपत्तीत पिकांना काही नुकसान झालेच तर परगण्यातील[२२] ठरविलेल्या पद्धतीनुसार त्यांचा महसूल कमी केला जाई. एकूण[२३] १९२ रु. ३ आणे महसुलाच्या वार्षिक हप्त्याची फोड पुढीलप्रमाणे होते.

वर्षे	रक्कम
११५४ फसली	६४/१
११५५ फसली	६४/१
११५६ फसली	६४/१

अशा रीतीने शेतकरी ज्या अटी व बंधने यावर जमिनी घेत त्यांचा खास

२०. दस्तूर-उल-अमल-महादी अलीखान, पृ. ३ए
२१. दस्तूर-उल-अमल-महादी अलीखान, पृ. ३ए
२२. अलाहाबाद डॉक्युमेंट्स, क्र. ३२४
२३. अलाहाबाद डॉक्युमेंट्स, क्र. ३२४

उल्लेख केलेला असे. लागवडीस आणण्याची जमीन, एकूण देण्याचा महसूल, त्याचे वार्षिक हप्ते, कराराची मुदत, पिकाची नासाडी झाली तर कमी करण्याची व्यवस्था यांचा यात उल्लेख असे. या कागदपत्रातील दोन मुद्दे मात्र आपल्याला परिचित असलेल्या कराराप्रमाणे दिसत नाहीत. प्रथमत: एक महत्त्वाची गोष्ट लक्षात ठेवली पाहिजे की महसूल बहुधा दस्तऐवजात नमूद केलेल्या तीन वर्षांच्या विशिष्ट क्षेत्रासाठी समान असे. त्यामुळे करार करताना प्रत्यक्ष लागवडीत किती जमीन आणली त्याचा उल्लेख नसे. तसेच कोणते पीक काढले, ते कसे आहे व पुढे कसे निघाले याचाही उल्लेख नसे. या दस्तऐवजात ज्या रकमेचा उल्लेख असे ती जमिनीवरील कायम भाड्याच्या स्वरूपात असे. मोगलांच्या अंमलात पिकावर लागू केलेल्या नित्याच्या महसुलाप्रमाणे ती नसे. शेतकऱ्यांना भरण्याचा जमीन महसूल हा जमीनदार व शेतकरी या दोघांत ठरत असे, हे आपल्याला कळून येईल. नेहमीप्रमाणे सरकारी अधिकारी महसूल ठरवीत नसे. परगण्याच्या रिवाजासंबंधी जो उल्लेख आढळतो त्यावरून हा करार सरकारने ठरविलेल्या स्थानिक दराप्रमाणे उभय पक्षांनी दृष्टीपुढे ठेवला होता. दुसरा एक महत्त्वाचा मुद्दा असाच पुराव्याने सिद्ध झालेला नाही. जमीनदाराला देण्याचे दामी व सातारही हे कर शेतकऱ्याच्या सर्वसाधारण उत्पन्नावर (वसुलीवर) सरकारने लादलेले होते. आपल्या हाती असलेल्या पुराव्याची खात्रीपूर्वक छाननी करणे अवघड आहे; पण हा पुरावा एखाद्या विशिष्ट प्रदेशाच्या महसुली व्यवस्थेचा विशिष्ट नमुना आहे असे आपण सुचवू शकतो. ठरलेली रक्कम जमीनदाराने गोळा करून सरकारी तिजोरीत भरावयाची असे. परंतु दामी आणि सातारही यावरील उत्पन्न जमीनदार घेई. पुराव्यावरून असे दिसते की काही भागात हा जमीनदारांना देण्याचा कर एकूण महसुलातून दिला जात नसे; परंतु जमीनदार आपल्या मुखत्यारीत तो स्वत:कडे घेत.

नऊ रजब म्हणजे सन १०८८ हिजरी किंवा सन १६७८-७९ मधील एका दस्तऐवजावर तमसुखाची[२४] प्रत म्हणून म्हटले आहे. त्यात सांगितले आहे की चादर खेड्यातील कन्हैया व रघुनाथ या दोन मुकादमांनी त्यांचे स्वत:चे खेडे व सांसी व ललूपूर हे खेडे मिल्कियत हक्क म्हणून महमद शरीफ चौधरी याने ठेविले होते. तसेच ते त्याचे मझरस किंवा शेतकरी होते आणि त्याच्या अनुमतीने ते शेतीची मशागत करीत. हा दस्तऐवज सनद म्हणून उपयोगी पडे. दस्तऐवजातील मूळ मजकुरावरून एक महत्त्वाचा मुद्दा निघतो की जमीन नांगरण्यासाठी कुळांना जमीनदाराची परवानगी लागे. दस्तऐवजात उल्लेख केलेले शेतकरी हे वेगवेगळ्या तऱ्हेचे असून त्यांच्याकडे जमीन वंशपरंपरागत नव्हती ही वस्तुस्थिती होती. म्हणून जमिनीची मशागत करण्यासाठी

---

२४. अलाहाबाद डॉक्युमेंटस, क्र. ३२९. तमसुख कराराची सनद.

त्यांना जमीनदाराची परवानगी घ्यावी लागे. जमीनदारांना विशिष्ट तऱ्हेची जमीन शेतकऱ्यांना नांगरण्यासाठी देण्याचा हक्क असे, असे या स्पष्टीकरणावरून दिसते. अशा जमिनी जे शेतकरी धारण करीत त्यांना जमीनदार लहर लागेल तेव्हा काढू शकत असे असा त्याचा अर्थ होतो.

१८व्या शतकाच्या अखेरीस गोळा केलेल्या पुराव्यावरून बंगालमधील शेतकऱ्यांचे तीन वर्ग होते असे दिसते. ते म्हणजे पट्टादार रयत, फसली रयत व पैकाश्त रयत. पट्टादार रयत हे वरच्या दर्जाचे असत; कारण ते दहा बिघे जमीन नांगरीत व त्यावरील महसूल देत. परंतु प्रत्यक्षपणे १५ बिघ्यांतून पीक काढीत. त्यामुळे त्यांच्याजवळ काही माया असे. फसली रयत दर वर्षी जमिनीची मशागत करीत आणि त्याबद्दलचा महसूल देत. त्यांच्याजवळ विशेष पैसा नसे, असे त्यांचे वर्णन करण्यात आले आहे. जे शेतकरी शेतावर राहात नसत त्यांना पैका म्हणत आणि ज्या जमिनीची ते मशागत करीत तिच्याबद्दल ते महसूल देत.[२५] पुराव्यावरून वंशपरंपरागत रयत, पट्टादार रयत व खुदकास्त रयत हा विशेष हक्क असलेला वर्ग होता व त्यांना वहिवाटीचे हक्क असत. फसली व पैकाश्त रयतेपेक्षा यांची जिंदगी तुलनेने कमी दराने मापली जाई.

शेतकऱ्यांचे स्थान

खेड्यांत शेतकऱ्यांची काय स्थिती असे ती थोडक्यात सांगता येईल. सरकार आणि शेतकरी यांच्यांत प्रत्यक्ष संबंध आढळत नव्हते. कारण जमीन महसुलासाठी जमीनदार शेतकऱ्यांची भरती करी. तरी ज्या ठिकाणी जमीनदार वसुली करण्यास नकार देत त्या ठिकाणी शेतकऱ्यांच्याकडून प्रत्यक्ष वसुली केली जाई. प्रत्येक शेतकऱ्याकडून काय सारा घ्यायचा ते सरकारी अधिकारी ठरवीत, पण जमिनीवरील महसूल मात्र जमीनदार गोळा करीत; पण यातही भिन्नता नव्हती असे नाही. काही ठिकाणी व्यक्तिगत शेतकऱ्यांच्याकडून काय महसूल घ्यायचा हे शेतकरी व जमीनदार आपसात ठरवीत.

आपल्या शोधावरून असे दिसून येते की, शेतकऱ्यांना विकण्याचा किंवा गहाण टाकण्याचा अधिकार नसे; परंतु शेतकऱ्यांपैकी मौरुसी म्हणून उल्लेखिलेल्या शेतकऱ्यांच्या एका विभागाला वहिवाटीचे काही हक्क असत. त्यांना सहज हुसकता येत नसे आणि त्यांची जिंदगी त्यांच्या वंशजाकडे जाई. त्याच वेळी दुसरेही काही शेतकरी होते ते जमीनदारांच्या मर्जीनुसार जमिनीची मशागत करीत. जमीनदार त्यांना केव्हाही काढू शकत

---

२५. रिसाला-ई-जिरात, पृ. ९b पहा. अग्रेरियन सिस्टीम, पृ. १६१. ' जे शेतकरी रहिवासी नसतात त्यांना आजच्याप्रमाणे त्या वेळीही पैकास्त म्हणत. त्याचे स्पेलिंग मात्र वेगवेगळे असे. रहाणाऱ्या शेतकऱ्यांना एकतर आजच्याप्रमाणे कहापरबँड किंवा खुदकास्त असे म्हणत. ' तळटीप पृ. १६१.

असे. प्रत्यक्षपणे शेतकऱ्यांचे दर्जे व वर्ग पडत आणि आर्थिक परिस्थिती स्थलानुरूप बदलत असे. ज्या ठिकाणी शेतकऱ्यांना कुठल्या अटीवर व बंधनांच्यावर जमीन दिली आहे ते स्पष्ट केलेले असे, त्या ठिकाणी पट्टा आणि कबुलीयत यांची अंमलबजावणी पूर्वापार व्यवस्थेवरून चाले. ही पद्धत सार्वत्रिक होती की विशिष्ट प्रदेशापुरतीच मर्यादित होती हे आपण सध्या सांगू शकत नाही. पण ती कुठेही असली तरी कायद्यात न बसणारे कर आणि जुलूम यांना बरीच कात्री लावण्यात आलेली होती.

शेतकऱ्यांची परिस्थिती

या विषयावरील चर्चा संपविण्यापूर्वी १८ व्या शतकाच्या पूर्वार्धात शेतकऱ्यांची काय स्थिती होती हे आपण पाहू. जमीन महसुलाच्या मागणीची मर्यादा काय याची पुढील एखाद्या अध्यायात सविस्तरपणे चर्चा केली जाईल. सध्या इतकेच सांगणे पुरे आहे की स्थळ आणि प्रदेशातून ती३बदलत होती. सर्वसाधारणपणे जमिनीचा कस असेल त्याप्रमाणे एकंदर पिकाच्या   ते   पर्यंत महसूल किसानाला द्यावा लागे. हा कस स्थळानुरूप बदलता असे. शेतकऱ्याकडून जमीन महसुलाच्या[२६] मागणीच्या (माल) वर काही कर व काही भत्ते जमीन महसूल ठरविणे आणि गोळा करणे याचा खर्च भागविण्यासाठी निरनिराळ्या रूपांनी घेतले जात. असे तलबाना किंवा शहनागी यासारखे कर जमीनदारांच्याकडून वसूल केले जात आणि जमीनदार या करांचे ओझे शेतकऱ्यांवर[२७] सारून देत. कानुंगो आणि चौधरी यांना मिळणारी दलालीही रयतेकडून वसूल केली जाई. एका सरकारमधील कानुंगोला रयतेच्या उत्पन्नाच्या २% आणि चौधरीला करांच्या १% एवढीच दलाली[२८] मिळण्यास तो पात्र असे, असे सांगितले जाते. शिवाय कारभारविषयक स्थितीचा त्या काळी शेतकरी समाजावर विशेषतः शेती करणाऱ्यावर उलट परिणाम झालेला होता.

हिदायत-उल-कवायदमधील एका परिच्छेदावरून कारभारी यंत्रणेचा शेतकऱ्यांच्यावर काय परिणाम झाला होता याची आपल्याला सखोल माहिती मिळते म्हणून तो परिच्छेद येथे सविस्तर देणे युक्त आहे. ' जमीनदारीच्या मार्गावर ' असे त्या परिच्छेदाचे शीर्षक आहे. रयती व जोरतलब विभागात शेतीविषयक स्थिती काय होती याची हकिगत आपणाला त्यावरून मिळते. कनिष्ठ हुद्दे असलेल्या व ज्यांना जमीन महसुलाच्या वसुलीसाठी थोडे शिपाई ठेवण्याची परवानगी देण्यात आली होती, अशा मनसबदारांना

२६. सियाकनामा पृष्ठ ३३-३४
२७. दस्तूर-उल-अमल-ई महादी अलीखान पृ. १३ ए
२८. दस्तूर-उल-अमल-ई-बेकस, पृ. ४२-४४ ए

महत्त्वाच्या अधिकाराच्या जागा देण्यात आल्या होत्या. हे सैन्य कर देण्यास नकार देणाऱ्या बंडखोरांना - जे महसूल देण्याचे नाकारीत व बळाचे प्रदर्शन किंवा प्रत्यक्ष वापर यांनीच ज्याचे दमन करावे लागे त्यांना बंडखोर म्हणत - वठणीवर आणण्यास पुरेसे नसे. बढती मिळण्यासाठी हे शिपाई कठीण परिस्थितीत असूनही आपल्या जाम्यामध्ये वाद दाखविण्यात तत्पर असत. परिणामत: रयती जमीनदाराच्या सर्व इस्टेटीचे मूल्य ते करीत व त्यावर करही जबरदस्त लादत. जमीनदार क्रमाने हे ओझे सामान्य रयतेवर लादत व रयतेला ते कष्टाचे होई. शेवटी अगतिक होऊन ते रयती विभाग सोडून जरतलब जमीनदारांच्या क्षेत्रात गेले. त्यामुळे जरतलब जमीनदारांच्या क्षेत्रात लोकसंख्या वाढत राहिली व त्यांची भरभराट होऊ लागली. रयती जमीनदार दरिद्री झाले आणि त्यांना जमीन महसूलसुद्धा[२१] देणे अशक्य झाले.

वर मिळालेल्या पुराव्यावरून असे दिसते की सर्वसाधारणत: रयती विभागातील शेतकऱ्यावर जबरदस्त कर होते आणि त्यांच्यावर जुलूमही फार होत होते. याचा परिणाम असा झाला की जिथे जुलमापासून सापेक्षतेने अधिक सुटका मिळाली अशा प्रदेशात ते पळून गेले. जो काही मोडका तोडका पुरावा उपलब्ध आहे त्यावरून एकदम निष्कर्ष काढणे धोक्याचे होईल. तरीही तत्कालीन शेतीविषयक परिस्थितीची उत्तम कल्पना यावरून मिळते. कोणताही परिणामकारक निष्कर्ष साम्राज्याच्या अन्य भागातील भरीव पुराव्याच्या साह्याने निश्चित केला पाहिजे.

इजाराच्या सर्वत्र असलेल्या पद्धतीने (*जिचा परामर्ष आपण वेगळ्या प्रकरणात घेणार आहोत*) शेतकऱ्यावर असाच प्रतिकूल परिणाम घडवलेला आहे. साधारणपणे या कालात कारभारविषयक स्थिरता नव्हती आणि ही शेतकऱ्यांना हितकारक नव्हती. सामान्यत: रोजच्या भाकरीची त्याला ददातच असे. सामान्य शेतकऱ्याच्या सरासरी उत्पन्नाची निश्चित कल्पना करणे कठीण आहे. हे कित्येक घटकावर अवलंबून असते. शेतकऱ्याची जात, खेड्याची पद्धती तसेच खेड्यातील जमीनदार हा बाजूच्या खेड्यांत राहातो व जिच्याबद्दल प्रश्न आहे अशी खेड्यातील सर्व जमीन शेतमजुरांच्याकडून कसली जाणे, जमिनीच्या दबावाने प्रत्येकाच्या मालकीची जमीन व अमीलचा प्रामाणिकपणा, प्रादेशिक स्तरावर या मुद्द्यावर संशोधन केले पाहिजे; मगच शेतकऱ्यांच्या परिस्थितीवर निश्चित निष्कर्ष आपण काढू शकतो. आता आपण एवढेच म्हणू शकतो की शेतकऱ्यांत पुष्कळ श्रेणी होत्या. ज्यावेळी बहुसंख्य लोक गरीब होते, तेव्हा काही शेतकरी जमिनीवरील काही हक्कांचा उपभोग घेत होते, आणि त्यांच्याजवळ काही

---

२१. *हिदायत-उल-कवायद पृ. ६४बी ते ६६बी*

माया आहे असे ते होते. उत्तर प्रदेशाच्या ग्रामीण भागात अशा लोकांना हैसियतदार (*पैसेवाले*) असे म्हणतात. हे निष्कर्ष खरोखरी रिसाला-इ-जिरातमध्ये असलेल्या पुराव्यावर आधारित आहेत. आम्हाला असे सांगण्यात आले की पट्टादार रयतेजवळ थोडाफार पैसा असे पण फसली रयत कफल्लक असे.[३०]

ग्रामीण सेवक

साध्या खेड्यांत जमीनदार, शेतकरी, जमीन नसलेले मजूर आणि ग्रामीण सेवक - ज्यांना काही विभागात आजही खिदमती प्रजा म्हणतात - हे असतात हे आपण पाहिले आहे. खेड्यांतील सर्वांचेच, विशेषत: जमीनदार आणि शेतकरी असे शेती करणाऱ्या सर्व वर्गांचे ते सेवक असत. या ग्रामीण सेवकांच्याबद्दल फारसी दप्तरात काही माहिती मिळत नाही. फक्त पटवाऱ्यांचा उल्लेख तेवढा आढळतो; परंतु खेड्यातील महत्त्वाचे सेवक १९ व्या शतकाच्या पूर्वार्धात वसुली अधिकाऱ्याच्या अहवालात उल्लेखिले जातात. इंग्रजांच्या दप्तरखान्यात ग्रामीण सेवकांचे जे वर्णन आले आहे त्याला सध्याच्या उत्तर प्रदेशमधील पुष्कळ खेड्यातील वंशपरंपरागत ग्रामीण सेवकांच्या पुराव्यावरून बळकटी येते. ग्रामीण सेवकांत महत्त्वाचे असे लोहार, बढयी किंवा सुतार, नाई किंवा न्हावी व धोबी हे दिसतात.[३१] काही खेड्यांतून झाडूवाला हासुद्धा ग्रामीण सेवकांच्या यादीत येतो. नेहमी खेड्यांतील सेवकांना पगार पैशात न देता मालाच्या रूपाने देत असत आणि ती पद्धत आजही चालू आहे. आग्र्याच्या कलेक्टरने आपल्या अहवालात म्हटले होते की ' जमिनीतील प्रत्येक नांगरामागे पुढे दिलेल्या[३२] खेड्यातील अधिकाऱ्यांना प्रत्येक शेतकऱ्याकडून १० शेर धान्य अधिया (*शेर*) म्हणून प्रत्येक खेतातून[३३] (*शेतातून*) मिळावे, असे दिसते की काही खेड्यांतून ' सक्का 'ची (*पखालीवाल्याची*) नेमणूक करीत व त्यालाही तसेच धान्य[३४] देत. ' धोनुक ' किंवा खेड्यातील रक्षक याला धान्य रूपाने किंवा सारा माफ असलेल्या जमिनीच्या[३५] रूपाने पगार दिला जाई. भंग्यालाही काही जमीन देत, पण

---

३०. *रिसाला-इ-जिरात, पान ९बी*

३१. *सिलेक्शन्स रेव्हेन्यू रेकॉर्ड्स्, पान २७८*

३२. *खेड्याच्या उभारणीत लोहार, सुतार, न्हावी, धोबी असत. रेव्हेन्यू सिलेक्शन्स, पृ. २७८*

३३. *सिलेक्शन्स रेव्हेन्यू रेकॉर्डस, पृ. २७८,*

३४. *सिलेक्शन्स रेव्हेन्यू रेकॉर्डस, पृ. २७८.*

३५. *सिलेक्शन्स रेव्हेन्यू रेकॉर्डस, पृ. २७८. काही विभागात खेड्यांतील रक्षकांना पासांचा उपयोग होत असे.*

सर्वसाधारणपणे घरटी एक भाकरी[३६] देण्याचा रिवाज होता.

पटवारी

पटवारी किंवा खेड्यातील हिशेबनीस हा महत्त्वाचा अधिकारी होता. ऐन-इ-अकबरीमध्ये त्याची कामे खासकरून दिली आहेत. नंतरच्या कागदपत्रांत पटवारीने करावयाच्या कामात काही बदल झाल्याचे दिसत नाही. मोगलांच्या अमदानीत पटवारी हा खेड्यातील लेखनिक किंवा हिशेबनीस असायचा. अबुल फजल सांगतो की प्रत्येक खेड्यात एक पटवारी असे. शेतकऱ्यांच्यातर्फे[३७] तो नेमला जाई व वसुलीच्या एक हक्का सददोई म्हणून पटवारीला[३८] दलाली देत.[३९] मुकादम व कारकून ह्यांच्या मदतीने मोजणीचे काम करून नोंदणे व जो सारा ठरविला असेल तो अधिकृत ठरविणे हे त्याचे काम असे. त्याचा वसुलीशीही संबंध असे आणि रयतेकडून मिळालेली वसुली तो अनौपचारिक कराराचे निवेदन पत्रामुळे[४०] किंवा सरखतमध्ये भरे आणि ते शेतकऱ्यांना देई. पैसे (वसूल) गोळा करणे व ते परगण्याच्या कोशात भरणे हे त्याच्या अधिकारात असे.[४१] तो नुश्का-इ-ऐजिह अथवा करआकारणीचा जमाखर्च व जमा व बाकी यांची नोंद ठेवी.[४२] अमिलने जमा केलेल्या सर्व पैशाचा हिशेब पटवारी स्थानिक भाषेत ठेवी, असे अन्यत्र आपल्याला दिसते. कागझ-इ-खम असे याला म्हणत. अमिल पैशाची अफरातफर करतो की काय हे समजण्यासाठी फारसी भाषेत याचे भाषांतर करीत.[४३]

१९व्या शतकाच्या सुरुवातीच्या काही वर्षांत जमीनदार पटवाऱ्याला मेहनताना देत, असे दिसते. आणि जमीनदारही किसानांच्याकडून रुपयात ६ पै पटवाऱ्याची बाकी म्हणून ' दमी ' नावाचा कर गोळा करीत.[४४] सन ११५४ फसलीमधील एका दस्तऐवजात किसानांच्याकडून बिघ्याला एक फुलूस या दराने जमीनदारांनी दमी गोळा

---

३६. *सिलेक्शन्स रेव्हेन्यू रेकॉर्ड्स्, पान २७८*
३७. *ऐन-इ-अकबरी, भाग १, पान २०९*
३८. *ऐन-इ-अकबरी, भाग १, पान २०९. सददोईचा शब्दश: अर्थ २% .*
३९. *ऐन-इ-अकबरी, भाग १, पान २०९*
४०. ऐन-इ-अकबरी, भाग १, पान २०९
४१. *ऐन-ए-अकबरी, पान २००*
४२. *ऐन-ए-अकबरी, पान २००*
४३. *खुलासत-उस-सियाक, पान ४३-४४ए*
४४. *सिलेक्शन्स रेव्हेन्यू रेकॉर्ड्स, पान २७८-७९*

केल्याचे आपण वाचतो. सत्तारही किंवा जमीनदारी करापेक्षा हा पैसा जास्त असे.[४५] विचारात असलेली दमी आणि पटवाऱ्यासाठी म्हणून जमीनदारांनी गोळा केलेली रेव्हेन्यू सिलेक्शन्समधील वर्णिलेली दमी एकच असेल तर १८ व्या शतकाच्या पूर्वार्धात पटवाऱ्याला जमीनदारांच्याकडून किसानांच्या तर्फे पैसा मिळत होता असा तर्क करता येईल.

❖❖❖

४५. *अलाहाबाद डॉक्युमेंटस्, क्र. ३२९. दमीचा दर पूर्वीप्रमाणेच होता, असे विचारार्थ असलेल्या या दस्तऐवजात म्हटले आहे.*

प्रकरण दुसरे
जमीनदार व जमीनदारी

भाग १

जमीनदारीची मुख्य वैशिष्ट्ये

मोंगलांच्या वसुली पद्धतीत जमीनदारी ही संस्था प्रमुख पाया होती. जमिनीच्या बाबतीत विविध प्रकारचे उच्च हेतू किंवा दुसऱ्याची संपत्ती फुकट जाण्याऐवजी तिचा उपभोग घेणे व फायदे मिळवणे यांचे प्रतिनिधित्व ही संस्था करी. सर्वसाधारणपणे जमीनदार शेती स्वत: करीत नसत; पण शेतीच्या उत्पन्नात त्यांचा भाग असे. जमीनदारांचे हक्क व त्यांचे हितसंबंध जागोजागी बदलत; इतकेच नव्हे तर एका प्रदेशात वा परिसरात विविध प्रकारचे जमीनदारी हक्क आढळून येत. साधारणत: हे हक्क आणि हितसंबंध कायम स्वरूपाचे होते आणि ते वंशपरंपरेने धारण करीत. बऱ्याच हक्कांचा उगम आक्रमण किंवा वसाहतीची स्थापना वा वाढीकडे जातो. बरेच हक्क पुढील काळांत विकत घेऊन मिळविण्यात आले होते. अनेक वेळा मोंगलांचे सरकारच जमीनदारांना विविध प्रकारचे हक्क देत असे.

जमीनदारांच्या या वर्गात थरावर थर असल्याच्या खुणा दिसून येतात; पण वर्ग म्हणून शेत नांगरणाऱ्या किसानांपेक्षा त्यांचा दर्जा उच्च आणि वेगळा होता. नांगरणाऱ्या किसानांना ‘ असामी ’ किंवा ‘ रयत ’ म्हणत. अशा रीतीने असे दिसते की जमीनदारी ही संज्ञा ढिली असून ज्यांच्या हाताखाली वेगवेगळ्या अटीखाली जमीन असे त्यांना ती लावली जाई. उदा. कायम स्वरूपाचा पेशकाश किंवा खंडणी देण्याच्या अटीवर आपली वंशपरंपरागत जमीनदारी किंवा प्रदेश मिळवीत असे, अशा व्यक्तीला ही संज्ञा लावली जाई. आपल्या वंशपरंपरागत जमीनदारीत कोणताही पेशकाश न देणाऱ्या व साम्राज्यातील आपल्या हुद्द्याप्रमाणे मिळणाऱ्या वेतनाच्या बदली जागीर म्हणून उपभोग

घेणाऱ्यालाही ती लावली जाई. राजाज्ञेने एखाद्या व्यक्तीला विशिष्ट प्रदेशाचा जमीनदार नेमला जाई; पण त्याला जमिनीवरचे वंशपरंपरागत हक्क मिळत नसत. इतर जमीनदारी हक्क मिळत. शिवाय ज्या व्यक्तीला जमिनीसंबंधी काही हक्क व हितसंबंध आहेत, ज्याला मालवजीब किंवा आकारणी करून निश्चित केलेला वसूल घेण्याचाही हक्क होता, त्याला जमीनदार ही संज्ञा होती. जमीनदारात तालुकादार म्हणून संबोधल्या जाणाऱ्या व्यक्तीचाही समावेश असे.

विविध प्रकारच्या अटी व परिस्थितीप्रमाणे जी निरनिराळी जमीनदारी लोकांकडे असे ती सोडून विस्ताराच्या बाबतीतही जमीनदारीत मोठ्या प्रमाणावर फरक असे. मालवजीब देणारी जमीनदारी एक किंवा अनेक खेड्यातील एखादा भाग असे. अशा तऱ्हेच्या जमीनदारीत एकाच व्यक्तीकडे अनेक खेडी किंवा त्याच्याबरोबर अनेक सहभागी असत. मालवजीब किंवा जमीनमहसूल देणारी जमीनदारी अनेक खेड्यांची, परगण्यांची किंवा एकापेक्षा अधिक परगण्यांची असू शके.[१] त्याचप्रमाणे कायमचा पेशकाश देणारी जमीनदारी पण थोडी खेडी, परगणा, अनेक परगणे, सरकार किंवा सरकारपेक्षाही मोठा प्रदेश असणारी असे. तालुक्यातही असणाऱ्या अनेक खेड्यांमुळे मोठ्या प्रमाणावर फरक पडे.

ज्या जमीनदारांनी मोंगल सम्राटाचे अधिराज्य मान्य केले होते आणि ज्यांना मांडलिक किंवा राजे म्हणत त्यांचेही एकापेक्षा अनेक भागात वर्गीकरण करीत. प्रथमत: ज्यांनी मोगल सम्राटाचे वर्चस्व मान्य केले होते असे काही जमीनदार किंवा राजे होते परंतु त्यांना सैनिकी व आर्थिक बंधने नव्हती. देशांतर्गत चालू असलेल्या मोंगलांच्या नाणे पद्धतीत ही मान्यता समाविष्ट होती. दुसरे असे की सम्राटाचे वर्चस्व मान्य करणारा जमीनदार वर्ग कायम पेशकाश देईल तर तो प्रदेश त्याच्याकडे राहील किंवा जे प्रांताच्या नजिमाकडे सैनिकी नोकरी करीत त्यांना मनसबदार म्हणून घेतले जाई. त्यांची जमीनदारी त्यांच्या शाही नोकरीतील हुद्द्याच्या पगाराची जागीर म्हणून समजली जाई. अर्थात डाग लावणे व तपासणी करणे हे त्यात गृहीत धरलेले असे.[२]

---

१. बेंगाल डिस्ट्रिक्ट रेकॉर्डस, रंगपूर, Vol. VI १७८६-८७, पृ. ३२, ८२, ८३. बेंगाल डि. रेकॉर्डस्, दिनाजपूर १७८६-८८, पृ. ७८, १७१,१७४, १७५; द रेकॉर्डस ऑफ द गव्हर्नमेंट ऑफ बेंगाल १७६९-७०, पृ. ६८, ७८; रेव्हेन्यू चीफस् ऑफ बिहार पृ. २२, ३१, दस्तूर-उल-अमल-ए-बेकस पृ. ५०a, ५१b. रियाझ-उस-सलातीन, पृ. ३०५-३०६.

२. प्रॉव्हिन्शिअल ॲडमिनिस्ट्रेशन ऑफ द मुगल्स, सरन पृ. ११४, १३३, १३६; मिरात-ई-अहमदी, पृ. १९९, २२४, २२७, २२८, २२९, २३०.

काही विशेष परिस्थितीत ज्या जमीनदाराकडे मनसब असे त्याला हे नियम लागू नसत; पण जेव्हा जेव्हा गरज भासेल तेव्हा तेव्हा त्यांना प्रांतीय सुभेदाराची काही निश्चित घोडेस्वारांच्यासह[३] सेवा करावी लागे.

ज्या जमीनदारांनी मोगल सम्राटाचे नामधारी वर्चस्व मान्य केले होते, ते सैनिकी व आर्थिक बंधनातून मुक्त होते. म्हणून त्यांचा विचार प्रस्तुत अभ्यासाच्या कक्षेत येत नाही. त्यांचे व मोगल साम्राज्याचे संबंध राजकीय व सैनिकी स्वरूपाचे होते.

पेशकाशी जमीनदार

जे जमीनदार पेशकाश किंवा खंडणी देत त्यांना आमच्या साधनात पेशकाशी[४], मुकररी[५] आणि घायर अमली[६] म्हणून म्हटले आहे. पेशकाश देणारा जमीनदार व मालवाजीब देणारा जमीनदार या दोहोत स्पष्ट फरक आहे. बीरभूमचा जमीनदार फक्त ठरलेली पेशकाश देई. महंमदशहाच्या कारकिर्दीत मालवाजीब देण्याची त्याच्यावर सक्ती करण्यात आली.[७] मालवाजीब ही एक सुपरिचित संज्ञा आहे. लागवडीस आणण्यात येणाऱ्या जमिनीचे प्रत्यक्ष मोजमाप करून किंवा प्रत्येक खेड्यातील पूर्वीचे दप्तरातील उत्पन्न पाहून ठरविलेला जमीन महसूल या संज्ञेनेच दर्शविला जातो. अशा रीतीने पेशकाशी जमीनदारी ही प्रत्यक्ष लागवडीस आणल्या गेलेल्या जमिनीप्रमाणे तपशीलवार दर ठरविण्याच्या पद्धतीस बांधली गेलेली नसे.

मिरात-इ-अहमदीच्या पुरवणीतील पुरावा १८ व्या शतकातील पेशकाशी जमीनदारांचा उगम, स्वरूप, पुढील प्रगती आणि प्रत्यक्ष परिस्थिती यांच्यावर प्रकाश टाकतो. वर उल्लेख केलेल्या साधनातील पुराव्याचे काळजीपूर्वक परीक्षण[८] व विश्लेषण केल्यावर असे दिसते की १८ व्या शतकाच्या पूर्वार्धात गुजराथची विभागणी दोन प्रकारच्या सरकारांत झालेली होती. पेशकाशी व खिराजी सरकारी प्रांतात झाली.

---

३. मिरात-ई-अहमदी सप्लीमेंट २३९, इकबालनामा, पृ. ११९.

४. तारीख-इ-शकीरखानी, पृ. २७ए, मिरात-ई-अहमदी सप्लीमेंटरी, पृ. १२८.

५. मुन्तखब-उल-लुबाब, भा. २, पृ. ७६८, सियार-उल-मुताख-खेरीन, पृ. ३०५

६. मिरात-इ-अहमदी पृ. १९०, १९२, २००, २०३, ३०७. येथे लक्षात ठेवावे की पेशकाश देणाऱ्या जमीनदाराकडील खेड्यांनाच घायर अमली म्हणत. पेशकाश दिल्या जाणाऱ्या जमीनदारीचे हे विशेषण आहे. पहा - आदाद-ई-अलमगिरी पृ. ११९ ब, १२०ए

७. सियार-उल-मुताखेरितन, पृ. ३०५

८. मिरात-इ-अहमदी, पुरवणी, पृ. १८८

त्यातील १६ सरकारांपैकी १० खिराजी[९] व उरलेले सहा पेशकाशी[१०] म्हणून वर्णिलेले आहेत. त्यावरून असे दिसते की जेव्हा गुजराथ प्रांत जिंकला गेला तेव्हा डोंगरपूर बनासबल्ला, सोंतसिरोही, सुलेमान नगर (ज्याला कच्छ म्हणतात) व रामनगर हे जमीनदारांच्या ताब्यातच ठेवण्यात आले, पण या सरकारातील जमीनदारांना ठरवून वा नेमून दिलेल्या शिपायांच्या साह्याने प्रांताच्या नजीमाकडे सैनिकी सेवा करावी लागे. औरंगजेबाच्या कारकिर्दीच्या अखेरीस नजीमाकडे[११] सैनिकी सेवा करणे त्यांनी बंद केले. उरलेल्या १० सरकारांचे खिराजी म्हणून वर्णन केले आहे. सर्वसाधारणपणे हे सरकार तपशीलवार करआकारणीच्या पद्धतीने जमीनमहसूल देण्यास बांधले गेलेले होते, आणि ते मोंगल अधिकाऱ्यांच्या अमलाखाली होते; परंतु या सरकारातही काही जमिनीचे तुकडे तसेच खेडी व परगणे होते, ते मालवाजीब न देता पेशकाश देणाऱ्या जमीनदारांच्याकडे होते. ज्या जमीनदारांच्याकडे अनेक खेडी असत किंवा सबंध परगणा असे आणि जे पेशकाश देत अशा जमीनदारांना इस्मी जमीनदार[१२] असे म्हणत.

अशा प्रकारे पेशकाशी जमीनदारांचे तीन प्रकार दिसतात. १) सर्व सरकारची मालकी असणारे जमीनदार, २) सर्व परगण्याची मालकी असणारे जमीनदार अथवा

---

९. खिराजी सरकार म्हणजे असे सरकार की ज्यातील मोठी जमीन खेड्यातील हिशेब व दामीत दिलेले जामाचे आकडे यांच्या साह्याने तपशीलवार करआकारणी केली जाई. जे जमीनदार सक्ती केल्याने पेशकाश देत त्यांना पेशकाशी जमीनदार म्हणत.

१०. मिरात-इ-अहमदी, पुरवणी पृ. १८८

११. मिरात-इ- अहमदी, पुरवणी पृ. १८८

१२. जमीन महसुलाची ही विशेष पद्धत गुजरातच्या सुलतानांचा वारसा आहे. असे दिसते की जेव्हा मुसलमानांनी गुजराथ जिंकला तेव्हा प्रांतात कोळी व रजपूत या आदिवासी जमातींच्या वसाहती होत्या. सुलतानांनी त्यांना जिंकले आणि त्यांनी सैनिकी सेवा व जमीन - महसूल किंवा मालगुजारी देण्याचे कबूल केले. धान्याचा सरकारी वाटा घेण्याची व्यवस्था विशिष्ट पद्धतीने करण्यात आली होती. असे ठरले की त्यांच्या वतनाचा व खेड्यांचा ४था हिस्सा त्यांच्या उपजीविकेसाठी त्यांच्याकडे ठेवावा, ज्याला बांथ म्हणू लागले. तरीही त्यांना बांथ जमिनीपासूनचे उत्पन्न सलामी म्हणून एका ठराविक रकमेत द्यावे लागे. याचा परिणाम असा झाला की वेगवेगळ्या आकाराच्या जमीनदाऱ्या निर्माण झाल्या. त्यात कधी एक खेडे, कधी अनेक तर कधी परगणाही असायचा. ज्यांच्याकडे अनेक खेडी किंवा परगणा असे त्यांना इस्मी जमीनदार म्हणत व त्यांना सैनिकी सेवा करावी लागे. अकबराने हे चालू ठेवले व सलामीला पेशकाश म्हणू लागले. १८ व्या शतकाच्या पूर्वार्धात इस्मी जमीनदारांनी सैनिकी सेवा न करता मजीमाला पेशकाश दिली. (मिरात-ई-अहमदी पुरवणी, पृ. २२४ व २२५)

अनेक खेड्यांचा समूह, ज्याला इस्मी जमीनदार म्हणत, आणि ३) छोटे जमीनदार ज्यांच्याकडे थोडी खेडी असत. परगण्यातले पेशकाशी जमीनदार हे सरकारी जमीनदारांच्या बरोबरीचे असत; परंतु काही गोष्टीवरून असे दिसते की साम्राज्याचा ताबा सरकारमधील जमीनदारांच्यापेक्षा पेशकाशी जमीनदारांच्यावर अधिक असे. सरकारी जमीनदार हे स्वायत्त प्रमुख होते; आणि त्यांच्या प्रदेशातील अंतर्गत मोंगल सरकार क्वचितच हस्तक्षेप करी असे दिसते. परंतु परगणा जमीनदारांच्या (इस्मी) जमीनदारीवर साम्राज्य सत्तेचा काही अंशांनी ताबा असे. राजपिपळामधील जमीनदारांचा समावेश इस्मी जमीनदारात केला गेला होता. त्यावरील संक्षिप्त टिपणीवर हा तर्क आधारित आहे. राजपिपळा जमीनदारीत काजी, वकाई, निगार व देसाई यांच्या नेमणुका केल्या होत्या असे आपल्याला सांगितले जाते. देसायाची नेमणूक झाली त्यामुळे जमीनदाराला चीड आली व देसाई मारला गेला. त्यामुळे त्याच्याविरुद्ध सैनिकी कारवाई करावी लागली. त्याला शरण येण्यास भाग पाडण्यात आले व त्याने पेशकाश किंवा नुकसानभरपाई[१३] द्यावी अशी त्याच्यावर सक्ती करण्यात आली. मोगल न्यायपद्धतीचीही सक्ती करण्यात आली असे अनुमान आपण काढू शकतो. देसायांच्या नेमणुकीवरून दिसून येते की वसुलीच्या हिशेबावर त्याची नजर असे व वेळ आल्यास परिणामकारकरित्या तो मध्यस्थी करू शकत असे. शिवाय इस्मी जमीनदाराकडे असलेला परगणा शाही फौजदाराच्या न्यायकक्षेत असे आणि त्यामुळे तो परगण्यात देखरेख करून ताबा ठेवू शकत असे.[१४] छोटे जमीनदार अर्थातच कारभारविषयक भागाच्या फौजदाराच्या न्याय कक्षेखाली असत. तिथे त्यांच्या जमीनदारीचे क्षेत्र असे.

सर्वच पेशकाशी जमीनदारांना राजा हा किताब असेच असे नाही. तसेच ते सर्व हिंदूच असत असेही नाही.[१५] पेशकाशी जमीनदारी ही नित्य दूरवर पसरलेली असे, असे गृहीत धरणे समर्थनीय होणार नाही. काही जमीनदाऱ्या किंवा त्यांच्यातीलच बहुसंख्य जमीनदाऱ्या तशाच राहिल्या आणि एका व्यक्तीकडे वडिलार्जित राज्य म्हणून आल्या तर काही उत्तराधिकाराच्या नियमाप्रमाणे विभागल्या गेल्या.[१६] म्हणून कित्येकदा काही घायर अमली खेडी एका जमीनदाराकडे असत.[१७] अशा रीतीने

---

१३. *मिरात -ई-अहमदी पुरवणी, पृ. २३३*

१४. *मिरात -ई-अहमदी पुरवणी, पृ. २००, २०१, २१०, २११, २१४.*

१५. *रियाज-उल-सलातीन, पृ. ३०५, ३०६. मिरात-इ-अहमदी, पुरवणी पृ. २०१.*

१६. *मिरात-ई-अहमदी, पृ. २०१*

१७. *मिरात-ई-अहमदी, पृ. १९१, १९२*

पेशकाश देणाऱ्या जमीनदारांचे एकापेक्षा अधिक प्रकारात वर्गीकरण केले जाते, आणि त्या जमीनदारांचा दर्जा व हक्क यातही विस्तृत प्रमाणात त्यांचा उगम व व्यक्तिगत इतिहास यामुळे फरक आढळतो.

पेशकाशी जमीनदारांची वर जी हकिकत दिलेली आहे तिला अहमदाबाद सुभ्यातील सरकार व परगण्याच्या देशस्थितीच्या वर्णनाचा आधार आहे. यावरून असे दिसते की खिराजी म्हणून वर्णन केलेल्या सरकारात एका परगण्यात अथवा परगण्यापेक्षा मोठ्या क्षेत्रांत सातपासून दोनशे नव्वदपर्यंत खेड्यांचे संघ असत व ते पेशकाश देणाऱ्या घायर अमली जमीनदाराकडे असत.[१८] घायर अमली म्हणून म्हटलेल्या खेड्यात वेगळेपणा दाखवणारे पुढील घटक असत -

(१) जमीन महसूल ठरवण्यासाठी सरकारी अधिकारी या खेड्यातील जमिनीची मोजणी करीत नसत.

(२) जमीनदारांनी स्थानिक अधिकाऱ्यांना सारा ठरविणारे दप्तर दिले नाही.

(३) ज्या ठिकाणी सर्व परगणा जमीनदारांच्याकडे असे अशा ठिकाणी एका परगण्यात किती खेडी आहेत यासंबंधीची माहिती दप्तरात उपलब्ध नव्हती.

(४) पेशकाश म्हणून निश्चित स्वरूपाची रक्कम किंवा जमीनदार व वसुली अधिकारी यांच्यात ठरलेली रक्कम जमीनदारांना द्यावी लागे.

(५) ज्या परगण्यांत घायर अमली जमीनदाराच्याकडे काही खेडी असत त्या ठिकाणी फक्त रयती खेड्यासाठी जामादारीचे आकडे दिले जात.

(६) सर्व परगण्यांत घायर अमली असेल तर तेथे जामादामीचे आकडे देत; पण गोळा केलेली रक्कम पेशकाश म्हणून घेत.

अहवालावरून असे दिसते की खिराजी सरकारमध्ये तीन प्रकारचे परगणे असावेत.

(१) घायर अमली खेडी किंवा पेशकाशी जमीनदारी नसलेले परगणे.

(२) फक्त घायर अमली जमीनदारांच्याकडे असलेले परगणे, तसेच मोगलांच्या वसुली दप्तरात ज्यांचा उल्लेख नाही अशा परगण्यातील खेडी.

(३) असे परगणे की ज्यांच्याकडे जमीनदारांच्याकडे असलेली घायर अमली खेडी होती. वेगवेगळ्या परगण्यांतून या खेड्यांची संख्या ७ पासून २९० पर्यंत किंवा अधिक प्रमाणांत असे.[१९]

तालुकादार

तालुकादार हेसुद्धा जमीनदारांच्याच वर्गात मोडत. तथापि साम्राज्याच्या विविध

---

१८. मिरात -ई-अहमदी पुरवणी, पृ. १८८-१९८

१९. परिशिष्ट ब पहा.

भागात तालुका व तालुकादार या संज्ञा एका किंवा अनेक अर्थांनी वापरल्या जात असत. १९ व्या शतकाच्या सुरुवातीला संकलित केल्या गेलेल्या एका ग्रंथात दोन्ही संज्ञांचे विविध उपयोग दिसतात. अन्यत्र मिळालेल्या तशाच पुराव्याच्या जोरावर त्याची सत्यता सिद्ध होते. त्या ग्रंथात वर्णन केलेले व ज्याची व्याख्या दिली गेली आहे असे तालुके पुढीलप्रमाणे आहेत.[२०]

१) कारभारविषयक सोयीसाठी आपणहून अधिकाऱ्यांनी तालुका निर्माण केला.

२) पैसेवाल्या माणसाला गरीब माणसाची जमीनदारी सांभाळण्यासाठी दिलेली सनद असा त्याचा अर्थ आहे. त्याला जमीन महसुलाचा सरकारकडे हिशेब द्यावा लागे.

३) सरकारकडे काही वजन निर्माण केले आहे अशी छोट्या जमीनदाराची सनद. अशी सनद असणाऱ्या जमीनदाराला इतर जमीनदारांनी जमीन महसूल गोळा करून तो भरण्याचा अधिकार दिलेला असतो.

४) काही खेड्यांचा जमीन महसूल जो देई त्यालाच तालुकादार म्हणत. ही खेडी एकाच माणसाकडे नसत तर अनेकांत विभागलेली असत.

५) ज्यांनी काही खेडी विकत घेतली होती, परंतु ज्यांची जमीनदारी फार जुनी नव्हती. यावरून तालुका म्हणजे सरकारी अधिकाऱ्यांनी निर्माण केलेले एक कारभारविषयक वर्तुळ, नवीनच खरेदी केलेली जमीनदारी आणि इतर जमीनदारांच्यासाठी हाती घेतलेली सनद[२१] असे दिसून येते.

मिरात- इ-अहमदीमध्ये असलेल्या पुराव्यावरून तालुका या संज्ञेबाबत गुजराथमध्ये जे वैशिष्ठ्य होते, त्याबाबत अधिक माहिती मिळते. असे दिसते की गुजराथेत कोळी व रजपुतांच्याकडे असलेल्या खेड्यांच्या क्षेत्रातील बंथ जमिनीचा पर्यायी शब्द म्हणून तालुका हा शब्द वापरला जाई. अशा जमिनीचा महसूल सरकार प्रत्यक्षपणे ठरवीत नसे. तर हे तालुके ज्यांच्याकडे असत त्यांना तालुकादार म्हणण्याऐवजी जमीनदार म्हणत व ते निश्चित स्वरूपाची पेशकाश देत.[२२] बंगालचा उल्लेख करणाऱ्या एका छोट्या पुराव्यात तालुक्याची व्याख्या ' छोटी जमीनदारी ' अशी करून तालुकादाराला छोटा जमीनदार म्हटले आहे.[२३] त्याच प्रांताच्या दुसऱ्या एका ग्रंथात तालुकादाराला मुस्ताजीर किंवा महसूल शेतकऱ्याच्या (ज्याच्याकडे कायम व विशिष्ट हक्काची सनद

---

२०. पुरवणी ६६०३, पृ. ५४ बी, ५५ए

२१. पुरवणी ६६०३, पृ. ५४बी, ५५ए

२२. प्रकरण १ पहा.

२३. दप्तर-ई-खलीसा पृ. ९ए, १०ए

नसे.) बरोबरीचा मानला आहे.[२४]

फारसी साधनात दिलेल्या ह्या व्याख्या इंग्रजी अधिकाऱ्याने लिहिलेल्या ग्रंथातील तशाच पुराव्यावरून निश्चित झालेल्या व सुधारलेल्या वाटतात.

मध्य प्रदेशात तालुका म्हणजे सरकारने निर्माण केलेला कारभारविषयक विभाग समजला जाई. मालकंम म्हणतो की ' परगण्यापेक्षा लहान असणाऱ्या प्रदेशाला तालुका म्हणतात.'[२५] पुन: वर उल्लेखिल्याप्रमाणे तालुका म्हणजे एका व्यक्तीला दिलेली सनद. ती व्यक्ती म्हणजे जमीनदार असे व इतर जमीनदारांच्यातर्फे त्यांच्या संमतीने ती जमीन महसूल घेई. पूर्वीच्या वायव्य सरहद्द प्रांतातील तालुकादार असे असत.[२६] तालुकादारी सनदेत झालेल्या संशोधनाचा निष्कर्ष वायव्य सरहद्द प्रांताच्या महसुली दप्तरात आहे. त्यावरून असे दिसते की ह्या प्रांतातील बऱ्याच तालुकादारांचा उगम ही गोष्ट तौलनिकदृष्ट्या अलीकडच्या इतिहासातील असून मूलत: ते शेतकरी होते.[२७] यावरून असे दिसते की तालुकादारी हक्क हे विक्री किंवा गहाण टाकल्याने बदलले जात नसत; परंतु उपलब्ध पुराव्यावरून असे दिसते की अनेकदा ते वंशपरंपरागत दिले जात. सर्वसाधारणपणे वायव्य सरहद्द प्रांतातील तालुकादार अधिकार म्हणून नफ्यासाठी वंशपरंपरागत हक्क मागत परंतु जमिनीच्या संपत्तीवर हक्क दाखवत नसत.[२८]

अशा रीतीने वायव्य प्रांतात तालुकादारी सनदेचे वसुली शेतकरी पद्धतीशी काही प्रमाणात साम्य होते असे आपणास दिसून येते. तथापि त्या दोहोत महत्त्वाचे भेद दिसून येतात.

तालुकादाराचा हुद्दा वंशपरंपरागत असल्याने वसुली शेतकऱ्याला अशा तऱ्हेचा

---

२४) पुरवणी १९, ५०४, पृ. १००a

२५) मेमॉयर्स ऑफ सेंट्रल इंडिया मालकंम, पृ. ५ तळटीप.

२६) या प्रांतातील तालुकादारी सनदेची खास वैशिष्ट्ये थोडक्यात पुढीलप्रमाणे- अ) तालुका म्हणजे निरनिराळ्या मालकाकडे असलेली स्थावर, यापैकी काही श्रेष्ठ व काही कनिष्ठ असत. नफ्याचे त्यांच्यात वाटप होई. ब) श्रेष्ठ मालकाला तालुकादार म्हणत व इतर जमीनदारांच्यातर्फे महसूल गोळा करण्यासाठी तो मध्यस्थ असे. हा अधिकारसुद्धा सार्वभौमत्व देई. क) मध्यस्थ म्हणून त्याला काही नफा व दलाली मिळे. ज्याचे प्रतिनिधित्व तो करी त्याच्या मालकी व वंशपरंपरागत हक्काबाबत तालुकदार ढवळाढवळ करत नसे. (विल्सनचा कोश पहा. ' गार्डन ऑफ इंडिया ' पृ. ३३)

२७) सिलेक्शन्स रेव्हेन्यू रेकॉर्डस, पृ. ८९

२८) सिलेक्शन्स रेव्हेन्यू रेकॉर्डस, पृ. ८९

हक्क दाखविता येत नसे. दुसरे असे की तालुकादाराने शेतकऱ्याची भूमिका घेतली असल्याने व इतर जमीनदारांच्यातर्फे तो जमीनमहसूल घेत असल्यामुळे तो स्वत:च जमीनदार असे. या बाबतीत एका अधिकृत व्यक्तीनेच जमीनदार व तालुकादार यांच्यात असा फरक केला आहे की, तालुकादार हा स्वत: जमीनदार तर असतोच परंतु जमीनदाराच्या खेड्यातील जमीनमहसूल गोळा करणे व त्याचा भरणा करणे यांचीही तो व्यवस्था करतो.[२९] तिसरे जमीनमहसूलवाला शेतकरी हा सरकारचा किंवा जागीरदाराचा प्रतिनिधी असे. शेतजमीनविषयक इतिहासाच्या अभ्यासूंना ' जमीन धारणेचा काल ' हा अयोध्या प्रांतात मोठे तालुके का निर्माण केले हे समजण्यासाठी उपयुक्त आहे. बहुसंख्य खेड्यातील जमीनदारांचे हक्क तालुकादारांनी हिसकावून का घेतले याचे स्पष्टीकरण देणारा फारच थोडा समकालीन पुरावा उपलब्ध आहे. इंग्रज अधिकाऱ्यांनी केलेल्या चौकशीमुळे खेड्यातील जमीनदार हा तालुकादारांनी संपूर्णपणे नष्ट करून आपल्या उच्च अधिकाराचा उपयोग तालुकादारी जमीनधारणेतून जमीनदारी हक्क निर्माण करण्यात केला आहे असे दिसून येते.[३०]

बंगालमध्ये तालुका म्हणजे छोटा जमीनदार किंवा नुकतीच विकत घेतलेली फार दिवस न झालेली जमीनदारी होय. ईस्ट इंडिया कंपनीने खरेदी केलेल्या कलकत्ता आणि इतर खेड्यांच्या विक्रीपत्राच्या लेखी पुराव्यावरून यास पुष्टी मिळते. विक्रीपत्राच्या दस्तऐवजात त्यांना (इंग्रजांना) तालुकादार म्हणून म्हटले आहे.[३१] बंगालमध्ये तालुक्याचे विभाजन दोन भागात केले होते. उदा. हुजरी व मजकुरी. हुजरीचा महसूल सरकारात प्रत्यक्षपणे भरला जाई, तर मजकुरीचा महसूल हा जमीनदार किंवा मालकासारख्या वरिष्ठाकडून भरला जाई, सरकारात महसूल भरणारांची गणना जमीनदारांत किंवा जमीनमालकांत होई. मजकुरी तालुका वंशपरंपरागत असे, आणि जोपर्यंत महसूल दिला जाई तोपर्यंत तो बदलता येत असे. वारस नसल्यास वरिष्ठ त्याचा ताबा घेत असे.[३२]

❖

---

२९. पुरवणी ६६०३, पृ. ५४बी, ५५ए

३०. सिलेक्शन्स रेव्हेन्यू रेकॉर्डस, पृ. ९१, १८८

३१. पुरवणी-२४, ०३९, पृ. ३६एबी

३२. विल्सनचा कोश पृ. ४९८, फिफ्थ कमिटी रिपोर्ट ।।। ग्लॉसरी टू फिफ्थ रिपोर्ट, पृ. ५१

भाग २

जमीन महसूल (माल-वजीब) देणारे जमीनदार

सर्वसाधारणपणे असे समजले जाते की जमीनदारांची उपस्थिती ही डोंगराळ भाग आणि साम्राज्याचा दूर असणारा प्रदेश, मुख्यत: हिमालयाजवळील प्रदेश, राजपुताना, गुजराथ, बिहार, ओरिसा आणि वऱ्हाड येथे होती व हे जमीनदार तेथे दुय्यम अधिकारी होते.[३३] या मताप्रमाणे जे जमीनदार दुय्यम अधिकारी नाहीत त्यांचा विचार केला जात नाही. दुय्यम अधिकारी नसल्यामुळे जमिनीची मशागत करणाऱ्या शेतकऱ्याशी सरकारचा प्रत्यक्ष संबंध येई. ऐन-ई-अकबरीच्या छापील प्रतीच्या चुकीच्या इंग्रजी भाषांतरामुळे आणि प्रांतांच्या आकड्यांच्या चुकीच्या व्यवस्थेमुळे ही उणीव दिसून येते. भाषांतर आणि छापील मजकूर यावरून असे दिसते की प्रत्येक महालात ज्या जातींचा उल्लेख केलेला आहे तो त्या महालातील लोकसंख्येचाच उल्लेख आहे. अलिगढ मुस्लीम विद्यापीठातील मौलाना आझाद ग्रंथालयात उपलब्ध असलेल्या हस्तलिखितात[३४] सुभ्यासंबंधी जी आकड्यांची माहिती आहे, त्यात अनेक विभागात मोजलेले क्षेत्र दामी, सियूरघल, बूमी व जमीनदार यांचाही उल्लेख आहे. अनेक महालातील जमीनदार या शीर्षकाखाली जातींचा समावेश केला आहे. ज्यांना जमीनदार म्हणत आणि जे आपापल्या महालात जमीनदार असत अशाच जातींची नोंद अबुल फजलने केली आहे. महालात रहाणाऱ्या सर्वच जातींचा त्याने उल्लेख केला नाही हे स्पष्ट आहे. अजूनही एका गोष्टीवरून हे स्पष्ट दिसते की काही अपवाद सोडल्यास तक्त्यात भरलेल्या जाती हिंदू व मुसलमानातील उच्च जाती असून शेती करणाऱ्या सर्वसाधारण शेतकऱ्यांत त्यांची गणना होत नसे. यावरून एक गोष्ट स्पष्ट दिसते की साम्राज्याच्या केंद्रस्थानी असलेल्या महालांना धरून बहुतेक महालात जमीनदारच असत. आपल्याला ठाऊकच आहे की काही प्रदेश जमीनदारांच्याकडे असत व त्याबद्दल ते पेशकाश देत व अंतर्गत स्वातंत्र्य उपभोगींत, पण बहुसंख्य महालात उल्लेख असलेले जमीनदार पेशकाशीच होते असे दाखविणारा हा पुरावा नाही. याखेरीज अकबराच्या काळाच्या कारभाराचा इतिहास साम्राज्याच्या प्रदेशाचे खालीसा प्रदेशात रूपांतर खेडे हे मूळ धरून महसूल ठरविणे व गोळा करणे यासंबंधीच्या परगणा पातळीवर महसूल अधिकाऱ्यांना दिलेल्या तपशीलवार सूचना, यावरून खेडे हाच महसूल ठरविण्याचा स्वयंपूर्ण गट हे अशक्य म्हणून मानतात, असे स्पष्ट दिसते. पेशकाश देणाऱ्या दुय्यम अधिकाऱ्यांच्या

---

३३. प्रोव्हीन्शियल ॲडमिनीस्ट्रेशन ऑफ द मोगल्स पृ. १११-१३

३४. ऐन-ए-अकबरी, सुलेमान, ६३६ /१४ मौलाना आझाद ग्रंथालय, अलिगढ मुस्लीम विद्यापीठ, अलिगढ.

हातात महाल होते. हा परिस्थितिजन्य पुरावा सोडून अकबर ते महंमदशहाच्या काळाचा प्रत्यक्ष पुरावा थोडा आहे. त्यावरून दिसते की पेशकाशी जमीनदाराव्यतिरिक्त दुसरा एक जमीनदार वर्ग होता व तो मालवजीब अथवा तपशील ठरविल्याप्रमाणे पिकांच्यावर जमीनमहसूल देई.

या विषयावर प्रकाश टाकणारा सर्वांत जुना दस्तऐवज म्हणजे हिजरी सन ९९४ व इ. स. १५८५[३५] मधील एक विक्रीखत आहे. या कागदात औधमधील सांदीला परगण्यातील जऱ्हा या खेड्याच्या मालकीचे सर्व हक्क (सतरही) आधनचा पुत्र मिया आमन याच्या नावावर रु. १५६८ ला बदलल्याची नोंद केलेली आहे. हे विक्रीखत नारायण, असा, श्व्यू व थक्कन आणि दुसरे काही ब्राह्मण जातीचे लोक यांच्यातर्फे केलेले आहे. दुसऱ्या अनेक विक्रीखतांवरून दिसते की मालकीचे हक्क बदलले जातात. त्यांना बिसवाई, सतर्हि, जमीनदारी आणि मिल्कीयताचे हक्क असे म्हणत, व हे हक्क असणारांना जमीनदार समजत.[३६]

कलकत्त्याचा समावेश असलेल्या तीन खेड्यांची जमीनदारी ही ईस्ट इंडिया कंपनीने - जिला तालुकदार म्हणत - विकत घेतलेली होती व ११९४ रु. मालवजीब किंवा महसूल कंपनीला त्यावर द्यावा लागे.[३७] अजमीरातही जमीनदारांना मालवजीब द्यावा लागे.[३८] बिहारमध्ये तिकारी, भोजपूर आणि नामदारखान - मिया हे मोठे जमीनदार होते; परंतु त्यांनाही मालवजीब द्यावा लागे.[३९] दस्तूर-उल-अमल-इ-बेकसमध्ये असलेल्या एका दस्तऐवजांत मुरादाबाद सरकारमधील उपस्थित असलेला जमीनदार तपशीलवर ठरविलेला महसूल देई व त्याबद्दल नानकार आणि दह्यक या नावाचे हक्कपण उपभोगी.

बंगाल सरकारच्या दप्तरखान्यातील जेलापूर आणि डाक्का प्रांताच्या १७६९-१७७० सालच्या बंदोबस्ताच्या प्रतिलिपींचा अभ्यास केल्यावर असे दिसून येते की प्रथमतः बंगालमधील या प्रदेशातील जमीनदार मालवजीब देत असत. दुसरे, या दप्तरावरून असे दिसते की जमीनदारीचे वेगवेगळे आकार होते. त्यात परगण्यापेक्षा

---

३५. अलाहाबाद डॉक्युमेंटस, क्र. २१९, २२४, ३७०, ३७५, ४१८, ४३५.

३६. तालुकादार याचे अनेक अर्थ असत. तेथे नवीनच विकत घेतलेल्या जमीनदाराला तो लावला आहे. वंशपरंपरागत जमीन असणाऱ्या जमीनदारापेक्षा हा कमी दर्जाचा असे.

३७. पुरवणी ६६०३, पृ.३६ एबी; पुरवणी २४०, पान ३९,३६एबी ३९एबी व सी

३८. वाका-ई-सुबा, अजमीर, पृ. ८८,८९, शिवाय पृ. १२,१३,४९,६१ पहा.

३९. रियाज-उस-सलातीन, पृ. २९६. तसेच बिहारमधील रेव्हेन्यू चीफस् ऑफ बिहार, पहा पृ. २२-३१, मुंतखब-ई-चहार, गुलजार-ई-शुजाई, पृ. १०७बी, १०८एबी

अधिक एक परगणा, एक तालुका, तालुक्यापेक्षा मोठा भाग आणि फक्त एक टप्पा असे आकार होते.[४०] याप्रमाणे पेशकाशी जमीनदार सोडून अन्य जमीनदार असत ते मालवजीब देत. असे हे जमीनदार अजमीर, दिल्ली, औध, बिहार आणि बंगालमध्ये आढळत. इंग्रजांच्या सुरुवातीच्या दप्तरावरून हा तर्क खरा ठरतो, इतकेच नव्हे तर अशा तऱ्हेचे अनेक जमीनदार असल्याचे आढळून येते.[४१]

१८ व्या शतकाच्या पूर्वार्धातील जमीनदारी संस्थेच्या अभ्यासाच्या साधनात अलाहाबाद येथील उत्तर प्रदेश सरकारच्या दप्तरातील अनेक कागदपत्रांचा तसेच मिरात-उल-इस्तीला या आनंदराम मुखलीस यांच्या ग्रंथाचा आणि दस्तूर उल-अमल-इ-बेकस याचाही समावेश होतो. या साधनांनी मिळालेला पुरावा तसेच बखरीत आढळणारा पुरावा आणि १८ व्या शतकाच्या अखेरच्या चतुर्थात आणि १९ व्या शतकाच्या सुरुवातीस आढळणाऱ्या पुराव्यामुळे जमीनदारी संस्थेबाबत ज्या काळाचा आपण अभ्यास करीत आहोत त्याचे उत्तम चित्र उभे करता येते.

जमीनदारीची व्याख्या

महंमदशहाच्या दरबारात असलेला आनंदराम मुखलीस याच्या म्हणण्याप्रमाणे जमीनदारी म्हणजे जमिनीची मालकी असणारा माणूस; परंतु त्याच्या काळात खेडे किंवा शहर यात जमीन असणारा व ती लागवडीस आणणारा माणूस[४२] असा त्याचा अर्थ होतो. अठराव्या शतकाच्या अखेरच्या चतुर्थात लिहिल्या गेलेल्या एका ग्रंथात असलेल्या जमिनीचा मालक राजा की जमीनदार या प्रश्नाच्या उत्तरावरून असे दिसते की प्राचीन काळी देशाच्या सर्व भागात जमिनीचे मालक राजे व जमीनदार असत. निमूरशहाच्या कारकिर्दीपासून (कदाचित लेखकाला मोगल साम्राज्याच्या स्थापनेचा उल्लेख करावयाचा असावा) जमिनीचा मालक राजा असे आणि जमीनदार नेमणे व त्याची जमीनदारी काढून घेणे हे हक्क राजाकडे असत.

जमीनदाराची सत्ता व अधिकार यासंबंधीची माहिती मिळवताना असे सांगण्यात येते की जमीनदाराला त्याची सत्ता ही त्या जमिनीची मशागत करणाऱ्या किसानावरील

---

४०) बंगाल सरकार दप्तर, पृ. ६८-७८. शिवाय बंगाल जिल्हा दप्तर रंगपूर खंड ६, पृ. ३२, ४४, ६०,६१,८२,८३,८६,१०४. दिनाजपूर जिल्हा दप्तर, पृ. १७५; टप्प्यात काही खेडी असत व महसुलाच्या तालुक्यापेक्षा टप्पा लहान असे.

४१) बंगाल जिल्हा दप्तर, दिनाजपूर जिल्हा दप्तर पृ. १७५, रंगपूर जिल्हा दप्तर, पृ. ३२-१०४; महसूल दप्तर पृ. १९-२४, ११२-१३४, लॅंड रेव्हेन्यू सिस्टीम ऑफ ब्रिटिश इंडिया, पृ. १५४-१७०

४२) मिरात-उल-इस्तीला, पृ. १२२बी

जमीनदारी हक्कातून मिळे आणि जमीनदारी हक्कांत शेतकऱ्यानी जमीन लागवडीस आणल्याबद्दल त्याला बक्षीस म्हणून नानकार हा हक्क मिळत असे.[४३] अन्यत्र ब्रिटिश अधिकाऱ्यांच्या हितासाठी १९ व्या शतकात लिहिलेल्या एका ग्रंथात 'जमिनीची काळजी वाहणारा तो जमीनदार ' अशी व्याख्या केली आहे.[४४] त्याच ग्रंथात सांगितले आहे की इस्लामच्या आगमनानंतर अशा व्यक्तींना जमीनदार म्हणत. जमिनीचे विभाग होत आणि प्रत्येक जमीनदाराला एक सनद व एक नानकार मिळे. जमीनदाराला जमीनदारी विकत घेता येत असे. त्याच्यावर जर काही गुन्हा शाबीत झाला तर त्याची जमीनदारी जप्त करून ती दुसऱ्याकडे देण्याचा अधिकार मात्र राजाला असे, परंतु हा अधिकार सुभेदार किंवा सरदारांना वापरता येत नसे. जमीनदारांना मिळणारे हक्क हे अवांतर प्राप्तीमध्ये[४५] नानकार[४६] सैरचौभ[४७] व मलिकाना[४८] हे असत.

जे जमीनदार तपशीलवार आकारणी केलेला कायम जमीन महसूल देत त्यांचे अनेक विभागांत विभाजन करता येईल. प्रथमत: काही जमीनदार हे दुसऱ्याच्या भागीदारींत वा संयुक्त मालकीत असत. यांना पट्टीदारी आणि भय्याचारी आणि बिस्सादारी असे म्हणत.[४९] अशा तऱ्हेची जमीनदारी १७ व्या व १८ व्या शतकांत होती, असा पुरावा मिळाला आहे. अठराव्या शतकाच्या पूर्वार्धात ही पद्धत चालू असण्याचा पुरावा ब्रिटिश दप्तरावरून मिळतो. या जमीनदारीत एक व अनेक खेडी असत; परंतु या जमीनदारीचे भाग अनेक संयुक्त भागधारकांच्याकडे - जे बहुधा एकाच वंशातील असत - असत. सांदिला परगण्यातील पटवारी पूर मैतुणे हे खेडे जमीनदारी हक्कात साबा सहा आणि गोबिंदी यांच्याकडे होते व त्यांनी त्या खेड्याचे सर्व भाग बाजीरावी लाल सैन याला ५०८ रु. १३ आण्याला विकले.[५०] दुसऱ्या एका फसली

---

४३. पुरवणी १९, ५०४ पृ. १००ए

४४. पुरवणी ६६०३, पृ. ६५ए

४५. पुरवणी ६६०३ पृ. ६६ए

४६. जमीन लागवडीस आणण्याचे काम केल्याबद्दल १०% दलाली पुरवणी १९०५४, पृ. १०ए

४७. सैर किंवा जमीन महसूल सोडून अन्य कर म्हणून जमीनदाराचा $\frac{१}{२}$ हिस्सा (पुरवणी ६६०३ पृ. ६५ए)

४८. जमीनदाराच्या मालकी हक्काबाबत पैसे किंवा धान्यरूपाने १०% कायम दलाली. पुरवणी ६६०३ पृ. ६५,७७ एबी. रेव्हेन्यू रेकॉर्ड्स पृ. ५

४९. दस्तूर-उल-अमल-ई-महादी अलीखान पृ.५बी. तसेच पहा लँड रेव्हेन्यू सिस्टीम ऑफ ब्रिटिश इंडिया. पृ. ६८-८७.

५०. अलाहाबाद डॉक्युमेंटस, क्र. ४१८

११४१ इ. स. १७३४ मधील एका कागदात बकर नगर व पट्टी सर्जूपूर या खेड्याचे भाग संयुक्त मालकीच्या जमीनदारीतर्फे विकले गेले.[५१] दुसऱ्या एका कागदात सिकंदरपूर, माखनपूर लोधिया ही परगणा शिरा व सरकार खैराबादमधील खेडी संयुक्त भागीदारी - तर्फे विकली गेल्याचा उल्लेख आहे.[५२] दुसरे असे की मनुष्य किंवा कुटुंब यांच्याकडेही जमीनदारी असे. त्यात अनेक खेडी असत व त्यांना तालुका म्हणत.[५३] मोरादबाद सरकारमधील झांगरचा जमीनदार सोभासिंग याच्याकडे जमीनदारी हक्कातील काही खेडी असावीत. आपल्या जमीनदारीचा उल्लेख तो तालुका म्हणून करतो. शेवटी बऱ्याच मोठ्या जमीनदाऱ्या होत्या; त्यातच अनेक खेडी, तालुके, परगणा किंवा परगण्यापेक्षा जास्त भाग असे. बंगाल्यात जमीनदारीत परगणा किंवा परगण्यापेक्षा अधिक भाग किंवा मोठ्या संख्येत तालुके सार्वत्रिक असत असे दिसते.[५४] परंतु बंगालमध्येही थोड्या खेड्यांच्या संयुक्त मालकीच्या जमीनदाऱ्या आढळून येतात.[५५] तसेच बिहारमध्ये परगणा किंवा परगण्यापेक्षा अधिक असलेल्या जमीनदाऱ्या होत्या असा पुरावा आहे.[५६] पुराव्यावरून दिसते की एका संयुक्त कुटुंबाकडे पन्नास खेडी होती. त्याच साधनात आपल्याला असे आढळते की संबळ सरकारमध्ये मांडवीह परगण्यात मुळचंद आणि सखवंद यांच्याकडे जमीनदारी हक्क उपभोगले जात होते.[५७]

जमीनदारीसंबंधी जे हक्क व कर्तव्ये होती, त्यांचे तपशीलवार परीक्षण आता आपण करू शकू. जमीनदारांचे हक्क व कर्तव्ये यांचे मूल्यमापन १७, १८ व १९व्या शतकातील साधनांच्यावर आधारित राहील. पूर्वीच्या व नंतरच्या पुराव्यासंबंधीचे आपले समर्थन हे आधीच सांगितल्याप्रमाणे एका वस्तुस्थितीवर अवलंबून आहे. ती

---

५१. अलाहाबाद डॉक्युमेंटस, क्र. २२४

५२. वरीलप्रमाणेच क्र. २२९. अशा जमीनदारीला तालुका म्हणत. पहा - पुरवणी ६६०३, पृ. ५४-५५

५३. तालुक्याचा खरा अर्थ अवलंबित, महसूल व्यवस्थेत जमीनदारीत असणारी खेडी किंवा जमीनदारीचे कुटुंब याला तालुका म्हणत. टप्प्याप्रमाणे परगण्यापेक्षा जमीन महसुलाचा छोटा घटक म्हणूनही समजत.

५४. बंगाल सरकारचे दप्तर १७६९-७०, पृ. ६८-९७, बंगाल जिल्हा दप्तर, दिनाजपूर खंड २ (१७८६-८८) पृ. १७१-१८३

५५. पुरवणी २४३९ पृ. ३ए व सी

५६. दूर- उल-अलम पृ. ५२बी, ५३ए. कमाल व इतराकडे कंदा मकसुदपूर व दौतपूर इ. ५० खेड्यांची जमीनदारी बिहारमध्ये होती असे आढळते.

५७. दूर-उल-उलम, पृ. ४३ए

ही की खेड्यातील जमीनदार मोंगलाच्या जमीन महसूल पद्धतीत कायदेशीरदृष्ट्या त्याच स्थितीत होता. जमीनदारीचा तो कायदेशीर दर्जा चालू राहण्यात बदल झाल्याचा काहीही पुरावा प्रस्तृत लेखकाला आढळलेला नाही. हे खरे आहे की विविध प्रांतातील जमीनदार वेगवेगळ्या काळात दैवाच्या अनेक फेऱ्यातून गेले आहेत व विशेषत: १८व्या शतकाच्या पूर्वार्धात इजाराची पद्धत सर्वत्र पसरलेली होती. तिच्यामुळे जमीनदारांच्या कायदेशीर दर्जात त्यांना मिळणारे उत्पन्न व सुखसोयी यात प्रस्तुत लेखकाला काही महत्त्वाचे बदल आढळले नाहीत.

जमीनदारांची स्थिती

ज्यांना जमिनीबाबत काही हक्क होते अशा जमीनमहसूल भरणाऱ्या जमीनदारांचा बहुसंख्य वर्ग राज्यातील प्रजाजनात होता. परिस्थितीप्रमाणे साम्राज्याच्या विशाल प्रदेशात जमीनमहसुलाच्या कारभाराच्या सुरळीत कार्यासाठी त्यांचे अस्तित्व अनिवार्य होते. जमीन-महसुलाच्या कारभारात प्रजानन म्हणून त्यांच्या दुहेरी परिस्थितीचा संबंध येई. एकतर त्यांना जमिनीच्या मालकीचे हक्क होते व दुसरे सरकारी अधिकाऱ्यांनी ठरविल्याप्रमाणे सारा गोळा करणारे मध्यस्थ म्हणून प्रत्येक खेड्यात अधिकांत अधिक उत्पन्न कसे निघेल हे ते पहात असत. त्यांची ही दुहेरी स्थिती कायदाही एकमेकांपासून स्वतंत्र म्हणून ओळखत होता असे दिसते. खेड्यातील जमीनदाराने सरकारने ठरविलेल्या साऱ्याशी[५८] जरी संबंध ठेवला नाही तरीही जमीनदारीच्या मालकी हक्कातून त्याला मिळणारा अवांतर पैसा गमवावा लागत नसे. जमीनदाराला ही जी विशेष स्थिती प्राप्त झाली होती तिच्यामुळे मध्यस्थाच्या स्थितीपेक्षा त्यांचा दर्जा उंचावलेला होता. आणि तो शेतकऱ्यांपेक्षा वेगळा आहे असे ठरून जमीनदारी ही संस्था त्याने अखंड चालू ठेवली होती. असे असूनही स्वत:च्या जमीनदारीचा (लागवडीस आणलेल्या जमिनीचा) ठरविलेला सारा गोळा करणे व भरणे या बाबतीत जमीनदार मध्यस्थ म्हणूनही असे. शेतकऱ्यांची व्यक्तिगत मालकी किंवा सर्व खेडे मिळून सारा ठरविला जाई. त्यामुळे जमीन महसूल भरणाऱ्या जमीनदारांना जमीनदारान-इ-रैयाती असे म्हणत तर त्याच्या उलट जमीनदारान-इ-झोरतलब हे सरकारी अधिकार मानत नसत, व सरकारचे सैन्य जबरदस्ती करेल या भीतीखाली ठरीव खंडणी ते देत. शेवटी एक महत्त्वाची गोष्ट लक्षात ठेविली पाहिजे की जमीनदार हाही एक शेतकरी असे. कारण आपल्या शेतीच्या

---

५८. जमीन महसूल देण्याच्या बाबतीत खेड्यातील जमीनदाराने जरी काही संबंध ठेवला नाही तरीही त्याला मैलिकाना मिळत असे. रेव्हेन्यू सिलेक्शन्स पृ. ५, मिरात-ई-अहमदी, भाग१, पृ. २६८; दस्तूर-उल-अमल-ई-महादी अली खान पृ. ३ए ४ए

मशागतीसाठी तो भाडोत्री मजूर नेमी आणि त्यामुळे त्या जमिनीशी व तो रहात असलेल्या खेड्याशी त्याचा दृढ संबंध येई. ग्रामीण अर्थशास्त्र समजण्यासाठी व जमिनीचे महत्त्व वाटणाऱ्या समूहाशी त्याचा संबंध आहे, म्हणून जमीनदार हा एक शेतकरी आहे हा मुद्दा विचारात घेतला पाहिजे. खेड्यातील जमीनदार म्हणजेच जमीनदारीतून मुख्यत: जास्तीत जास्त पैसा उकळणारे अनुपस्थित व अप्रत्यक्षपणे शेती करणारे जमीनदार असे समजणे ही चूक होईल व त्यामुळे अत्यंत घोटाळा होईल.

हक्क व कमाई

खेड्यातील जमीनदाराची दोन महत्त्वाची कामे आहेत हे आपण आधी पाहिलेच आहे. एक, आपल्या जमीनदारीत लागवडीस आणण्यासारखी सर्व जमीन लागवडीस आणणे आणि दुसरे, ठरविलेला जमीन महसूल गोळा करणे. सरकारची ही कामे केल्याबद्दल जमीनदाराला जे भत्ते मिळत त्याला नानकार किंवा लागवडीस आणण्यासाठी निर्वाहाचे साधन म्हणून जमीन मिळे.[५९] वस्तुत: सर्व वसुलीवर ही दलाली होती आणि ती जमीन किंवा पैशाच्या स्वरूपात दिली जाई. अन्यत्र नानकारची व्याख्या जमीन लागवडीस आणण्याच्या कामाबद्दल एक बिघ्यात दोन बिस्वा अशी होती. काही प्रांतात वसुलीवरील ५ टक्के[६०] दलाली म्हणून ती होती. नानकारखेरीज जमीनदाराला जमीन लागवडीस आणल्यानंतर जमिनीच्या मालकी हक्काबद्दल काही मिळे. मालकी हक्का[६१] बद्दलच्या या मिळणाऱ्या पैशाला मलिकाना[६२] म्हणत. जमीनमहसूल गोळा करणे किंवा भरणे ही कामे जरी त्याने केली नाहीत तरी त्याला मलिकाना भत्ता मिळे.[६३] प्रांताप्रांतात पैशाचा भरणा करण्याचे व शेकडा दलालीचे स्वरूप वेगवेगळे असे. लागवडीस आणलेल्या जमिनीच्या क्षेत्राच्या शेकडेवारीत किंवा गोळा केलेला पैसा किंवा धान्याच्या स्वरूपात असे.[६४] हे भत्ते सोडून जमीनदारी हक्क वंशपरंपरागत होते

---

५९. पुरवणी, ६६०३ पृ. ७९बी

६०. पुरवणी, १९, ५०४ पृ. १००ए

६१. मालकी हक्काबद्दल जमीनदाराला मिळणाऱ्या रकमेला दो बिस्वाई आणि दह्यक म्हणत. एका बिघ्यात दोन बिस्वा दलाली त्यात असे. जमीनदार स्वत: शेती करत असेल तर त्याला नानकार मिळे, मलीकान हा भत्ता मिळत नसे. पहा, पुरवणी ६६०३, पृ. ५१ए. पहा, दस्तूर-उल-अमल-ई-बेकस पृ. ५२ए

६२. पुरवणी ६६०३, पृ. ५१ए

६३. दस्तूर-उल-अमल-इ-बेकस महादी अलीखान पृ. ३बी ४ए

६४. पुरवणी ६६०३ पृ. ७९एबी

व मृत जमीनदाराच्या वारसात विभागले गेले होते.[६५] शेवटी खेड्यातील जमीनदाराला विक्रेता व खरेदी करणारा यांनी ठरवलेल्या रकमेला जमीनदारी हक्क विकता येत असे.[६६]

मालक म्हणून व एक निमसरकारी अधिकारी म्हणून ज्याला अहिलकार[६७] म्हणतात अशी जमीनदाराची दुहेरी स्थिती होती. आणि त्याला ठरविलेला शेतसारा किंवा जामा यांचे बाबतीत कामे केल्याबद्दल पैसे मिळत. कारभारविषयक किंवा हिशोबाच्या चोपड्यातील हिशेबावरून असे दिसते की एकंदर जमविलेला पैसा दोन ठिकाणी दाखवला होता. एक फुताहदार याच्या ताब्यात असलेली रक्कम व दुसरी शेतसारा ठरविणे व गोळा करणे, यांच्याशी संबंधित असलेली रक्कम, यापैकी दुसरीला आखराजीत (खर्च) अथवा मजकुरात म्हणत. तिच्यात इतर गोष्टीबरोबर जमीनदाराला परवानगी दिलेली किंवा त्याने घेतलेली रक्कम असे.[६८] यावरून आपण तर्क करू शकतो की जमीनदाराला जामा किंवा ठरविलेल्या शेतसाऱ्यातून पैसे दिले जात. रिसाला-ई-जिरातमधील एका उताऱ्यावरून या तर्काला पुष्टी मिळते.

समजा जमिनीचा सारा १रु. आहे. सरकार, पटवारी आणि जमीनदार यांच्यात या १रु. ची कशी विभागणी होई ते लेखकाने पुढीलप्रमाणे दाखविले आहे.[६९]

१) पटवारी आणि तरफदार -	०	१	०
२) जमीनदार -	०	५	६
३) सरकारी खजिन्यात भरले -	०	९	६
	१	०	०

यात जमीनदाराचा वाटा, जो मुख्यत: बंगालमधला आहे, एकंदर गोळा झालेल्या रकमेच्या ३३% होता. तरीही अन्य क्षेत्राबाबत असलेल्या पुराव्याची छाननी करता जमीनदाराचा हिस्सा १० ते २०% असे, असे दिसून येते.

कामे आणि कर्तव्ये

स्थानिक कारभार आणि कर्तव्ये यात शेतसारा भरणाऱ्या जमीनदाराचे महत्त्वाचे स्थान असे. प्रथमत: त्याच्या जमीनदारीतील लागवडीस योग्य सर्व जमीन लागवडीस

---

६५. *अलाहाबाद डॉक्युमेंटस क्र. २२९, ४३५.*

६६. *अलाहाबाद डॉक्युमेंटस ३१७, ३१९ (अकबराची कारकीर्द) ३७५, ४३६ (औरंगजेबाची कारकीर्द) २२५ (बहादूरशहाची कारकीर्द) पुरवणी २४, ३९ पृ. ३६एबी; ३९बीएसी, तसेच पहा, अलाहाबाद डॉक्युमेंटस क्र. २२४, २९९, ३७०, ४१८*

६७. *रिसाला-इ-जिरात, पृ. ८ए*

६८. *दस्तूर-उल-अमल-इ-अलमगिरी, पृ. ४६बी. सियाकनामा पृ. ६१, ६२*

६९. *रिसाला-ई-जिरात, पृ. ११बी*

आणली गेली आहे की नाही हे त्याला पहावे लागे.[७०] तो एकतर शेतकऱ्यांचे शेतकामासाठी मन वळवी किंवा बळाचा उपयोग करी. त्या काळी असलेल्या परिस्थितीनुरूप शेतकऱ्यांशी घनिष्ट संबंध नसलेला सरकारी अधिकारी परक्यांच्यावर विश्वास ठेवण्यास तयार नसलेल्या शेतकऱ्यांना शेती करण्यास मन वळवू शकत नव्हता. परंतु तो जमीनदार व त्याचे पूर्वज पिढ्यान् पिढ्या खेड्यात राहिलेले जे खेड्यातील मर्यादित जीवनात त्यांच्याशी अनेक बाबतीत सहकार्य करीत, ते साधारणतः आपल्या खेडूत बांधवांच्या मर्जीविरुद्ध जाण्यास तयार नसत. वस्तुतः त्यांचे जमिनीचे प्रेम आणि खेड्याची उन्नती होण्याची आवड ही सत्य आणि महत्त्वाची होती. वैभवशाली खेडे म्हणजे त्याला अधिक पैसा आणि अधिक सुख यांचा लाभ. याशिवाय त्याच्या कुळांच्या सदिच्छा आणि स्वामिभक्तीची सेवा यांचा त्याला लाभ होई. त्यामुळे स्थानिक कारभारासाठी त्याची आवश्यकता अपरिहार्य होती. वस्तुतः त्याच्या या भूमिकेचे महत्त्व सरकारने जाणले होते आणि अधिकाधिक जमीन लागवडीस आणण्याकरीता व रयतेचा दुवा घेण्यासाठी त्याच्या कामाबद्दल त्याला पदोपदी आठवण देण्यात येई. त्याचे दुसरे महत्त्वाचे कार्य म्हणजे ठरविलेला जमीन महसूल गोळा करणे, आणि तो सरकारी तिजोरीत भरणे. सारा ठरविण्यासाठी अत्यंत कौशल्य व धूर्ततापूर्ण उपाय यांची आवश्यकता असे. हा सारा ठरविताना शेतकऱ्यांना न्यायही मिळेल व सरकारलाही बरे पडेल, तसेच या प्रकरणातून जमीनदाराच्याही काही पदरात पडेल हे पहावे लागे.

ही कामे सोडून शांतता आणि सुव्यवस्था राखण्याच्या कामाशीही त्याचा संबंध होता. उदा. एखाद्या चोराने किंवा गुंडाने त्याच्या जमीनदारीत आसरा घेतला असल्यास त्याची माहिती त्याला कळवावी लागे.[७१] सैनिकी कामासाठीही त्याला पाचारण करण्यात येई आणि शेतसारा न भरणाऱ्या अथवा अन्य आज्ञाभंग करून बंडखोर ठरलेल्या शेजारच्या जमीनदारावर सैनिकी स्वारी करण्यासाठीही त्याला जावे लागे.[७२]

अठराव्या शतकांतील परिस्थिती

अठराव्या शतकाच्या पूर्वार्धात जमीन महसूल भरणाऱ्या जमीनदारांची स्थिती सुरक्षितही नव्हती व समाधानकारकही नव्हती. बरीच खेडी ज्यांच्याकडे होती अशा जमीनदारांची परिस्थिती वेगळी असे. कारण त्यांच्याकडे भरपूर मनुष्यबळ असे व ते

---

७०. अलाहाबाद डॉक्युमेंटस क्र. ३१७, ३१९ (अकबराची कारकीर्द) ३७५, ४३५ (औरंगजेबाची कारकीर्द) २२५ (बहादूरशहाची कारकीर्द) पुरवणी २४०३९, पृ. ३६एबी, ३९ए व सी.

७१. वाका-ई-सुभा, अजमीर, पृ. ६६

७२. दस्तूर-उल-अमल-इ-बेकस, पृ. ५६एबी

अमील, जागीरदार किंवा इजाराहदार यांनी केलेल्या जुलमाचा बंदोबस्त करण्यास समर्थ असत. मध्यवर्ती सत्ता क्रमशः कमकुवत होत होती. दरबारच्या इतर महत्त्वाच्या कामात गुंतलेली होती, व राजपुताना आणि पंजाबमध्ये साम्राज्याच्या नियमानुसार जमिनीची आवड असणाऱ्या विविध पक्षांना मर्यादेत ठेवण्याच्या महत्त्वपूर्ण कामात व्यग्र होती. राजधानीजवळील बेकायदा व उद्धट जमीनदारांचा बंदोबस्त करणे तिला शक्य होत नसे. मध्यवर्ती सत्तेला सर्व परगण्यांत साम्राज्यबंधनाचे जे उल्लंघन होई, त्याकडे काळजीपूर्वक लक्ष देणे अशक्य होते. अमील, फौजदार व जागिरदारसारख्या स्थानिक अधिकाऱ्यांना त्यांच्याजवळ असलेल्या साधनासह स्वतःच्या मताप्रमाणे अशा परिस्थितीला तोंड द्यावे लागे. सर्वसाधारणपणे, स्थानिक परिस्थिती हाताळण्यासाठी दरबारची मदत अपेक्षिली जात नसे. त्याच वेळी कामावर असलेल्या स्थानिक अधिकाऱ्याला जुलमी कृत्याबाबत जाब देण्याची आवश्यकता नसे. अशा परिस्थितीत शक्तिशाली जमीनदारावर अमील किंवा फौजदार यांच्या जुलमी कृत्यांना बळी पडण्याचा प्रसंग येत नसे. अगदी गळ्याशीच आले तर स्थानिक अधिकाऱ्यांना तो धुडकावून लावीत असे. वस्तुस्थिती अशी होती की स्थानिक अधिकारी सामर्थ्यवान जमीनदारावर दूरदर्शीपणाने विचार करून जुलूम करण्याऐवजी त्याचा आदरच करीत. परंतु छोटे जमीनदार व जमीनदार वर्गात बहुसंख्य असलेले त्यांचे दुर्दैवी बंधू यांची स्थिती वेगळी होती. एखादा अन्यायी अमील किंवा आर्थिक अडचणीत सापडलेला जागिरदार जमीनदाराच्या जमिनीचा सारा अधिक लावण्याचा मोह आवरू शकत नसे. अर्थात खेड्यातील जमीनदार उगीचच वाढवलेल्या शेतसाऱ्याला स्वाभाविकपणे विरोध करी. प्रत्यक्ष शेतसाऱ्याचा तक्ता असेल त्यापेक्षा अधिक महसूल देण्यास त्याने विरोध केल्यास लुटारू इजाराहदाराचा खेड्यात प्रवेश होण्यास आवश्यक ती परिस्थिती निर्माण होई. जमीनदाराला अशा रीतीने दुहेरी परिस्थितीपुढे नमावे लागे. एकतर वाढलेला जामा देण्यास तयार होणे किंवा इजाराहदार जे बळजबरीने घेईल ते मुकाट्याने मानणे. अशा परिस्थितीत सर्वनाश 'आ' वासून उभा राही. वाढलेला शेतसारा त्याने मान्य केला तर साऱ्याच्या मागणीचे बंधन तो शेतकऱ्यांच्यावर टाकून देई. त्या शेतकऱ्यांना एकतर स्वतःचा नाश करून घेणे किंवा खेड्याचा त्याग करणे हे पर्याय उरत. अल्पावधीत जमीनदाराचे खेडे उजाड होई. दुसरे, इजाराहदारासाठी खेडे सोडण्यात जमीनदाराला उपजीविकेचे सर्व साधन गमावण्याची पाळी येई. आणि मलिकाना हक्क मात्र राही. या बाबतीतसुद्धा शेतकऱ्यांचा सर्वनाश होई व खेडी उजाड होत. अठराव्या शतकाच्या प्रथमार्धात छोटा जमीनसारा देणाऱ्या जमीनदारांची स्थिती अशीच होती.

ग्रामीण जमीनदारांच्या परिस्थितीचे हे मूल्यमापन त्या काळातील राजकीय व कारभारविषयक परिस्थितीच्या - जी दस्तूर-उल-अमल-इ-बेकसमध्ये सांगितली आहे-

पुराव्यावर अवलंबून असे. त्यात संभाल सरकारमधील एक अधिकारी व झांगरचा जमीनदार सोभासिंग यांच्यातील एकमेकांकडे गेलेली दोन पत्रे आहेत. सोभासिंगावर त्याच्या परगण्याच्या[७३] महसूल अधिकाऱ्याने महसूल न दिल्याबाबत ठपका ठेवून सरकारशी बेकायदा वागणूक आणि शत्रुवृत्ती ठेवल्यामुळे त्याने असे केले आणि म्हणून त्याच्यावर सैन्य पाठविण्याची त्याला धमकी दिली आहे. जमीनदार आपल्या उत्तरात हा आरोप नाकारतो आणि मागील वर्षात तालुक्यातील शेतीविषयक परिस्थितीचे वर्णन करतो व इजाराहदार याच्या भूमिकेवर टीका करून शेतसारा न्यायपूर्वक ठरविण्याची सूचना करतो. सरकारात महसूल भरणाऱ्यांची गणना जमीनदारांत किंवा जमीनमालकांत होई.

अर्जदास्तमध्ये[७४] सोभासिंग म्हणतो की त्याच्या पूर्वजांनी पूर्वीच्या अधिकाऱ्यांची (हकीम)[७५] आवश्यक ती सेवा केली आहे व जमीनमहसूलही नियमित दिलेला आहे. ज्या ज्या वेळी अधिकाऱ्यांनी त्याला बोलावले त्या त्या वेळी ते हजर राहिले व खोडसाळ व बेकायदा वागणाऱ्यांचा बंदोबस्त करण्यास त्यांनी मदत केली. त्याच वेळी रयतेला त्यांनी जुलुमापासून वाचविले आणि त्यांच्यांत सुरक्षिततेची भावना निर्माण केली. अमीलांनी त्यांच्याकरता केलेल्या सेवेचे योग्य महत्त्व जाणून नियमित महसूल भरण्याचे मोल जाणले. त्या काळात जिल्ह्याचा कारभार उत्तम असे आणि जिल्ह्यांत शांतता आणि सुबत्ता असे. यापूर्वीच्या चार-पाच वर्षांत अननुभवी व प्रदेशाच्या आबादानी व रयतेविषयी बेफिकीर असलेला धनवान शेतकरी वर्ग हा जिल्ह्याच्या मुख्य ठिकाणाहून जिल्ह्यांत आलेला होता. अधिकांत अधिक महसूल गोळा करण्यात त्यांचे हितसंबंध गुंतलेले होते. आणि प्रदेश व रयत नष्ट व्हावी हा त्यांचा उद्देश होता. म्हणूनच सोभासिंगने शेतकऱ्यांशी स्पर्धा करण्याचे ठरविले व महसुलाच्या वाढत्या मागणीचा करार केला. आर्थिकदृष्ट्या परवडेल ह्या दृष्टीने त्याने परिस्थितीला तोंड देण्याचा प्रयत्न केला; परंतु महसुलाची मागणी वाढतच गेली. अगदी अगतिक झाल्यामुळे स्पर्धेतून पाऊल मागे घेणे त्याच्या नशिबी आले. अर्जदास्तवरून असे दिसते की अल्पावधीतच ओसाड पडलेला व नष्ट झालेला जिल्हा शेतकरी सोडून गेले. याचा परिणाम म्हणून महसुलाच्या समाधानकारक पुनर्घटनेसाठी अमील स्वत: जिल्ह्यातील खेड्यांना भेटी देऊ लागला.

अर्जदास्ताप्रमाणे अमील आता स्वत: प्रदेशाला भेट देण्याचे कष्ट करू लागला आणि रयतेशी न्यायाने व नम्रतेने वागण्याबाबत त्याने नाव मिळविले. बाहेर येण्याविषयी

---

७३. दस्तूर-उल-अमल-इ-बेकस, पृ. ५०a-५१बी

७४. दस्तूर-उल-अमल-इ-बेकस, पृ. ५१b-५२बी

७५. हकीम - सरकारी अधिकारी, विशेषत: अंमलबजावणी व न्याय यांचे एकत्रीकरण करणारा फौजदार.

सोभासिंगाला प्रवृत्त करण्यात आले, आणि तालुक्यातील शेतकऱ्यांशी संबंध जोडून त्यांना अधिक उत्पादनासाठी प्रवृत्त करण्यात आले. जिल्ह्यांत सर्वत्र आढळणारी टंचाई असूनही जमीनमहसूल गोळा करण्यात तो यशस्वी झाला होता. अर्जात पुढे म्हटले आहे की जमीनदार शेतसारा देण्यास तयार आहे ही गोष्ट अमीलने विचारात घेतली नव्हती. उलट ज्याला अगत्य होते त्यांच्या खटपटीला बळी पडून जमीनदाराविरुद्ध युद्ध पुकारण्याचा त्याने निश्चय केला. अर्जदास्ताच्या अखेरीस जमीनदाराने नानकार व दह्याक[७६] उणे करून मुवाझदा-इ-दह-सालाच्या[७७] पायावर जामा ठरविण्याची अमीलला विनंती केली होती. जर त्याची विनंती मान्य करण्यात आली तर अमीलला भेटण्यास तो तयार असे. अर्थात स्वार्थी व खोडसाळ लोकांच्या दबावाखाली राहून अमील जर हट्टीपणाने तसाच राहिला तर जसजशी परिस्थिती येईल तसतसे जमीनदाराला वागावे लागे-अमीलांना हे चांगले ठाऊक होते की आपल्या सन्मानाशी समेट होईपर्यंत झगडा केल्याशिवाय जमीनदार आपले वंशपरंपरागत घर सोडायचा नाही. आपली स्थिती प्रामाणिकपणाने स्पष्ट केल्याने आपल्यावर अन्याय होणार नाही, अशी आशा त्याला होती.

वर उल्लेखिलेल्या अर्जदास्ताच्या सारांशाचे परीक्षण केल्यानंतर आज्ञेचा अवमान व बंडाचे स्पष्ट आरोप असल्यामुळे जमीनदाराने शेतसारा भरला नाही असे दिसते. जमीनदाराने आपल्या वागणुकीचे प्रायश्चित्त म्हणून शेतसारा भरणे व अमीलला न भेटल्यास अमीलला जमीनदाराला बंडखोर ठरविण्याची इच्छा असे. शेतसारा भरला नाही हे मान्य करूनही जमीनदार तक्रार करी की त्याच्याजवळ मागितलेला शेतसारा अवास्तव आहे आणि त्याचबरोबर त्याने हेही नजरेस आणले की त्याच्याजवळ मागण्यात आलेला सारा हा त्याच्या तालुका इजराहदारांच्या ताब्यात जाण्यापूर्वीच्या थोड्या वर्षात मोठ्या प्रमाणावर वाढविण्यात आला होता. इजाराहदाराशी स्पर्धा करणे त्याला अशक्यच असे आणि म्हणून तो करवसुलीपासून दूर राही. त्याचा आग्रह होता की जर त्याच्याशी समझोता करायचा असेल तर शेतसारा मुवाझना-इ-दहसालावर

---

७६. मलिकाना किंवा दो बिस्वाई किंवा $\frac{१}{१०}$ याचेच नाव दह्याक दिसते. पहा-पुरवणी ६६०३, पृ. ५१a

७७. मुवाझदा-इ-दह-साला यालाच तस्किम असे म्हणत व कानुनगो ते लावीत असे. परगण्यातील पूर्वीच्या दहा वर्षातील शेतीविषयक परिस्थितीत खेड्यांची संख्या, शेती करण्यासारखी जमीन, लागवडीस आणलेली जमीन, पडीक जमीन, जंगले, बागा, तळी, नाले व मदादमाश जमिनीचे क्षेत्र, तसेच रब्बी व खरीपमधील पेरणीची पिके, प्रत्येक वस्तूचे सध्याचे भाव, जाम्याचे आकडे, साऱ्याचे दर, वसुलीचे तपशील व बाक्या यांचे एकसमयावच्छेदेकरून निवेदन त्यात असे. (दस्तूर-उल-अमल-अलमगिरी पृ. ४१ए ; लॅंड रेव्हेन्यू हिस्ट्री ऑफ बंगाल पृ. १६५. दिवाण पसंद पृ. ७७)

आधारित असावा आणि त्याचे जमीनदारीचे हक्क त्याला पुन्हा द्यावेत. प्रसंगवशात आपल्यालादेखील असे कळते की खेड्यातील शेती लागवडीस आणण्याचे काम नष्ट झाले होते व शेतकरी या ना त्या कारणासाठी तेथून अदृश्य झालेला होता. जमीनदाराने शेतकऱ्यांना जमीन लागवडीस आणण्यास प्रवृत्त केले असल्यामुळे त्यांच्याशी व्यवहार करण्याचा अमीलने निश्चय केलेला होता. अर्जदास्तात दिलेला तालुक्यातील महसुलांचा छोटा इतिहास अत्यंत उद्‌बोधक असून १८ व्या शतकाच्या पूर्वार्धातील परिस्थितीसंबंधी महत्त्वाचे निष्कर्ष काढण्यास मदत करणारा आहे. प्रथमत: ज्या काळाचा आपण अभ्यास करीत आहोत त्या काळात इजाराची दुष्ट प्रथा सार्वत्रिक झाली होती आणि ती निरपवादपणे जमीनदार व शेतकरी यांचा नाश करून जमीनही उजाड करत होती, या अन्य साधनांच्या पुराव्यालाही तो बळकटी देतो. दुसरे, जमीनदार हा कायमचा इजाराहदाराला भिऊन असे. (*कारण*) एक तर शेतसारा वसूल करण्याचा त्याचा हक्क प्रत्यक्षपणे धोक्यात होता आणि दुसरे असे की त्याच्या (*इजाराहदार*) उपस्थितीमुळे जमीनदार अधिक जामा उपयोगात आणी. त्यामुळे त्याचा आणि खेड्याचा नाश होई. खेडी पुन: वसवण्यासाठी जुन्याच जमीनदारांना न्याय्य शेतसारा ठरविण्याचे वचन देऊन पुन्हा नेमले तरी पाहिजे होते किंवा नवे जमीनदार तरी नेमले पाहिजे होते. १८व्या शतकाच्या पूर्वार्धातील शेतीविषयक जीवनात ही पद्धत नित्याचीच घटना होऊन बसली होती. या दुष्ट पद्धतीचे मूळ जागीरदारी पद्धतीतील औरंगजेबाच्या कारकिर्दीच्या अखेरच्या वर्षात तीव्र होत आलेल्या पेचप्रसंगात किंवा अरिष्टांत शोधावे लागेल. जागीरदारी पद्धतीच्या बरोबरच जमीन अत्यंत प्रिय असलेल्या जमीनदार व शेतकरी यांच्या नाशास इजाराह पद्धती कारणीभूत होती. देशाचे उत्पादनही तिच्यामुळे खाली आले असले पाहिजे.

जमीन महसूल भरणाऱ्या जमीनदारांच्या परिस्थितीची वरील चर्चा आणि त्याच्या आधारावर काढलेले निष्कर्ष पूर्वीच्या एका लेखकाने १८व्या शतकाच्या पूर्वार्धातील सध्याच्या कारभारविषयक पद्धतीवर एक ग्रंथ लिहून प्रत्यक्ष रीतीने सिद्ध केलेले आहेत. जमीनदारी पद्धतीवरील[७८] आपल्या वर्णनात लेखक म्हणतो की, पूर्वी सरकारी अधिकारी न्यायी होते व आपली वचने पाळीत असत. याचा परिणाम म्हणून जमीनदार जमीन लागवडीस आणण्यासाठी झटत व बिनतक्रार जमीनमहसूल भरीत. परंतु त्याच्या काळात छोटे अधिकारी असलेले मनसबदार उच्च व महत्त्वाच्या जागेवर नेमले गेले व महसुलाच्या कारभारासाठी त्यांच्याजवळ थोडे शिपाई ठेवले गेले. बेलगाम व सामर्थ्यवान जमीनदारांना दडपण्यासाठी व कह्यात ठेवण्यासाठी ही छोटी सेना अपुरी होती. खर्चाची तोंडमिळवणी करण्यासाठी मनसबदारांना प्रत्येक वर्षी

---

७८) हिदायत-उल-कवायद, पृ. ६४बी-६६बी

महसुलात वाढ करण्याची इच्छा होती म्हणून ते छोट्या जमीनदारांच्यावर जुलूम करीत. जमीनदार तसेच रयतेला छळीत. अतिरेक झाल्यामुळे रयती क्षेत्र सोडून, दबाव आणल्यावर कायम खंडणी देणाऱ्या जमीनदारांच्या प्रदेशात ते येऊन स्थायिक झाले. दुय्यम अधिकारी व पेशकाशी जमीनदार यांच्या अमलाखालील प्रदेशात लोकसंख्या वाढली आणि तेथे लागवडही चांगली होऊ लागली व बेलगाम जमीनदार हळूहळू सामर्थ्यवान झाले. रय्याती जमीनदार दुबळे होत गेले व दरिद्री बनले. जमीनमहसूल भरणे त्यांना अशक्य झाले आणि ते काहीतरी बहाणे करू लागले. जमीनदारीचा व्यवसाय यामुळे बदनाम झाला.

जमीनदारांच्या नेमणुका

आपण पाहिलेच आहे की व्यक्तिगत मालमत्तेच्या पायावर शेतकऱ्यांचा शेतसारा ठरवून त्याचा भरणा करणारे जमीनदार हे वंशपरंपरागत असत. वंशपरंपरागत जमीनदारांचे हक्क विकतही घेता येत होते. त्याच्याखेरीज दुसराही जमीनमहसूल भरणारा सरकारने नेमलेला जमीनदारांचा एक वर्ग होता. जमीनमहसुल[७९] देण्यास नकार देणाऱ्या वंशपरंपरागत जमीनदारांच्या प्रक्षुब्ध किंवा अनावर व बेमुर्वत वागणुकीमुळे अशा नेमणुकीची सामान्यत: गरज पडे. ज्या ठिकाणी बंडखोरांनी जागा रिकामी केली आहे अशा ठिकाणी योग्य माणूस जमीनदार म्हणून नेमत. तो राजनिष्ठ जमीनदार, जमीनमहसूल[८०] भरण्यात अत्यंत नियमित किंवा लायक सरकारी अधिकारी असे.[८१] बहुधा अशा तऱ्हेच्या नेमणुकीबरोबर निश्चित दर्जा मिळे आणि नेमणाऱ्याला[८२] योग्य तो पेशकाश देण्याची आवश्यकताही पडे. सरकारने नेमलेल्या व दर्जा प्राप्त झालेल्या जमीनदाराला दाघ आणि तशिहा नियमांचे पालन करावे लागे. परंतु काही बाबतीत या नियमांच्यापासून अपवादही (*मोकळीक किंवा सुटकाही*) केला जाई.[८३] अशा तऱ्हेने मिळालेली जमीनदारी सामान्य जमीनदारीपेक्षा एका महत्त्वाच्या बाबतीत वेगळी असे. ती वंशपरंपरागत असू शकत नसे. जमीनदार मेला की नव्या उमेदवाराकडून अर्ज मागवीत. चांगलासा पेशकाश मिळणार असेल तर अर्जाची शिफारस करून तो मान्य केला जाई.[८४]

---

७९. दस्तूर-उल-अमल-इ-बेकस, पृ. ४५ए-८८बी ८९ए. मिरात-इ-अहमदी: भाग १ पृ. २३०

८०. वरीलप्रमाणेच, पृ. ८८-८९

८१. अखबारात, ३८/१३७

८२. अखबारात, ४४/१४२

८३. मिरात-इ-अहमदी : भाग १ पृ. २८४, २८५

८४. अखबारात, ४४/१४२, ३८/१३७

प्रकरण ३ रे

जमीनमहसुलाची मागणी आणि साराआकारणी पद्धती

भाग १

शेती करणारे लोक आणि सारा ठरविण्याचे काम करण्यात व महसूल गोळा करण्यात ज्यांचा संबंध आहे त्यांच्यापैकी काहींना काही हक्क असत आणि जमिनीसंबंधीही त्यांना काहीशी आवड होती. या हक्कांच्यामुळे त्यांना जमिनीच्या उत्पन्नाच्या बाबतीत विविध प्रकारचा भाग मिळे. शेतकरी, जमीनदार,कानूनगो, चौधरी व पटवारी या सर्वांना खेड्यातील लागवडीस आणलेल्या जमिनीतील उत्पन्नात हक्क असे व त्यातील भाग ते घेत. यांचे आपण स्थानिक हक्क व हितसंबंध म्हणून वर्णन करू शकतो. पण जमिनीच्या उत्पन्नात राजाचा हक्क अधिक महत्त्वाचा होता आणि त्यातील महत्त्वाचा भाग तो आपले प्रतिनिधी किंवा अधिकारी यांच्यातर्फे मिळवी. अबुल फझलच्या म्हणण्याप्रमाणे उत्पन्नातील काही भाग राजा राजपदाचा मोबदला म्हणून व कायदा व सुव्यवस्था राखून जिथे लोकांना काम करून उपजीविका[१] करता येईल असा स्थिर समाज निर्माण करण्यासाठी घेत असे. वस्तुत: राजाचा हक्क जमिनीच्या उत्पन्नापुरताच मर्यादित नसे. सर्व प्रकारच्या मालमत्तेवर, तसेच उत्पन्नाची साधने व पीक[२] यांच्यावर कर लादण्याचा विशेष अधिकारही त्याला असे. लागवडीस आणलेल्या तसेच कुरणांच्या जमिनी, नद्या व तळी यावरील उत्पन्न, कारागिरांनी तयार केलेल्या वस्तू तसेच इतर वस्तूंची खरेदी व विक्री यांच्यावर लादलेले विविध कर व कारभाराच्या खर्चासाठी लादलेले कर यांचे मुख्यत: तीन विभागात उदा. मालजिहात आणि सायरजिहात किंवा सायर-उल-जिहात असे वर्गीकरण करण्यात आले होते. कारभारविषयक आणि हिशेबाच्या

---

१. *ऐन-ए-अकबरी II, पृ. २०५*
२. *ऐन-ए-अकबरी II, पृ. २०५*

संहितेत उपलब्ध असलेल्या सारा ठरविण्याच्या हिशेबावरून दिसते की प्रत्येक विभागात सारा वेगवेगळा ठरविला जाई व सर्व साऱ्याची आकारणी खेड्यातील जामा किंवा जमीनमहसुलाची मागणी यातच असे.

जामा किंवा जमीनमहसूल

आवश्यक त्या सोळाव्या शतकापासून १९ व्या शतकाच्या पूर्वार्धापर्यंतच्या पुराव्याच्या अभ्यासाने या कराचे स्वरूप स्पष्ट झाले आहे व जमीनमहसुलाच्या मागणीचे (महत्त्व) समजण्यास त्यामुळे मदत झाली आहे. लागवडीस आणलेल्या जमिनीवरील जमीनमहसुलावरील सारा ठरविण्याच्या पिकांच्या दराच्या पद्धतीला किंवा पैशाच्या दराच्या पद्धतीला ' माल ' अशी संज्ञा लावण्यात येते. ' जिहात ' हे कर ' माल ' लागू करण्यासाठी जो खर्च होई त्यासाठी वापरत आणि सैर-उल-जिहात किंवा सैरजिहात हे अन्य कर होते. ते मालोजिहात यांच्यावर गोळा केले जात. सैरजिहात ही संज्ञा विशाल अर्थाने व काही मर्यादित अर्थानेही वापरली जात होती असे दिसते. व्यापक अर्थाने सैर-उल-वाजूवह याचा पर्याय म्हणून वापरली जाई व त्यात अनेक करांचा मालोजिहात वगळून समावेश होई. यापेक्षाही मर्यादित अर्थाने खेड्यातील जामाच्या हिशोबाचा सारा ठरविण्यासाठी वापरण्यात येई. त्यात मालोजिहात गोळा करण्यासाठी आणि शेतकऱ्यांच्या खर्चासाठी[३] जो खर्च होई त्यासाठी कर गोळा करीत. ह्यापैकी तलबाना[४], शाहनागी,[५] टपादारी[६] आणि सादिर-ओ-वरीद[७] हे कर भरावे लागत.

---

३. या वरील पूर्ण चर्चेसाठी परिशिष्ट 'C' पहा. माल-जिहात व सैरजिहात यासंबंधीचे निष्कर्ष पुढे दिलेल्या पुराव्याच्या अभ्यासावर आहेत. ऐन-ए-अकबरी, खंड २, पृ. २०५; खुलासत-उस-सियाक पृ. १३बी; फरहांग-इ-कर्दानी पृ. ३४बी ३७ए; सियाकनामा पृ. ३३, ३४, ६२-६४, ७८,७९.

दस्तूर-उल-अमल-इ-जुमालाई पृ. २८बी, २९एबी, ३०ए, ६४एबी, ४७ए, ५व्या समितीचा अहवाल, खंड २, पृ. ७४२, महसूल दप्तर पृ. २६०, दस्तूर-उल-अमल-इ-बेकस पृ. २९बी, ३०ए. मुन्तखब-इ-चाहार, गुलजार-इ-शुजाई, पृ.९४बी.

४. तलबाना-जमीनमहसूल देण्याऐवजी चिठ्ठी देण्यासाठी नेमलेल्या व्यक्तीच्या उपजीविकेचे साधन.

५. शाहनागी - शहाना नावाचे पीक रक्षण्यासाठी नेमलेल्या माणसावरील कर.

६. टप्पादारी - टप्प्यावरील महसूल अधिकाऱ्याचा भत्ता.

७. सादीर-ओ-वरीद - खेड्याला प्रवासी यात्रिक किंवा परके म्हणून भेट देणाऱ्यांची बडदास्त ठेवणाऱ्यांना देण्यात येणारा भत्ता.

जमीनमहसुलाच्या मागणीचे महत्त्व

जमीनमहसुलाच्या मागणीवर जो वसूल गोळा होई तो माल जिहात आणि सैर जिहात या तीन करात विभागला जाई. जमीनमहसुलाची मागणी म्हणून उत्पन्नाचा कोणता भाग वापरला जाई आणि त्यापैकी या तीन वेगवेगळ्या करांच्या विभागात किती भाग जाई हे निश्चित ठरवायचे आहे. अकबराच्या अमलात एकूण उत्पन्नाचा[८] $\frac{१}{३}$ भाग माल म्हणून ठरविला जाई. या मालापेक्षा अधिक उत्पन्नाचा काही भाग वाजहूत (*किंवा जिहात*) व सैर-जिहात या नावाने गोळा केला जाई असे ऐन-ए-अकबरीतील[९] पुराव्यावरून दिसते. परंतु ज्या पुराव्यावरून राज्याचा मुख्य वाटा उत्पन्नाच्या $\frac{१}{३}$ म्हणून दाखविला जातो, तो ज्या क्षेत्रात पिकांचा भाव पैशाच्या रूपाने केला जातो, त्या क्षेत्राशी संबंधित असतो. निराळ्या शब्दात सांगावयाचे म्हणजे ज्या ठिकाणी जादा वसूल केला जातो त्याला तो लागू होतो. अशा रीतीने ज्या ठिकाणी पैशांचा भाव वापरला जातो त्या ठिकाणी जमीनमहसुलाची मागणी एकंदर उत्पन्नाच्या[१०] $\frac{१}{३}$ पेक्षा अधिक असते, असे अनुमान आपण काढू शकतो. उपलब्ध पुराव्यावरून उत्पन्नाच्या वाट्याचा किती भाग अधिक जिहात व सैर-जिहात म्हणून वापरला जाई ते सांगता येत नाही. ज्या क्षेत्रात नसक[११], कानकुट[१२] किंवा भावोली[१३] (*पिकांची वाटणी*) यांची पद्धत असे, त्या ठिकाणी जमिनीचा सारा तीन विभागात आकारला जाई किंवा नाही याबद्दलचा निश्चित पुरावा आपल्याजवळ नाही. तथापि आपल्याला हे मात्र माहीत आहे की जिथे पिकांची मागणी, विभागणी केली जाते त्या काश्मीरमध्ये जमीनमहसुलाची मागणी एकंदर पिकाच्या अर्ध्या भागावर[१४] कायम केलेली असते.

---

८. ऐन-ए-अकबरी, पृ. २०५

९. ऐन-ए-अकबरी II पृ. २०५, अकबराचे फर्मान ९८३ हिजरी. अलीगढ विद्यापीठातील संशोधन ग्रंथालयात इतिहास विभागात याचे हस्तलिखित आहे.

१०. मूरलँडच्या म्हणण्याप्रमाणे अकबराच्या काळात जमीनमहसूल मागणी सर्वसाधारणपणे असे. पहा, अग्रेरियन सिस्टीम ऑफ मुस्लीम इंडिया पृ. १३५. डॉ. शरण यांचा तर्क आहे की जमीनमहसुलाचा म्हणून जो दर शेरशहाचे वेळी $\frac{१}{३}$ असे, तो पुढे बदल न होता चालू राहिला. दि प्रोव्हिन्शियल्स गव्हर्नमेंट ऑफ दी म्यूगल्स पृ. ३९७.

११. पूर्वीच्या दप्तरावर आधारित साराआकारणीची पद्धती.

१२. जमिनीची मोजणी व प्रतिबिघ्यात किती पीक आले याचा अंदाज करणारी पद्धती.

१३. यालाच नालाबक्षी व बटाई पद्धत म्हणत -ज्यात उत्पन्नाचे किंवा पिकाचे प्रत्यक्ष विभाजन होई.

१४. ऐन-ए-अकबरी, विभाग २, पृ. १७५-७६

अजमिरात पिकाच्या[15] $\frac{१}{७}$ किंवा $\frac{१}{८}$ असते.

अकबरानंतर आलेल्या अगदी नजीकच्या दोघा वारसांच्या कारकिर्दीतील या विषयासंबंधीचा पुरावा दप्तरात फारसा उपलब्ध नाही; तथापि औरंगजेबाच्या कारकिर्दीत मात्र आपल्याला काही बहुमोल पुरावा मिळतो. त्याचा उपयोग या विषयाचा सविस्तर असा अभ्यास करण्यासाठी होतो. सोयीसाठी या पुराव्याचे विभाजन तीन प्रकारात करता येईल.

१) जमीनमहसुलाची मागणी दाखवणारा पुरावा. जिथे ' जब्त ' घेतला जातो.

२) जमीनमहसुलाची मागणी - कानकूट व भावोलीखाली दाखविणारा पुरावा.

३) जमीनमहसुलासंबंधी सर्वसाधारण सूचनांच्या स्वरूपात दिसणारा पुरावा.

काही हिशेबांच्या वह्यांत जब्त मिळणाऱ्या क्षेत्रांचे लागू होणारे हिशेब असतात. सियाकनामामध्ये सर्वात महत्त्वाची माहिती गणेशपूर खेड्यातील लागू होणाऱ्या साऱ्या-संबंधीची आहे. जमीनमहसुलाच्या मागणीचा विस्तार ठरविण्यासाठी तसेच माल, जिहात आणि सैर-जिहात या तिन्हीपैकी कोणत्या तऱ्हेचे उत्पन्न घेतले गेले, हे समजण्यासाठी आपण त्याची तपासणी करणार आहोत. ठरविलेल्या साऱ्याचा हिशेब मालखाली किती पैसे लावले ते दाखवतो. तसेच विविध पिकांच्या नावाखाली किती जमीन वापरली गेली आणि निरनिराळ्या पिकांना[16] पैशाचा काय दर लावला गेला तेही आपल्याला कळते. परंतु प्रतिबिघा उत्पन्न दिलेले नसल्यामुळे हिशेबातून मालखाली किती पीक गेले ते आपल्याला ठरविता येत नाही. अकबराच्या कारकिर्दीत उत्पन्नाच्या $\frac{१}{३}$ सारा गोळा केला जात असे, असे आपण गृहीत धरू. अकबराच्या वंशजांच्या कारकिर्दीतील वाट्यात कोणताही बदल माल म्हणून निश्चित करून उपयोजिला गेला असा दप्तरात निश्चित पुरावा नाही, या वस्तुस्थितीवर हे विधान आधारले आहे.

हिशेबाच्या परीक्षणानंतर असे दिसते की मालच्या रकमेवर पाच टक्क्यांनी जिहात कर धरले गेले होते. आणि सैर जिहात कर माल-ओ-जिहात[17] म्हणून

---

१५. ऐन-ए-अकबरी, विभाग २, पृ. १२८

१६. सियाकनामा पृ. ३४, हिशेबवहीत मालआकारणीचे तपशील पुढीलप्रमाणे-

खरीफासाठी माल साऱ्याची आकारणी रुपयात	***रबबीसाठी मालसाऱ्याची आकारणी रुपयात***
१६ बिघे, १५बिस्वे - ४५रु. ५ आण्याच्या रकमेसाठी	*१८ बिघे -४२रु. १३$\frac{१}{२}$ आण्याच्या रकमेसाठी*
	एकूण ८८ रु. २$\frac{१}{४}$ आणे.

दाखविले गेलेल्या एकूण रकमेवर १५ टक्क्यांनी लावले गेले होते. यावरून असे दिसते की मालाच्यावर गोळा केलेली रक्कम २०%हून जास्त व २१%हून कमी होती. पिकांची पहिली किंमत जी माल म्हणून समजली जाई ती एकंदर पिकाच्या   आहे हे आपण गृहीत धरलेच आहे. या मालमध्ये २०%ची वाढ म्हणजे जमीनसाऱ्याची मागणी किंवा राज्याच्या एकंदर वाटणीच्या   किंवा पिकाच्या एकंदर ४०% असा अर्थ होतो.

भावोली आणि कानकूट-याकरता आपले हिशेब माल, जिहात व सैरजिहात यांची वेगवेगळी जमीनआकारणी दाखवीत नाहीत. एकंदर पिकाची रक्कम किती आहे तसेच त्यात रयतेचा व राज्याचा[१८] भाग किती आहे, त्याचा ते उल्लेख करतात.

खरीप सारा आकारणीचे पीक	**साराआकारणीचे क्षेत्र बिघे-बिस्वे**	**प्रति बिघा दर**	**आकारलेली रक्कम**
शमख (तांदळाचा प्रकार)	७-१५	१४	९-११
साळी (तांदळाचा प्रकार)	२-००	२८	५-००
ऊस	५-००	५-१०	२८-२
मांडवा	२-००	१-४	२-८
			एकूण ४५-५ रु.

१७. विशेष सूचना - प्रत्येक पिकाला आकड्यांची वेगळी बेरीज करून व एकूण रक्कम माल म्हणून देऊन १ आण्याचा फरक दिसून येतो. सविस्तर हिशोबात काहीतरी चूक झाल्यामुळे असे घडले असावे. साराआकारणीच्या हिशेबात जिहात व सैर-जिहात यांचे आकडे मालजिहात व सैरजिहात यांचे जे प्रत्यक्ष आकडे उपलब्ध आहेत त्याने निश्चित होतात.

माल - ८८ रु. २ $\frac{१}{४}$ आणे.
जिहात- ४ रु. ७ $\frac{१}{४}$ आणे.
सैरजिहात- १०३ रु. १५ आणे.
१९६ रु. ९ आणे.

१८. खुलासत-उस-सियाक पृ. २१बी, २२ए, फर्हंग-इ-कर्दानी पृ. ३२बी. दोन्ही साधनात भावोलीचा दिलेला सारा, भावोली सारा रामपूर परगण्यातील खेड्यातला.

एकूण पीक	***रयतेचा वाटा***	***राज्याचा वाटा***
गहू ४५० मण	*२२५ मण*	*२२५ मण*

खुलासत-उस-सियाकमध्ये दिलेली कानकूट साराआकारणी (पृष्ट २२ए)

एकूण पीक	***रयतेचा वाटा***	***राज्याचा वाटा***
गहू ३७ मण	*१८ मण (२० शेर)*	*१८ मण (२० शेर)*

रब्बी सारा आकारणीचे पीक	साराआकारणीचे क्षेत्र बिघे-बिस्वा	प्रति बिघा दर	आकारलेली रक्कम
हरभरा	२-००	१-०९	३-०२
तूर	२-००	१-१४	३-१२ $\frac{१}{२}$
गहू	७-१५	९०-०	२४- ४
गहू (बार्ली)	६-१५	१-१४	११-१२

एकूण रु. ४२.१४।।

खरीप आणि रब्बीची एकूण बेरीज : ८८ रुपये ३ $\frac{१}{४}$ आणे.

एकंदर पीक सरकार आणि रयतेमध्ये समान वाटले गेले होते. पिकाच्या वाटणीत व कानकुटात जमीनमहसुलाची मागणी एकंदर पिकाच्या अर्ध्यावर निश्चित झालेली होती, असे अनुमान निघते.

तर्क असा आहे की पिकांच्या वाटणीत व कानकुटात जमीनमहसुलाची मागणी एकंदर उत्पन्नाच्या अर्ध्यावर निश्चित करण्यात आली होती. याला इतर साधनांनीही आधार मिळालेला आहे. जी सांगतात की, साराआकारणी अशा रीतीने करावी की अर्धे उत्पन्न सरकारसाठी बाजूला ठेवावे आणि उरलेले अर्धे पूर्णपणे शेतकऱ्यांसाठी[१९] ठेवावे.

या पुराव्यामुळे आपण असा तर्क करू शकतो की पिकाची वाटणी व कानकुटात राज्याचा वाटा एकंदर उत्पन्नाच्या अर्धा असतो. पिकांच्या वाटणीसंबंधीचा जो पुरावा आहे त्याने या तर्काला आधार मिळत नाही.[२०]

त्यानुसार पीकवाटणीचे दर जमिनीचा उपजाऊपणा, कोणत्या तऱ्हेच्या पिकांचे बी पेरले आहे, आणि शेतकऱ्यांची स्थिती कशी आहे यावर अवलंबून असत. रसिकदासाला जे फर्मान दिले आहे त्यातील एका कलमाप्रमाणे ज्या खेड्यातून गरीब व नडलेले लोक आहेत तेथील जमिनीची साराआकारणी एकंदर पिकांच्या वाटणीच्या पायावर व्हावी आणि सरकारचा भाग $\frac{१}{२}$, $\frac{१}{३}$ किंवा $\frac{१}{३}$ पेक्षाही कमी असावा. पिकांच्या वाटणीच्या बाबतीत

१९. निगारनामा-इ-मुन्शी पृ. १२९बी, १३१ए. दस्तूर-उल-अमल-ई-बेकस. पृ. ६३एबी, ६४ए, ७१ए

२०. कानकुटांचे बाबतीत दर बदलते होते, याबद्दल आपणाजवळ पुरावा नाही. तसेच कानकुटात अर्धा दर सगळीकडेच होता अशा तर्कास बळकटी आणणारा पुरावा आपणाजवळ नाही.

जमीनमहसुलाची कमीत कमी आकारणी $\frac{१}{४}$ किंवा कमी असावी आणि अधिकात अधिक ती अर्ध्यावर जावी[२१] किंवा $\frac{१}{३}$ पेक्षाही कमी असावी.[२२] अशी मुहंमदशहाच्या कारकिर्दीत रचलेल्या कारभारविषयक संहितेत एक सूचना आहे. तारीक-इ-शाकिरखानीमध्ये पट्ट्याची[२३] एक प्रत जपून ठेवली आहे. तिच्यावरून असे दिसते की शेतकरी आणि सरकार यांची पीकवाटणी अनुक्रमे $\frac{३}{५}$ व $\frac{२}{५}$[२४] होती. संशोधन करीत असलेल्या मुद्द्याच्या वरील पुराव्याची बारीक छाननी करताना असे दिसते की पिकांची वाटणी करताना जमीनमहसुलाची मागणी एकंदर पिकाच्या $\frac{१}{४}$ आणि $\frac{१}{२}$ यांच्यामध्ये असते किंवा सरकारला देण्याच्या वाट्याचा त्यात कोणताही समान व निश्चित दर लावलेला नसतो. सरकारच्या या बदलत्या वाटणीची कारणे अनेक आहेत. उदा. जमिनीचा उपजाऊपणा, मजुरीचे प्रमाण व काही विशिष्ट पीक काढण्यासाठी उभारलेले भांडवल, कालव्याच्या सोयी व शेतकऱ्यांची सर्वसाधारण परिस्थिती यांच्यावर अवलंबून असते. जमीनमहसुलाच्या मागणीचा विस्तार ठरविणारी काही तत्त्वे मासिरुल उमरामधील एका उताऱ्यांत आहेत. त्यावरून आपणाला दिसते की मुर्शिदकुलीखानाने बटाई कीवा पीकविभागणीच्या बाबतीत जमीनमहसुलाचे तीन भाग केले होते. ज्या ठिकाणी पिकांना पिकवण्यास पावसाने मदत केली होती, अशा जमिनीवर अर्धे पीक जमीनमहसूल म्हणून घेतले जाई. ज्या ठिकाणी पिके विहिरीच्या पाण्यापासून भिजवली जात तिथे पिकाचा $\frac{१}{३}$ भाग सरकारचा वाटा आणि $\frac{२}{३}$ भाग शेतकऱ्यांचा वाटा समजला जाई.[२५] तथापि कालव्यांनी पिकवलेली जमीन वेगळ्या दराने आकारली जाई. ऊस व द्राक्षे यांच्यासारख्या पिकांच्या बाबतीत $\frac{१}{९}$ पासून $\frac{१}{४}$ पर्यंत महसुलाच्या दरात फरक असे. ज्या जमिनी अत्यंत सुपीक असत व ज्यांना कामगार आणि भांडवल कमी लागे त्यांच्या महसुलाची आकारणी उत्पन्नाच्या $\frac{१}{२}$ वर होई. ज्यांना भांडवल लागे व कामगारही अधिक लागत त्यांची आकारणी कमी दराने होई. जमीनमहसुलाची मागणी ठरविण्यासाठी

---

२१. निगरनामा-ई-मुन्शी पृ. १२९बी-१३१ए,

२२. दस्तूर-उल-अमल-इ-बेकस, २२

२३. कराराची सनद जिच्यात कोणत्या अटीवर जमीन घेतली ते व तसेच पिकाच्या किमतीचे प्रमाण ज्यांच्यापासून जमीन घेतली त्या अधिकाऱ्यांना किती द्यायचे ते दाखविते.

२४. तारिक ई-शकिरखानी पृ. १५१एबी, १५२ए.

२५. मोआसिर-उल-उमरा -३भा. १. पृ. ४९७-९८. पूर्वकाळातील पुरावा उपयोगासाठी न्याय्य समजण्यात एक मुद्दा असा आहे की विविध प्रकारच्या जमिनीवर निरनिराळे दर कसे लावले जातात त्याची तत्त्वे तो सांगतो. सर्व मोगलकालासाठी अशा तऱ्हेचा अचूक पुरावा उपलब्ध नाही.

जमीन महसूल मागणी ... । ४५

शेतकऱ्याची परिस्थिती पण एक निश्चितपणे ठरविण्याचा घटक समजली जाई.

पिकांच्या वाटणीसाठीच केवळ हे नियम होते असे दिसत नाही. इतर करआकारणीला पण ते नियम तसेच लावले जात. सर्वसाधारण सूचनांच्या स्वरूपांत असलेल्या पुराव्यावर अशा तऱ्हेचा तर्क आधारित असतो. आणि उत्पन्नाचा कोणताही भाग जमीनमहसूल म्हणून घ्यावा ते तो दर्शवितो. या मुद्द्यावर अत्यंत अधिकृत आणि निश्चित पुरावा मिरात-ई-अहमदीमधील फर्मानात मिळतो. वर उल्लेखिल्याप्रमाणे फर्मानातील नियम सर्व साम्राज्यात अमलात यावेत असे होते आणि म्हणून त्याची निर्मिती सारा ठरविण्यासाठी आणि गोळा करण्यासाठी वेळोवेळी होणाऱ्या परिस्थितीला अनुकूल अशी होती व त्यामुळे जमीनमहसुलाच्या मागणीसंबंधी परिमाण ठरविणारे नियम काळजीपूर्वक अभ्यासिले पाहिजेत. राज्याचा वाटा ठरविण्यासंबंधीचे मुद्दे थोडक्यात सांगता येतील. नियम सांगतात की-जमीनमहसुलाची मागणी उत्पन्नाच्या अर्ध्या भागावर कायम करावी, आणि जमीनमहसुलाच्या मागणीचे परिमाण कोणत्याही परिस्थितीत एकंदर उत्पन्नाच्या अर्ध्यापेक्षा जास्त होऊ नये. ज्या जागी जमीनमहसुलाची मागणी उत्पन्नाच्या $\frac{१}{२}$ पेक्षा अधिक निश्चित केली गेली होती त्या ठिकाणी ती कमी करावी. असे नियम स्पष्टपणे मांडण्यात आले होते. जमीनमहसूल शेतकऱ्यांच्या[२६] देण्याच्या कुवतीवर निश्चित केला जावा हे तत्त्व मानण्यात येई. स्थानिक परिस्थिती विचारांत घ्यावी आणि विशिष्ट प्रदेशात जमीनमहसुलाच्या बाबतीत जी पद्धत प्रचलित असेल ती शक्यतो तशीच ठेवावी, असेही स्पष्टपणे मांडले होते. विशिष्ट प्रदेशातील परिस्थिती विचारात घेण्याचा मुद्दा जिथे शेतकरी अडचणीत व दारिद्र्यात होते तेथे गल्लाबक्षी किंवा त्या प्रदेशातील उत्पन्नाची वाटणी यात दिसते. अशा क्षेत्रात दर आणखी खाली आणले आणि जमीनमहसुलाची मागणी $\frac{१}{३}$ व $\frac{१}{२}$ [२७] यांच्या दरम्यान होते.

सारांश प्रथमत: वेगवेगळ्या प्रदेशात सामाजिक आणि शेतीविषयक परिस्थितीप्रमाणे जमीनमहसुलाची मागणी वेगवेगळी असून $\frac{१}{४}$ ते $\frac{१}{२}$ यांच्यामध्ये होती. दुसरे $\frac{१}{२}$ हा अधिकाधिक मागणीचा भाग होता व तो सर्वात कमी नव्हता. तिसरे, सर्वसाधारण तत्त्व म्हणून विशिष्ट प्रदेशात शेतीविषयक जी परिस्थिती असेल त्यांचा विचार शेतकऱ्यांच्या कुवतीप्रमाणे जमीनमहसूल ठरविण्याच्या बाबतीत केला जाई. शेतकरी वर्ग उखडला जाईल आणि पिकानाही हानी पोहोचेल अशा तऱ्हेची जमीनमहसुलाच्या मागणीतील वाढ ताबडतोब अमान्य[२८] केली जाई.

---

२६. *मिरात-ई-अहमदी, I पृ. २७०-२७१*

२७. *निगार-ई-नामामुन्शी, पृ. १२९बी-१३१ए*

२८. *मिरात-ई-अहमदी, I पृ. २७०*

निगरनामा-ई-मुन्शी आणि दस्तूर-उल-अमल-ई-बेकसमध्ये असलेल्या पुराव्यावरून काढलेल्या अनुमानांच्या बाबातीत काही संशय निर्माण होण्याचा संभव आहे. या साधनांत आपल्याला पुन:पुन्हा सांगितले जाते की दर अशा तऱ्हेने ठरविले जावेत की उत्पन्नाचा १/२ भाग राज्याचा म्हणून[२९] घेतला जावा आणि दुसरा भाग पूर्णपणे शेतकऱ्याच्याकडे रहावा. जमीनमहसुलाची मागणी म्हणून उत्पन्नाचा अर्धा वाटा घेण्याची पद्धती प्रचलित होती असे वरील पुराव्यावरून दिसते. वरील मजकुरात आम्ही थोड्या विस्ताराने दाखविले आहे की मोगलकालात जमीनमहसुलाच्या मागणीचा सर्वसाधारण दर कायम केलेला नव्हता. वर उल्लेखिलेल्या दोन्ही साधनातील पुराव्यावरून काय दिसते ? निगरनामा-ई-मुन्शीमध्ये असलेला पुरावा सामान्यत: राजे लोकांच्या अधिकाऱ्यांनी राजे लोकांना मिळालेल्या जागिरीचा सारा ठरविण्यासाठी काढलेल्या हुकमात असे. त्यामुळे या हुकमांची अंमलबजावणी राजांना मिळालेल्या जागिरीच्या क्षेत्रातच मर्यादित असे. साम्राज्यातील कोणत्या भागात ही क्षेत्रे होती याचे चिन्ह पुराव्यांत दिसत नाही. आपण इतकेच समजू शकतो की या प्रदेशातील शेती चांगली मशागत केलेली होती आणि तेथील जमीनही अत्यंत उपजाऊ होती. अर्थातच उत्पन्नाच्या १/२ जमीनमहसुलाची मागणी समर्थनीय होती. यात दुसरा एक मुद्दा विचार करण्यासारखा आहे. तो म्हणजे जमिनीच्या उत्पन्नाच्या १/२ जमीनमहसूल घेण्याचा दर हा कमाल होता की किमान होता. त्याच साधनातील एका उताऱ्याने हा मुद्दा स्पष्ट होतो. त्यात म्हटले आहे की उत्पन्नाच्या १/२ जमीनमहसुलाच्या मागणीचा दर सर्वात अधिक समजावा आणि कोणत्याही परिस्थितीत १/२ ची मर्यादा उल्लंघिली[३०] जाऊ नये.

दस्तूर-उल-अमल-इ-बेकसमध्ये दिलेल्या पुराव्यावरून मुरादाबाद सरकारमधील जागीर दिलेल्या जमिनीच्या बाबतीत त्याचा संबंध आहे असे दिसते. हा प्रदेश उत्पन्नाच्या बाबतीत प्रसिद्ध असून सर्व साम्राज्यात अत्यंत संपन्न म्हणून समजला जात असे. म्हणूनच या क्षेत्रात जमीनमहसूल अधिकांत अधिक उत्पन्नाच्या १/२ ठरविलेला होता.

या पुराव्यात दिलेल्या सूचना स्थानिकरित्या लावण्यासाठी होत्या. साम्राज्याच्या सर्व भागाला लागू होणारा जमीनमहसुलाचा दर स्पष्टपणे मांडण्यात आला नव्हता. दुसरे, उत्पन्नाचा १/२ भाग हा जमीनमहसुलाच्या मागणीचा अधिकात अधिक भाग होता.

२९. निगरनामा-ई-मुन्शी, पृ. ६२-९८, १४४, १४५; दस्तूर-उल-अमल-ई बेकस, पृ.६३एबी, ६४ए, ७१ए. अन्यत्र त्याच साधनात राज्याचा वाटा उत्पन्नाच्या १/३ दाखवला आहे. दस्तूर-उल-अमल-ई-बेकस पृ. ३२बी, ३३ए.

३०. निगरनामा-इ-मुन्शी, पृ. १५४.

आपल्या समकालीन साधनांत उपलब्ध असलेल्या संबंधित पुराव्याची पाहणी येथे पुरी झाली. आपल्या शोधांनी दाखविले की जब्त करआकारणीत एकूण जमीन-महसुलाची मागणी उत्पन्नाच्या $\frac{२}{५}$ किंवा ४०% होती. उत्पन्नाच्या वाटणीत व कानकुटात $\frac{१}{२}$ उत्पन्न जमीनमहसुलांत अधिकात अधिक समजले गेले होते. किमानाचे दर $\frac{१}{९}$, $\frac{१}{४}$ व $\frac{१}{३}$[३१] असे दिलेले आहेत. जमीनमहसुलाच्या मागणीच्या आकारमानातील हा फरक अनेक कारणातून उद्भवलेला आहे. उदा. जमीन, पेरलेल्या पिकांचे वैशिष्ट्य पाटबंधाऱ्यांची आवश्यकता, पीक काढण्यासाठी खर्च केलेले श्रम आणि भांडवल आणि शेतकऱ्यांची सर्वसाधारण स्थिती; परंतु जमीनमहसुलाच्या मागणीचा भार ठरविणारे सगळ्यांत महत्त्वाचे कारण म्हणजे आपण अभ्यास करीत असलेल्या काळातील जमीनमहसूल ठरविण्याची पद्धती. सर्वसाधारणपणे सर्व खेडे किंवा खेड्यांचा समूह याचा सारा पूर्वीचे दप्तर आणि जमीनमहसुलासाठी नेमलेले जमीनदार व तालुकदार यांच्यामुळे ठरे. उपलब्ध पुरावा सुचवितो की महसूल ठरविणारे अधिकारी आणि जमीनदार एकमेकांच्यावर कुरघोडी करण्याच्या भरात कधी कधी झगडणाऱ्या पक्षांची सापेक्ष कुवत निर्णय लावी. म्हणून प्रत्यक्ष जमीनमहसुलाच्या मागणीचे ओझे स्पष्टपणे ठरविण्यासाठी आपल्या साधनांच्या मध्ये सारा ठरविण्याच्या ज्या निरनिराळ्या पद्धती आहेत त्यांचे काळजीपूर्वक परीक्षण केले पाहिजे.

❖

---

३१. $\frac{१}{२}$ हा जमीनमहसुलाच्या मागणीचा अधिकांत अधिक भाग होता आणि दरही समान नव्हते असा जो तर्क आहे त्याला सुरुवातीच्या इंग्रज कारभाऱ्यांनी केलेल्या चौकशीचा आधार मिळतो. वायव्य सरहद्द प्रांतातील महसूल दप्तराचा अभ्यास दर्शवितो की, जमिनीचा जमीनमहसुलाचा दर जो नगद पैशात दिला जात असे आणि जो धान्यरूपाने दिला जाई, त्यात परगण्या परगण्यात व परगण्यातील खेड्याखेड्यांत सुपीकता आणि जमिनीची निकृष्टता यांच्यानुसार बदल केला जाई. दप्तरात दिलेले जमीनमहसुलाचे दर असे आहेत : $\frac{१}{८}$, $\frac{१}{७}$, $\frac{१}{६}$, $\frac{१}{५}$, $\frac{१}{४}$, $\frac{१}{३}$, $\frac{३}{५}$, $\frac{१}{२}$ (पहा महसूल दप्तर (रेव्हेन्यू रेकॉर्डस्) पृ. २६०, २६२, २८९)

भाग २

सारा ठरविण्याची पद्धत

अभ्यासविषयाच्या कालखंडातील १८ व्या शतकाच्या पूर्वार्धाच्या इतिहासाशी संबंधित कालक्रमवार इतिहासात सारा ठरविण्याच्या पद्धतीची फार थोडी माहिती आहे. एकच समकालीन ग्रंथ या विषयाशी संबंधित आहे तो म्हणजे दस्तूर-उल-अमल-इ - बेकस. मुरादाबाद सांभळमधील तो जवाहरमल बेकसने हिजरी सन १४४४, इ. सन १७३१-३२ मध्ये लिहिलेला आहे. इंग्रज अधिकाऱ्यांच्या फायद्यासाठी १८ व्या शतकाच्या उत्तरार्धात आणि १९ व्या शतकाच्या पूर्वार्धात संकलित केलेले अहवाल आणि कागदपत्रे यातही बरीच माहिती आहे. आपण पाहिले आहे की अकबराच्या काळापासून साराआकारणीच्या पद्धती सर्वांना माहीत असलेल्या व सर्वमान्य असलेल्या म्हणजे नसक, जप्त, कानकूट व भावली या आहेत. यातील साराआकारणीच्या बऱ्याच पद्धती उत्तर भारतातील निरनिराळ्या प्रदेशातून चालू होत्या. परंतु त्या वापरल्या जाणाऱ्या प्रदेशाच्या विस्तारात बदल झाला. बऱ्याच अंशी कारभारविषयक व राजकीय असा बदल या काळात झाला. तसेच औरंगजेबाच्या कारकिर्दीत वसुलीच्या व्यवस्थेत काही प्रवृत्ती पुढे आल्यामुळे झाला. जागीरदारी पद्धतीचा ऱ्हास व तिच्याबरोबर सार्वत्रिक असलेली इजाराची पद्धती यामुळे जुन्या पद्धतीची साराआकारणी यशस्वी रीतीने सुरू होण्यास बिकट अशी परिस्थिती निर्माण झाली.

हस्त-ओ-बद

मोगलांच्या काळात सारावसुलीची सर्वांना माहीत असलेली पद्धत म्हणजे हस्त-ओ-बद पद्धती होती. या पद्धतीत उभ्या पिकांची परीक्षा[३२] आणि त्यावर आधारित येणाऱ्या उत्पन्नाचे अंदाज असत. हस्त-ओ-बदची व्याख्या दस्तूर-उल-अमल-इ-बेकसमध्ये दिली आहे. तिच्यामुळे फरहांग-इ-करदानीमध्ये दिलेल्या वर्णनास पुष्टी मिळते. दस्तूर-उल-अमल-इ-बेकसप्रमाणे साराआकारणीच्या पद्धतीत सारा आकारणारा अधिकारी उभी पिके पहातो व चौधरी आणि कानुंगो[३३] ह्यांच्या संमतीने जामाची आकारणी करतो. महमद यासीनने नंतरच्या एका ग्रंथात या संज्ञेची व्याख्या केली आहे. लेखक म्हणतो की शब्दशः या संज्ञेचा अर्थ उभी पिके असा होतो. आणि साराआकारणीची पद्धत म्हणून

---

३२. फरहांग-इ-करदानी पृ. ३३ए
३३. दस्तूर-उल-अमल-इ-बेकस पृ. ६२-६३

लागवडीस आणलेल्या सर्व क्षेत्रापेक्षा उभ्या पिकांची साराआकारणी असा होतो. सारा-आकारणीची पद्धत नांगरांच्या संख्येच्या पायावर किंवा लागवडीस आणलेल्या क्षेत्रावर[३४] किती जामा झाला ते ठरविण्याच्या पद्धतीपेक्षा वेगळी होती. असे दिसून येते की, अत्यंत जुलमी वसुलीचे अधिकारी पिके पिकण्याच्या आधी शेतीची हानी झाली ती हिशेबात घेत नसत. तसेच नांगरलेली परंतु जेथे पेरणी झाली नाही (*तीही घेत नसत)* किंवा उपजाऊ पण ओसाड पडलेली जमीन (*विचारात घेत नसत*) आणि नांगरलेली जाणारी सर्व जमीन जमीनदारांच्या किंवा शेतकऱ्यांच्या नावावर नोंदवीत. अशा बाबतीत जमीनदार उभ्या पिकांवर[३५] सारावसुली करण्याची मागणी करू शकत असे. अशा रीतीने तिन्ही साधनांच्या बाबतीतला पुरावा हस्त-ओ-बद साराआकारणीत उभ्या पिकांच्या पाहणीपेक्षा जमीनदाराच्या नावावर लागवडीस येणारी जमीन किती आहे, त्यावर आकारला जाई. पुढे आम्हाला अधिक सांगितले जाते की दस्तूर-उल-अमल-इ-बेकसमध्ये जामामधील वाढ किंवा तूट ही उभ्या पिकाची पाहणी किंवा तपासणी पुरी झाल्यानंतर होते. अशा तऱ्हेची सारा आकारण्याची पद्धत जमीन धारण करणाराला न्याय देणारी व रास्त असते. अशा तऱ्हेच्या साराआकारणीची मागणी स्वत: जमीनदार करतो यावरून हे सिद्ध झाले आहे. साराआकारणी करणाऱ्या अधिकाऱ्याचे कामही त्यामुळे सोपे व कमी तापदायक होते, आणि मोजणीच्या उपद्व्यापात संबंधित पक्षकाराचा खर्चही वाचतो, पण पद्धतीचे सर्वात मोठे महत्त्व म्हणजे ती रयतेला व जमीनदारांना हावरट व स्वार्थी सारा आकारणी करणाऱ्या अधिकाऱ्यांच्या जुलमापासून वाचवते. अप्रत्यक्षपणे ती राज्याचेही काम करते; कारण संतुष्ट व समृद्ध शेतकरीवर्ग हा लागवडीस आणण्याची जमीन वाढविण्याला व त्यामुळे साम्राज्याचा वसूल वाढविण्याला मदत करतो. वस्तुत: दस्तूर-उल-अमल-इ-बेकसच्या लेखकाने हे मुद्दे साराआकारणीच्या व वसुलीच्या पद्धतीवर प्रकरण संपवताना जोरदारपणे मांडले आहेत व यशस्वी अमीलला काही उपदेशाचे शब्दही सांगितले आहेत. अमीलला तो सांगतो की ' शेतकरी वर्ग समृद्ध व संतुष्ट करणे हे त्याच्याही फायद्याचे आहे आणि हे फक्त हस्त-ओ-बदनेच साध्य होईल. कारण साराआकारणीची[३६] ती सर्वोत्कृष्ठ पद्धत आहे.

अशा रीतीने अमीलला हस्त-ओ-बद पद्धतीने सर्व परगण्याची साराआकारणी

---

३४. पुरवणी ६६०३, पृ. ८४ए

३५. पुरवणी ६६०३, पृ. ८४ए

३६. दस्तूर-उल-अमल-इ-बेकस, पृ. ७६एबी

करणे व फर्द-इ-चौसान[३७] बनविण्याचा सल्ला देण्यात येतो. साराआकारणी करणारा आपल्या स्थानाचा उपयोग सरकारला किंवा स्वत:ला अपाय करण्यास कितपत वापरत होता हे समजणे कठीण आहे.

कानकूट

कानकूट ही साराआकारणीची दुसरी महत्त्वाची पद्धत दिसते. रयतेला हस्त-ओ-बद व्यवस्था काही कारणाने मान्य नसेल तर पहिला पर्याय म्हणून ती दिली जाई. तिच्यात अकबर व औरंगजेबाच्या कारकिर्दीप्रमाणे पीक आलेल्या जमिनीची मोजणी आणि एकंदर पिकाचा अंदाज यांचा समावेश असे. खासरा किंवा जब्त-इ-कानकूटमध्ये पुढील विषय असतात.

(१) आसामी किंवा शेतकऱ्याचे नाव.

(२) शेताची लांबी.

(३) शेताची रुंदी.

(४) लागवडीस आणलेली एकंदर जमीन

(५) वाया गेलेल्या पिकांचे क्षेत्र

(६) उरलेल्या भागातील उभ्या पिकाचे क्षेत्र

७) विविध पिकांची[३८] जमीन.

असे दिसते की सर्वसाधारणपणे शेतकऱ्यांच्या वैयक्तिक जमिनीत निघणाऱ्या पिकाचा अंदाज उभ्या पिकाचे क्षेत्रमोजणीने आणि त्या क्षेत्रातील उत्पन्नाच्या बिघ्याप्रमाणे किंवा बिसव्याप्रमाणे सरासरीने येणाऱ्या पिकावर सारा आकारला जाई. शेतकऱ्याने जामामध्ये[३९] साराआकारणीत अवास्तव वाढ केल्याबद्दल तक्रार केली तर उत्पन्नाचा नमुना वजन करून त्यावरून ते तपासले जाई. उभ्या पिकाची एक बिस्वा जमीन

---

३७. दस्तऐवजात पुढील तपशील आहेत. १. लागवडीची जमीन २. दामी-साल-इ-कामील किंवा जामाचे आकडे; दामामध्ये वर्षासाठी सर्व लागवडीस आणलेल्या जमिनीचा सारा आकारला जातो. ३. दामी-इ-साल-इ-अक्मल किंवा जामाचे वर्षातील आकडे ज्या वेळी सर्वात अधिक असत. ४) शर्ब-इ-दोल-इ-साल-बालमध्ये सारा आकारणीच्या जाम्याची चालू वर्षाची पूर्ण रक्कम मिळते. ज्यात वसुली सोडून इतर उत्पन्न जमा असल्याने निश्चित होते की साराआकारणी रयतेच्या संमतीने व चौधरी आणि कानुगोच्या सल्ल्याने झाली आहे. पहा, दस्तूर-उल-अमल-इ-बेकस, पृ. ६४बी आणि ६५ए.

३८. दस्तूर-उल-अमल-इ-बेकस, पृ. ७०बी.

३९. जामा - इथे त्याचा अर्थ जमिनीवर आकारलेला सारा.

अमीला घ्यावी लागे आणि दुसरा बिस्वा रयतेने निवडावा लागे. या दोन्ही बिस्व्यांतून निवडलेले पीक कापले जाई व झोडपले जाई. धान्य नंतर वजन करीत आणि मोजलेल्या जमिनीचे एकंदर पीक अजमावले जाई. साराआकारणीतील वाढ किंवा घट एकंदर पिकाच्या[४०] आजमावणीवर केले जाई. खेवटमध्ये[४१] भरलेल्या माहितीच्या आधारावर जामाबंदी तयार केली जाई. धान्यरूपाने आकारणी केलेला सारा जामा त्या वेळच्या किमतीत पैशात बदलला जाई आणि प्रत्येक आसामीचा (शेतकरी) सारा त्याच्यासमोर दाखविला जाई.[४२] अशा रीतीने पीक असलेल्या जमिनीची मोजणी जब्त व कानकूटमध्ये समान असे. जमाबंदी तयार करण्यासाठी नगदाचा भाव लावला जाई; आणि वसुलीची मागणी दोन्ही पद्धतीत पैशात दाखवीत. साराआकारणीच्या दोन्ही पद्धतीतील महत्त्वाचा फरक असा होता की कानकूटमध्ये प्रत्येक बिघ्याचे पीक दोन्ही पक्षाच्या परस्पर संमतीने ठरविले जाई, किंवा थोड्या बिसव्यांचे पिकातील नमुन्यांचे वजन करून ठरविले जाई. दुसऱ्या शब्दांत सांगावयाचे म्हणजे कानकूट व्यवस्थेत जवळ जवळ प्रत्यक्ष पिकांवर साराआकारणी केली जाई आणि पिकांची नासाडी राज्य व शेतकरी यांच्यात समान वाटली जाई. जब्तमध्ये मात्र साराआकारणी प्रत्येक बिघ्यात सर्वसाधारण जे पीक निघे त्याच्यावर ठरविलेली किंवा अपेक्षिलेली असे. आणि जरी पिकांना झालेली हानी नैसर्गिक आपत्तींनी झालेली असली तरी वाईट पाणीपुरवठा, बी-बियाणे व जमिनीची असमाधानकारक निकृष्ट परिपक्वता यासाठी सारावसुली कमी करण्याची तरतूद नव्हती. अशा रीतीने कानकूट पद्धत अखेरीस शेतकऱ्याला उपयोगी पडे असे दिसते. जब्त किंवा कानकूट पद्धत स्वीकारण्यापूर्वी साराआकारणी करणाराने अधिकारी आणि जमीनदार किंवा यांचे प्रतिनिधी यांच्यात दराबाबतची घासाघीस चालत असे. ज्याच्यावर सारा आकारायचा त्याला सारा - आकारणीची पहिली किंवा दुसरी पद्धत निवडण्याचा पर्याय द्यावा अशी माहिती त्या काळातील वसुलीचे माहिती पुस्तक सारा आकारणाऱ्या अधिकाऱ्याला देत. परंतु वसुली खात्याच्या मंत्र्याच्या हुकूमाशी त्या जागेवरील अधिकारी कितपत सहमत असत हे सांगता येत नाही.

---

४०. दस्तूर-उल-अमल-इ-बेकस, पृ. ७०बी. तसेच पहा- दस्तूर-उल-अमल-इ-माहादी अलीखान पृ. २ए

४१. खेवट - मालकांचे, उपमालकांचे व मक्तेदारांचे नोंदणी पुस्तक. पहा, विल्सनचा स्पष्टीकरण कोश, पृ. ४४६, ४४७.

४२. दस्तूर-उल-अमल-इ-बेकस, पृ. ७१ए. पहा ऐन-१ पृ. १९९. फरहांग-इ-करदानी पृ. ३२बी. खुलासत-उस-सियाक पृ.२१एबी

भाओली

साराआकारणीची तिसरी पद्धत म्हणजे भाओली. पिकांचे विभाजन किंवा संबंधित पक्षांनी ठरविलेले पिकांचे किंवा धान्याचे विभाजन. भाओली व्यवस्था दोन तऱ्हांनी करण्यात येते. उदा. खुश बटाई आणि घल्ला बटाई. खुशबटाईत पेढ्यांची राज्य व शेतकऱ्यांत $\frac{१}{२}$, $\frac{१}{३}$, $\frac{१}{४}$, किंवा $\frac{१}{५}$ या दराने आणि खासराई त्याच पद्धतीने केली जाई. खल्ला बटाईला सर्वसाधारणपणे हिंदीमध्ये चुनारबटाई म्हणत आणि त्यात प्रत्यक्ष धान्याचे विभाजन समाविष्ट असे.[४३] खस्त्रा-ई-भाओलीमध्ये पुढील कलमे असत.[४४]

(१) असामीचे नाव
(२) शेताची लांबी
(३) शेताची रुंदी
(४) एकूण क्षेत्रफळ
(५) एकूण पीक
(६) रयतेचा वाटा
(७) सरकारचा वाटा
(८) एकूण खर्च

लागवडीवर जो खर्च आला तो उणे करून व त्याप्रमाणे[४५] जमाबंदी तयार करून नंतर धान्याचे विभाजन केले जाई असे दिसते. रयतेने जर विनंती केली तर भाओली व्यवस्था वर्षाच्या सुरुवातीससुद्धा केली जाई, असा पुरावा आहे. अशा साराआकारणीमध्ये पट्टा-इ-भाओली लिहिली जात असे आणि रयतेच्या स्वाधीन केली जात असे. मुकादमांच्या, रयतेच्या आणि शेतकऱ्यांच्या विनंतीवरून मागील वर्षाच्या अंदाज केलेल्या जामावर आधारून साराआकारणी केली जाई. आणि त्याचबरोबर असेही ठरविले जाई की जेव्हा पिके पिकलेली असतील तेव्हाच ठरविलेल्या अटी लागू होतील[४६] असे त्यावरून स्पष्ट दिसते. भाओलीबाबतीत सरकारची वृत्ती एका सुभाषितात ' बटाई-लुटाई अस्त '[४७] व्यक्त झाली आहे. ती म्हणजे विभाजन म्हणजे लूट.

---

४३. दस्तूर-उल-अमल-इ-बेकस पृ. ७१बी, ७२ए. पहा, ऐन-ए-अकबरी १, पृ. १९९. फरहांग-इ-कर्दानी पृ. ३२बी, खुलासत-उस-सियाक पृ. १३एबी अन्यत्र ह्या साराआकारणीला गल्लाबक्शी किंवा बटाई म्हणत.

४४. दस्तूर-उल-अमल-इ-बेकस, पृ. ७२ए

४५. दिवाण-इ-पसंद, पृ. ८१

४६. दस्तूर-उल-अमल-इ-बेकस, पृ. ६२बी

४७. दस्तूर-उल-अमल-इ-बेकस, पृ. ७१बी

(शेतकऱ्यांच्यातर्फे) विभाजन करण्यास मोठी जागृतता लागते व सतत देखरेखही लागते. त्याच्यामुळे जादा खर्च होतो. बहुधा तो सरकार व शेतकरी यांच्यात विभागला जातो. त्याचा परिणाम म्हणजे राज्याचे उत्पन्न घटते. शिवाय स्थानिक अधिकाऱ्यांनी शिकस्तीचे प्रयत्न करूनसुद्धा काही पिकांचा दुरुपयोग होण्याची शक्यता प्रत्यक्ष विभाजन होईपर्यंत नाहीशी होत नाही. त्यामुळे वरील सुभाषिताची अचूकता आणि विभाजनाचे कार्य करण्यास सरकारची नाखुषी दिसून येते. अशा तऱ्हेच्या व्यवस्थेत निरपवादपणे शेतकरी प्रथम पुढाकार घेतात. आणि त्यांच्या विनवणीला मान्यता देणे साराआकारणी अधिकाऱ्याचे कर्तव्य ठरे. कसेही असो, प्रत्यक्ष व्यवहारात साराआकारणीचे अधिकारी निर्णय घेण्याच्या शक्तीने पुरेसे सुसज्ज असत व कधी निर्णय वेगळा घेत आणि पुन: आपल्या म्हणण्याचे ह्या भूमिकेवर समर्थन करीत. अशा तऱ्हेच्या व्यवस्थेने सरकारचा तोटा होणे अपरिहार्य होते.

अमल-इ-खेवट

साराआकारणीच्या ह्या पद्धतीत लागवडीस आणलेल्या जमिनीची मोजमापणी जरबेने करणे व मुन्तखाब[४८] तयार करणे याचा समावेश होई. परगण्यातील[४९] खेवट-इ- अजनसच्या पायावर जमाबंदी तयार करीत. खेवट-इ-अजनस या संज्ञेचा अर्थ स्पष्ट नाही, पण ज्या कागदावर धान्यरूपाने[५०] धान्याच्या दरात लावलेल्या साऱ्याची आकारणी असे, असा त्याचा अर्थ होतो. जर वरील स्वीकरण बरोबर असेल तर खेवट नावाची साराआकारणीची पद्धती ही जब्तचीच एक दुसरी पद्धत म्हणावी लागेल. मुन्तखबचा उल्लेख दाखवतो की साराआकारणी वैयक्तिक मालकीवर करण्याऐवजी सर्व खेड्याची एकदम केली जाई.

---

४८. खेड्यात पेरलेल्या प्रत्येक पिकाचे क्षेत्र सर्व खेड्याचा जामा तयार करण्यासाठी वापरत असे या कागदपत्रावरून दिसते. एकट्या शेतकऱ्यासाठी नाही. जर एकट्याच शेतकऱ्याकडून सारा गोळा करावयाचा असेल तर शेतकऱ्याने एकूण किती जमीन लागवडीखाली आणली ते जमाबंदी दाखविते. तसेच प्रत्येक पिकाला किती क्षेत्र लागते तेही दाखवते. पहा, दिवाण-इ पसंद, पृ. १२बी, १३ए

४९. दस्तूर-उल-अमल-इ-बेकस पृ. ७२एबी

५०. खेवट म्हणजे समभागी खेड्यांत वाटलेल्या भागाची नोंद, रयतेच्या वाट्याप्रमाणे सारा केलेली नोंद, तडजोडीचे भाडे किंवा आकारणी. (विल्सनचा स्पष्टीकरण कोश पृ. २८५, ५८४) खेवट हा शब्द नोंदलेले तडजोडीचे भाडे किंवा आकारणी या अर्थाने आला तर आपण ज्या कागदावर धान्यरूपाने सारा आकारलेला आहे असा खेवट-इ-अजनस बाबत आपण तर्क करू शकतो.

अमल-इ-जिनसी

झोडपलेल्या जमिनीवरील पिकाचा ताबडतोब केलेला अंदाज यात येतो, आणि रयतेने धान्यरूपाने पैसे देण्याचा केलेला करार यात ठरलेला असे.[५१]

सरबस्ता

साराआकारणीची ही पद्धत ताबडतोब साराआकारणीची असे. साराआकारणीच्या अधिकाऱ्याने सर्व परगण्यांसाठी ताबडतोब सारा आकारता कामा नये असे पुस्तकात सांगितले आहे.[५२] सर्व परगण्यांसाठी जर ताबडतोब सारा आकारलाच तर खेड्यातील जाम्याचे विभाजन चौधरी व कानुंगो यांच्या हातात ठेवता कामा नये. हस्तलिखितात[५३] म्हटले आहे की, या पद्धतीने त्याच्या स्वतःच्या खेड्यावर लागू केलेला जामा दुसऱ्या खेड्यावर बदलण्याची त्यांना संधी मिळे आणि स्वतःच्या खेड्याचे[५४] उत्पन्न घशात टाकता येई. तथापि एका खेड्याची त्वरित आकारणी करण्याबद्दलची विशेष सूचना दिली गेलेली नव्हती. म्हणून आपण समजू शकतो की खेड्यांची त्वरित आकारणी किंवा परगण्याची त्वरित आकारणी अस्तित्वात होती; पण वरिष्ठ अधिकाऱ्यांनी निश्चितपणे ती अमान्य केलेली होती.

तश्खीस-इ-नकदी

अकबराच्या कारकिर्दीत एका रकमेत पैशाच्या रूपाने आकारलेला असा सारा नकदीचा अर्थ असे. या संदर्भातील परिच्छेदात साराआकारणीची तपशीलवार पद्धती म्हणून त्याचा उपयोग स्पष्टपणे दिला आहे. या काळात नकदी म्हणून असलेली साराआकारणीची पद्धत चांगली माहीत असे. त्यामुळे तिचे वर्णन देण्याची आवश्यकता नाही. एक महत्त्वाची गोष्ट नोंदली पाहिजे की, साराआकारणीच्या व वसुलीच्या पद्धतीवरील प्रकरणात जब्तचा उल्लेख बिलकूल आढळत नाही. नकदी या संज्ञेचे स्पष्टीकरण इतर साधनांत आपल्याला शोधले पाहिजे. वस्तुतः एकोणिसाव्या शतकाच्या पूर्वार्धातील एका ग्रंथात या संज्ञेचे वर्णन आले आहे. नकदी ही आकारणीची पद्धत म्हणून वर्णिलेली आहे.

लागवडीस आणलेल्या जमिनीची मोजमापणी शेतीविषयक पिकांच्या बाबतीतील स्थानिक परिस्थितीची पाहणी आणि अद्ययावत किंमतीच्या यादीचा पैशात दर अजमावण्यासाठी केलेला अभ्यास यांचा यात समावेश असे. नकदी शब्दाची व्याख्या

---

५१. *दस्तूर-उल-अमल-इ-बेकस,* पृ. *७२एबी*

५२. *दस्तूर-उल-अमल-इ-बेकस,* पृ. *६६एबी*

५३. *दस्तूर-उल-अमल-इ-बेकस,* पृ. *६६बी*

५४. *दस्तूर-उल-अमल-इ-बेकस,* पृ. *६६बी*

१९ व्या शतकातील एका संहितेत दिलेली आहे. त्याप्रमाणे नि:संशय एकच गोष्ट स्पष्ट होते ती म्हणजे नकदी जब्तला दिलेले दुसरे नाव होय. भावोलीचा तो दुसरा भाग असून त्यात पैशाच्या रूपाने[५५] करवसुली केली जाई.

साराआकारणीच्या पद्धतीसंबंधीची जी माहिती संक्षिप्तपणे वर सांगितली आहे तिच्यात दिवाण-इ-पसंदमधील १९ व्या शतकाच्या पूर्वार्धात रचल्या गेलेल्या ग्रंथाचा पुरावा घालता येईल. जमीनमहसुलाचा कारभारविषयक असलेला हा ग्रंथ जब्त, भावोली तसेच साराआकारणीची आणखी एक पद्धत त्यातील वर्णनावरून नसक म्हणून ओळखता येते. जब्त, कानकूट आणि भोवालीचे खासरा, खुलासत-उस-सियाकमध्ये त्याच तपशीलासह पुन: उत्पन्न झाले आहेत. साराआकारणीच्या व्यवस्थेतील कामात दिवाण-इ-पसंद[५६]मधील खेड्यातील सीयाह-इ-तशखीच्या पुनरुक्तीपूर्वी होणाऱ्या परिचयामुळे आपल्याला तिच्या अंतरंगाचे यथार्थ ज्ञान होते. शेतीविषयक परिस्थिती व साराआकारणीची व्यवस्था याचा परिचय करून देऊन लेखक म्हणतो की, खेड्यातील (*खेड्याच्या कारभारातील*) जमीनमहसुलाची व्यवस्था बहुधा जमीनदाराबरोबर केली जाई. जामा तयार करण्यासाठी आकारणी करणाऱ्या अधिकाऱ्याला लागवडीस आणणाऱ्या जमिनीचे मोजमाप करावे लागे. तिची मुन्ताखाब म्हणजे प्रत्येक पिकासाठी एकूण किती जमीन दिली, त्याचे थोडक्यात निवेदन देऊन नंतर त्याप्रमाणे गणित करून जामाबंदी (*देण्याचे पैसे*) ठरवावे लागे.[५७] आकारलेला जामा खेड्यासाठी जमीनदार कबूल करीत आणि त्याच्याबद्दल देण्याच्या पैशाला एका लेखी करारनाम्यात (*कबुलीयत*) मान्यता देई. याच संदर्भात वर्णन केलेली साराआकारणीची पद्धत खेड्याबरोबर जमीनदाराने केलेली जब्त व्यवस्था दिसते. जब्त व्यवस्था दुसऱ्याही एका तऱ्हेने प्रत्येक शेतकऱ्याच्या शेताची खसरा-इ-खतबंदीच्या पायावर आकारणीवरून केली जाई असे दिसते. ज्याच्यात प्रत्येक शेतकऱ्याची प्रत्येक पिकाखालील जमीन दाखवलेली असते. असे हे एक नोंदणी पुस्तक असते. अशी पद्धत अमल-इ-खांब म्हणून माहीत होती. या व्यवस्थेखाली प्रत्येक शेतकऱ्याच्या ताब्यातील शेतावर साराआकारणी केली जाई आणि त्याच्यापासून प्रत्यक्ष महसूल घेतला जाई. जेव्हा जमीनदार जब्त व्यवस्थेला तयार नसत किंवा रयतेपासून महसूल घेण्याची असमर्थता व्यक्त करीत, तेव्हाच अशी व्यवस्था केली जाई. असे असूनही साराआकारणी करणाऱ्या अधिकाऱ्यांना वाटले की

---

५५. *दस्तूर-उल-अमल-इ-बेकस, ६६०३ पृ. ७९ए*
५६. *दिवाण-इ-पसंद, पृ. ९बी, १०ए, १८एबी, २१एबी*
५७. *दिवाण-इ-पसंद, पृ. १५एबी*

दोन्ही व्यवस्थेपैकी कोणतीही एक आकारणीची पद्धत जमीनदाराला नष्ट करील किंवा ती पद्धत त्याला आर्थिक अडचणीत टाकील असे जमीनदार नजरेस आणील आणि त्याच्या सामाजिक दर्जाला इजा करेल, अशा प्रसंगी साराआकारणीची तिसरी पद्धत अवलंबिली जाई. ही पद्धती खेड्यातील जाम्याची आकारणी चालू वर्षाच्या जाम्याचा सरकारी अधिकाऱ्याने केलेला अंदाज तो गतवर्षीची बाकी व जमलेला पैसा, मागील दहा वर्षांतील तुलनात्मक जामाचे आकडे आणि खेड्याविषयी माहिती असणारे कानुंगो व इतरांकडून मिळालेले जाम्याचे अंदाज यावर अवलंबून असे. साराआकारणीची व्यवस्था जमीनदाराबरोबर केली जाई. लावलेला जामा मान्य करून बाकी सरकारांत भरू अशा करारनाम्यावर जमीनदाराला सही करावी लागे. अशी व्यवस्था दोन किंवा तीन वर्षासाठी करता येई. पट्टा (*करारनामा*) जमीनदाराला दिला जाई आणि त्या बदली तो कबुलीयत देई.[५८]

साराआकारणीच्या वर वर्णन केलेल्या पद्धतीचा बारकाईने विचार करणे आवश्यक आहे; कारण महान मोगलांच्या काळात नसक म्हणून प्रसिद्ध असलेल्या पद्धतीची महत्त्वाची अंगे तिच्यात असत. नसकप्रमाणे दिवाण-इ-पसंदमध्ये वर्णन केलेली साराआकारणीची पद्धत मागील दहा वर्षांची नोंद व गतवर्षाची बाकी व जमा यांच्यावर आधारलेली असे. औरंगजेबाच्या काळात अशी व्यवस्था होती. ती मुकादम आणि जमीनदार यांच्यात होई; पण निरपवादपणे ती वार्षिक पायावर केली जात असे. दिवाण-इ-पसंदमध्ये साराआकारणीची जी पद्धत वर्णन केली आहे ती दोन किंवा तीन वर्षासाठी असू शकेल. अशा रीतीने ही व्यवस्था वार्षिक असण्याऐवजी काही कालापुरती असे. दिवाण-इ-पसंदमध्ये वर्णन केलेली तिसरी साराआकारणीची पद्धत नसक म्हणून समजता येईल; कारण ती जमीनदाराबरोबर पूर्वीच्या नोंदीच्या पायावर केली जाई. ती नसकपासून वेगळीही होती; कारण ती वार्षिक असण्याऐवजी काही कालापुरतीच असे. यावरून असे दिसते की दिवाण-इ-पसंदमध्ये वर्णन केलेली साराआकारणीची पद्धत नसकचाच एक प्रकार होता व त्याने काही काळापुरती ब्रिटिशांची व्यवस्था व कायम जमीनधारा पद्धतीची भूमी तयार केली.

साराआकारणीच्या पद्धतीचे १८व्या आणि १९ व्या शतकातील साधनांच्या आधारे केलेल्या वर्णनांचे पुनर्निवेदन येथे पुरे होते. तसेच आपल्याला साराआकारणीच्या पद्धतीच्या विभागीय विभाजनाच्या काही गोष्टी इ. स. १७८८ मध्ये तयार केलेल्या आणि ब्रिटिश म्युझियममध्ये सुरक्षित ठेवलेल्या कराराच्या निवेदनपत्रावरून कळतात. जमीन मोजणीच्या विविध पद्धती तसेच साराआकारणीच्या उत्तर भारतातील[५९] विविध

---

५८. *दिवाण-इ-पसंद, पृ., १५बी, १६ए*

५९. *पुरवणी ६५८६ पृ. १६४एबी*

भागात असलेल्या पद्धती याची माहिती आपल्याला त्यावरून होते. औधबद्दल असे सांगतात की एक बिघ्याचे क्षेत्र अनेक मार्गांनी ठरविले जाई आणि रयतेवरील महसुलाची मागणी बिघावार केली जाई. यावरून जप्तचा प्रभाव अधिक होता,[६०] हा अंदाज खरा ठरतो. अलाहाबाद येथे सर्वसाधारण साराआकारणीची पद्धत जब्त हीच होती. पंजाबमध्ये जमीनदारांच्या ताब्यातील क्षेत्रात साराआकारणी घल्लाबख्शी पद्धतीने होई आणि जमीनदरांचा वाटा एकंदर उत्पन्नाच्या निम्मा किंवा एकतृतीयांश ठरविला जाई. राज्याच्या ताब्यातील प्रदेशात जब्तचा वापर असे आणि बिघा ६०×६० यार्डाच्या बरोबर असे. मोजणी पुरी झाल्यावर साराआकारणी व वसुली नगद पैशात होई. शहाजहा नाबाद सुभ्यात मोजणी व विभाजन एकदमच होत असे. आणि राज्याचा वाटा एकंदर पिकाच्या निम्मा किंवा $\frac{१}{३}$ ठरविला जाई.

इंग्रजपूर्व जमीनमहसुलाची बंगालमधील[६१] जमीनमहसूल व्यवस्था वर्णन करणाऱ्या १७७७मध्ये तयार केलेल्या अहवालात आपल्याला दिसते की बिहारमध्ये बहुसंख्य महाल पैशातच आकारले जात. पट्टेही दिले जात. त्यात महसुलाच्या रकमेचा उल्लेख असे आणि नेहमीच्या अबवाब[६२]प्रमाणे पैसे गोळा करीत. काही खेड्यांतून कानकूट प्रचारात होते आणि पैशाची वसुली अमीन शेतकरी आणि जमीनदार यांच्यातर्फे होई.

वर सांगितलेल्या पुराव्यांच्या सारांशाचेही परीक्षण केल्यानंतर साराआकारणीच्या जब्त, कानकूट आणि घल्लाबख्शी या पद्धती उत्तर भारतात वेगवेगळ्या भागात नांदत होत्या, असे आपल्या लक्षात येते. त्याचबरोबर साराआकारणीच्या काही नव्या पद्धती प्रथमच आपल्या कानावर पडत आहेत. त्या म्हणजे सरबस्ता, अमल-इ-खेवट, अमल-इ-जिन्सी या होत. आणि साराआकारणीची आणखी एक पद्धत होती. ती नसकचाच एक प्रकार मानता येईल. साराआकारणीच्या या पद्धती सोळाव्या व सतराव्या शतकात वापरात असाव्यात; पण त्यांची नोंद नाही. हेही शक्य आहे की त्या काही स्थळापुरत्याच मर्यादित असाव्यात म्हणून केंद्रस्थानी रचल्या गेलेल्या ग्रंथातून याचा उल्लेख आढळत नाही. आणखी हेही शक्य आहे की, सतराव्या शतकाच्या शेवटच्या चतुर्थात किंवा अठराव्या शतकाच्या सुरुवातीस त्या वेळच्या बदललेल्या कृषिविषयक परिस्थितीची गरज म्हणून

---

६०. दस्तूर-उल-अमल-इ-महादीअलीखानप्रमाणे एकोणिसाव्या शतकाच्या पूर्वार्धात अवधमध्ये बहराईच सरकारमध्ये साराआकारणीच्या पद्धती नकदी किंवा कक्त असत. पहा दस्तूर-उल-अमल-इ-महादी अलीखान. पृ. २एबी

६१. राय रायान व कानुंगो यांचा अहवाल पुरवणी ६५९२, पृ. ११२बी

६२. जमीन साऱ्यावरील अधिक देण्याची परंपरागत बाकी.

त्यांचा उदय झाला असावा. महत्त्वाची गोष्ट ही आहे की, मोंगलांच्या काळी विशेष माहीत नसलेली हस्त-ओ-बद (*पद्धती*) काही प्रांतातून बरेच महत्त्व पावली होती. आणि साराआकारणीच्या व्यवस्थेत ती उत्कृष्ट म्हणून तिची शिफारस केली जात होती.

दुसरे असे की साराआकारणी करणाऱ्या अधिकाऱ्यांना आज्ञा असे की, त्यांनी शेतकरी व जमीनदारांना साम्राज्याच्या प्रदेशात चालू असलेल्या साराआकारणीच्या पद्धतीपैकी कोणतीही निवडण्याचा पर्याय असावा. संहिता हा पर्याय सुचवितात. यावरून असे दाखविता येईल की संहितेतील पुरावा हा तत्त्वाच्या बाबतीत पक्षपाती आहे, कृतीचे बाबतीत नाही. स्थानिक किंवा प्रादेशिक पद्धती व्यक्तिशः शेतकरी किंवा जमीनदार यांच्या हक्कांना अमकीच पद्धती स्वीकार असे सक्तीचे करून इजा पोचविणारी ठरणे शक्य होते. साराआकारणी करणाऱ्या अधिकाऱ्यांना निर्णय देण्याचा अधिकार दिलेला असल्यामुळे काही स्थानिक ठिकाणी विशिष्टच पद्धत निवडत असले पाहिजेत. तिसरे आपल्याला कळून येते की, जमाबंदी दोन प्रकारांनी तयार करता येई ती मुन्तख्वाबच्या पायावर तयार करीत. तिच्यात प्रत्येक पिकाचे क्षेत्र दाखविले जाई आणि जमीनदारांच्यापासून घेण्याचा सर्व खेड्याचा आकारलेला सारा किंवा खसरा-इ-खताबंदीच्या पायावर तयार करून कागदावर वेगवेगळ्या पिकांची क्षेत्रे दाखवीत. तसेच प्रत्येक शेतकऱ्याच्या मालकीचे प्रत्येक पिकाखालील शेत आणि व्यक्तिशः शेतकऱ्याच्याकडून जमविलेला पैसा दाखवीत. दुसऱ्या शब्दात सांगावयाचे म्हणजे एका बाबतीत सर्व खेड्याची महसुलाची मागणी दाखवीत आणि दुसरीत प्रत्येक शेतकऱ्याच्या मालकीवरून साऱ्याची आकारणी दाखवीत. पहिली पद्धत सरसहा चालू होती तर दुसरी अपवाद होती असे दिसते. महसूल बहुधा जमीनदार किंवा त्याच्यातर्फे गोळा केला जाई. जर जमीनदारांनी रयतेपासून जमीनमहसूल गोळा करण्याची असमर्थता दाखविली आणि म्हणून ठरविलेला महसूल गोळा करावयाचा नाही असे मनात आणले तर जमाबंदीच्या पायावर व्यक्तिगत शेतकऱ्याकडून महसूल गोळा करीत व प्रत्येक शेतकऱ्याचा आकारलेला सारा त्याच्या नावे दाखवीत. अशा रीतीने साधारणपणे खेड्याची आकारणी करण्याकडे प्रवृत्ती असे आणि जमीनदार किंवा त्यांच्यातर्फे महसूल गोळा केला जाई. बहुधा साराआकारणी सर्व खेड्यावर केली जाई. ह्या वस्तुस्थितीला औरंगजेब आणि मुहंमदशहा यांच्या वेळच्या दस्तऐवजात आढळणाऱ्या अपुऱ्या पुराव्यावरून बळकटी येते. या दस्तऐवजावरून आपल्याला दिसते की साराआकारणीसाठी ठरविलेला भाग खेडे हा असे आणि जमीनदार किंवा मुकादम आकारलेला जामा गोळा करण्यासाठी आणि[६३] राजकोशात भरण्यासाठी लेखी करारनामा करीत.

---

६३. *फर्हंग-इ-करदानी ३४बी, दस्तूर-उल-अमल-इ-बेकस, पृ. ६६एबी*

साराआकारणीचा तपशील जागेवरच प्रतिवर्षी होई किंवा नोंद केलेल्या जाम्याची पुनरावृत्ती करीत. तसेच लागवडीस आणलेल्या क्षेत्रात वाढ की घट झाली किंवा पिके निघण्याच्या बाबतीत इतर काही मुद्दे आहेत की काय याची नोंद करीत, हे मात्र यावरून स्पष्ट होत नाही. साराआकारणीच्या पद्धतीसंबंधीच्या साहित्यात असणाऱ्या प्रकरणावरून दिसते की साराआकारणी करणाऱ्या प्रत्येक अधिकाऱ्याने प्रतिवर्षाच्या सुरुवातीस खेड्यातील शेताची व्यक्तिशः पाहणी करावी, साराआकारणीच्या उद्योगावर देखरेख करावी आणि वार्षिक जामा ठरवावा. तरीही खुलासत-उस-सियाक आणि दिवाण-इ-पसंदमधील पुराव्यावरून स्पष्टपणे दिसते की नेहमीच्या पद्धतीप्रमाणे पूर्वीच्या नोंदीवर जामा आकारीत, आणि प्रत्यक्ष तपशीलवार आकारणी जमीनदार किंवा शेतकरी अशा तऱ्हेची मागणी करीत तेव्हा करीत.

पैसे भरण्याची पद्धत

नगद पैसा भरण्याची सुव्यवस्थित पद्धती अकबराच्या काळात होती; पण शेतकरी पैसे देण्यास नाखूष असेल तर धान्यरूपानेही वसुली करावी अशी अमीलला सूचना देण्यात आली होती. शेतकऱ्यांना अर्थातच शेतसाऱ्याची मागणी जेव्हा हप्ता असेल तेव्हा पैशातच द्यावी अशी अपेक्षा असे आणि त्यांना तसे करण्यास उत्तेजनही देत[६४] धान्याच्या वाटपाच्या बाबतीत निश्चित सूचना नोंदवलेल्या नसल्यामुळे धान्यरूपाने मर्यादित स्वरूपात देणे दिले जात असावे. म्हणून सर्वसाधारण नियम केलेले नव्हते. औरंगजेबाच्या कारकिर्दीच्या अखेरच्या वर्षातील तसेच औरंगजेबाच्या नंतरच्या काळातला पुरावा साम्राज्याच्या मोठ्या भागात सर्वसाधारणपणे पैशाच्या रूपानेच सारा द्यावा ह्या नियमाला पूर्णपणे बळकटीच आणतो. कारभारविषयक संहितेतील साराआकारणीचे हिशेबावरून दिसते की ज्या क्षेत्रात कानकूट आणि भावोली चालू होती तिथे राज्याचा धान्यात मोजलेला वाटा पैशात बदल केला जाई.[६५] दिवाण-इ-पसंदच्या लेखकाच्या मताप्रमाणे प्रत्येक शेतकऱ्याकडून घेतला जाणारा भावोली धान्यरूपाने निश्चित केला जाई; परंतु तो पैशाच्या रूपाने बदलून वसूल केला जाई. धान्य मात्र शेतकऱ्याजवळच राही.[६६] त्याचप्रमाणे मुकादम, जमीनदार व चौधरी यांनी सही केलेले व त्या काळातील

---

६४. अकबरनामा भा.२ पृ. ३८२, ३८३, ऐन-इ-अकबरी पृ. १९९, २०१. अग्रेरियन सिस्टीम ऑफ मुस्लीम इंडिया मूरलँड पृ. ११४

६५. खुलासत-उस-सियाक, पृ. १३एबी, १५ए. फर्हंग-इ-कर्दानी पृ. ३३बी

६६. दिवाण-इ-पसंद, पृ. २१बी.

कारभारविषयक साहित्यात उल्लेखिलेल्या करारावरून दिसते की सारा पैशात आकारला जाई व करारात ठरविलेला पैसा देण्यासंबंधी सही करणाऱ्यांना जबाबदार धरले जाई.[६७] खुलासत-उस-सियाकचे उदाहरण म्हणून देता येईल. किर्तापूर परगण्यातील औरंगशहापूर ह्या खेड्याने सव्वापाचशे रुपये सारा भरावा असे ठरले आणि मुकादमाने भाडेपट्टीत ठरविलेला सारा भरण्याच्या लेखी करारावर सही केली.[६८] १८व्या शतकाच्या अखेरच्या भागात संकलित केलेल्या एका ग्रंथात आपण वाचतो की पंजाबमधील साम्राज्याच्या प्रदेशात मोजणीची पद्धत होती आणि भाडेपट्टीत लिहिल्याप्रमाणे पैशाच्या स्वरूपात शेतसारा किती द्यावा यासंबंधीच्या कलमाप्रमाणे अमील सारा वसूल करीत.[६९]

अशा प्रकारे उपलब्ध पुराव्यावरून दिसते की नगदी रूपानेच पैसा द्यावा अशी पद्धत होती. कसेही असो, स्थानिक पद्धती, व्यवहार आणि विशिष्ट क्षेत्रातील शेतीविषयक परिस्थिती यामुळे प्रचलित पद्धतीपासून दूर जाण्यासंबंधीचे समर्थनच होते. अशा स्थितीत धान्यरूपाने देणे देण्याची शक्यता सर्वस्वी दूर करता येत नाही.

साराआकारणीची मागणी चार किंवा सहा हप्त्यात वर्षातून पुरी केली जाई आणि प्रत्येक हप्त्याची रक्कम लेखी करारात व भाडेपट्टीत उल्लेखिलेली असे.[७०]

❖❖❖

---

६७. *दस्तूर-उल-अमल-इ-बेकस, पृ. ६६, ६७,६८, खुलासत-उस-सियाक पृ. ११बी. फर्हंग-इ-कर्दानी पृ. ३४ए.*

६८. *खुलासत-उस-सियाक, पृ. ११बी.*

६९. *पुरवणी ६५८६, पृ. १६४ए.*

७०. *फर्हंग-इ-कर्दानी, पृ. ३४एबी, ३५ए. दस्तूर-उल-अमल-इ-बेकस, पृ. ६७.*

प्रकरण ४ थे

जमीनमहसुलाची व्यवस्था

भाग १

जमीनमहसुलाची आकारणी व पैसा गोळा करणे दिवाण-इ-विजारत किंवा महसूल मंत्रालयाकडे सुपूर्त केलेले होते. ते निरनिराळ्या पातळ्यांवर काम करीत. उदा. केंद्र प्रांत सरकार आणि परगणा यात ते काम करीत. ते दिवाण-इ-कूल किंवा वजीर ज्याला दिवाण-इ-आला[१] म्हणत त्याच्या नेतृत्वाखालील महसुलाच्या अधिकारश्रेणीत काम करीत.

साराआकारणी व सारा गोळा करणे यांच्या पद्धतीत सुधारणा करण्याचे अकबराने अविरत प्रयत्न केले. जमीनमहसुलाच्या कारभाराचे काम सुरळीत चालावे म्हणून योग्य ती कारभारविषयक यंत्रणा निर्माण करणे व प्रगत करण्याकडेही त्याने तितकेच लक्ष दिले. पद्धतशीर पायावर प्रांताची पुनर्घटना, विजारत किंवा महसूल मंत्रालय हे विकीलापासून वेगळे मंत्रालय आणि प्रांतीय दिवाण हा वजीराचा प्रत्यक्ष प्रतिनिधी म्हणून ह्या अधिकारपदाची निर्मिती ही जमीनमहसूल पद्धतीला अकबराची मौलिक (अगदी नवीन) देणगी होय. त्याच्या पाठोपाठ झालेली कारभारविषयक यंत्रणा

---

१. दिवाण या संज्ञेच्या विशेषासंबंधी चर्चा करताना मरहूम श्री इब्न-इ-हसन म्हणतात, मोगलांच्या अमलात तिचा वापर निश्चित असून महसूल व अर्थ ह्यांच्या प्रमुखापुरता तो मर्यादित असे. अकबराच्या कारकिर्दीत वजीर शब्दाचा उपयोग अधिकारासाठी क्वचित होई, तर दिवाण हा शब्द अधिक प्रचारात होता. जहांगीरच्या कारकिर्दीत ही पद्धत बरोबर उलट होती, वजीर हा शब्द अधिक वापरला जाई. आणि शहाजहानच्या कारकिर्दीत या शब्दाला निश्चित अर्थ आला. वजिराला दिवाण-इ-कुल (मुख्य दिवाण) आणि त्याच्या खात्यातील इतर सहकाऱ्यांना दिवाण मानत.' ' सेंट्रल स्ट्रक्चर ऑफ दि म्युगल एंपायर ' पृ.१४८.

पुढे १८ व्या शतकाच्या मध्यापर्यंत थोड्याशा सुधारणा होऊनसुद्धा तिच्या रचनेवर कळून येण्याजोगा परिणाम न होता चालू राहिली.

वजीर

दिवाण-इ-कुल या अधिकाराचे मूळ अकबराच्या आठव्या राज्यवर्षात शोधता येते. तेव्हा त्याने मुजफ्फरखानाला दिवाण-इ-कुल किंवा वजीर म्हणून नेमले.[२] अकबर व जहाँगीर यांच्या कारकिर्दी या प्रायोगिक व उत्क्रांतीवादी समजता येतील. शहाजहानच्या कारकिर्दीपर्यंत दिवाण-इ-कुल व दिवाण-इ-आला हे हुद्दे पुरे झाले होते. महसूल मंत्रालय दिवाण-इ-कुलच्या सर्वसाधारण नियंत्रण आणि देखरेखीखाली अनेक विभागात विभागले गेले होते, आणि योग्य रीतीने स्पष्ट केलेल्या व बारीकसारीक तपशील असलेल्या नियमाप्रमाणे कारभार चालत होता.[३]

औरंगजेबाच्या कारकिर्दीत महसूल मंत्रालयाच्या प्रमुखाचे वजीर म्हणून किंवा वजीर-इ-आजम किंवा वजीर-इ-मुअझम[४] असे वर्णन करीत पण कारभारविषयक आणि हिशेबांच्या पुस्तकात त्याचा दिवाण-इ-आला[५] असा उल्लेख येतो. यावरून तर्क केला जातो की दोन्ही संज्ञा एकमेकांशी समानार्थी आहेत आणि ज्या अर्थी बखरी महसूल मंत्रालय प्रमुखाचे वर्णन वजीर असे करतात तेव्हा तंत्रदृष्ट्या त्याला दिवाण-इ-आला म्हणून ओळखीत. पुढील मोंगलांच्या कारकिर्दीत बखरकार त्याचा उल्लेख वजीर म्हणून करतात.

वजिराची सत्ता व दर्जा

दिवाण-इ-आलाच्या सत्तेचा आणि अधिकाराचा विस्तार साम्राज्याच्या जवळ जवळ सर्व कारभारविषयक कृतीवर झाला होता. साम्राज्याचा सर्व महसूल आणि अंमलबजावणी खात्यातील अधिकाऱ्यांच्या उदा. सुभेदार, दिवाण, फौजदार, अमीन, करोरी आणि कोशाचे सर्व अधिकारी यांच्या नेमणुकांसंबंधी शिफारसी करणे, सर्व नेमून

---

२. अकबरनामा; भाग २, पृ. १९७, मूळ लिखाणात विजारत-इ-दिवाण-इ-कूल असे लिहिले आहे.

३. सेंट्रल स्ट्रक्चर ऑफ द म्युगल एंपायर, पृ. ३०४-३०७.

४. मुन्तखब-उल-लुबाब; भा. २ पृ.२३५; मआसिर-उल्-उमरा भा. १ विभाग १ पृ. ३१०, ३१३, भाग २ पृ. ५३१, ५३२, ५३३, अलमगीरनामा, पृ.८३२, ८३७.

५. खुलासत-उस-सियाक पृ. १५बी, दस्तूर-उल-अमल-इ-मुजमलाई, पृ. १४४ए; फर्हंग-इ-कर्दानी पृ. २७बी, २८ए.

दिलेल्या कामावर देखरेख आणि नियंत्रण राखणे, तसेच मदादमाश जमिनी देणे याबाबत त्याची कार्यक्षमता असल्यामुळे सर्व तऱ्हेची अंमलबजावणी महसूल आणि आर्थिक सत्ता त्याच्यात केंद्रित झालेली होती. केवळ या मुद्द्यावरच प्रकाश टाकण्यासाठीच की काय सरकारी दस्तऐवजात त्याचे वर्णन मदार-उल-मादमाइ आणि जुमदत-उल-मुल-मुल्की[६] असे केलेले आहे. सर्व महसूल व कारभारविषयक गोष्टीवर त्याची सर्वश्रेष्ठ कारभारविषयक सत्ता होती, असे अनुमान त्याच्या कामाचे कारभारविषयक पुस्तकात दिलेल्या वर्णनावरून करता येते.

फर्हंग-इ-करदानीच्या लेखकाच्या मताप्रमाणे सर्व साम्राज्य दिवाण-इ-आलावर अवलंबून असे. सर्व सत्ता त्याच्या हातात होती आणि महसूल व कारभारविषयक सर्व बाबी[७] हाताळण्यास तो समर्थ होता. खुलासत-उस-सियाकमध्ये[८] दिवाण-इ-आलाचे वर्णन महसूल आणि कारभारविषयक बाबीकडे पाहाणारा तसेच धार्मिक आणि निधर्मी बाबींचा विचार करणारा म्हणून केले जाते. साम्राज्याच्या कायद्याचे तो परिपालन करी आणि सम्राटाच्या आज्ञा अमलात आणी. साम्राज्याच्या खजिन्यातील संपत्ती वाढविण्यासाठी तो प्रयत्न करी आणि शिपाई आणि रयत यांचे कल्याण करी. तो अमीलांच्या - जे लोकांची भरभराट करीत - नेमणुका करीत आणि जे जुलूम करीत त्यांना पदभ्रष्ट करी. दिवाणाचा हुद्दा हा राज्यातील कारभारविषयक सर्वोच्च दर्जाचा हुद्दा होता, असे आपण वाचतो. इतर सर्व अधिकार उदा. बक्षी-मीर-इ-सामान, मुश्रीफ तहसीलदार आणि जमीनदार हे सर्व त्याच्यापेक्षा दर्जाने कमी होते.[९]

वर सादर केलेल्या पुराव्याच्या परीक्षणावरून दिसते की,

(१) दिवाण-इ-आला हा साम्राज्याचा कारभारविषयक सर्वात मोठा अधिकारी होता.
(२) त्याची सत्ता आणि अधिकार महसूल मंत्रालयाच्या सत्तेच्याही पलिकडे होता.
(३) कारभारविषयक सर्व कृती त्याच्या अधिकारात व देखरेखीखाली असत.

कामे

दिवाण-इ-आलाच्या कामाचा व महसूल मंत्रालयाच्या कामकाजाचा कारभार-विषयक पुस्तकातून अभ्यास केला तर वर केलेल्या निरीक्षणांचे समर्थनच होते. यातील पुराव्यावरून हेच सत्य व्यक्त होते की दिवाण-इ-आलाचे अधिकार व कामे विस्तृत होती व कारभारविषयक कामकाजाचे क्षेत्र विशाल होते. ह्यात साम्राज्याच्या नोकरांच्या

---

६. *दस्तूर-उल-अमल-इ-अलमगिरी, पृ. १७३ए*
७. *फर्हंग-इ-करदानी, पृ. २७बी*
८. *खुलासत-उस-सियाक, पृ. १५ए*
९. *दस्तूर-उल-अमल-इ-अलमगिरी, पृ. ११२ए*

नेमणुका, कचेरीतील सार्वजनिक उद्योगाचे कार्य, विविध दस्तऐवज व कागदपत्रे यांच्यावर सह्या करणे, लोकांच्या तक्रारी ऐकणे, तसेच वकील, मनसबदार व इतर अधिकारी[१०] यांच्या अर्जांचा फडशा पाडणे ही कामे असत.

नेमणुका

सर्व सरकारी अधिकाऱ्यांच्या नेमणुका त्याच्या शिफारसीने होत असे दिसते. अशा नेमणुकीसंबंधीचे कागदपत्र दिवाण-इ-खालीसाच्या कचेरीत सुरक्षित ठेवीत.

यात पुढील[११] नेमणुका असत.

(अ) सुभेदार, फौजदार, करोरी, अमीन आणि महालाचे मुशरिफ.

(आ) शाही कोशाचे अधिकारी, उदा. फौजदार, बरामदनवीस दारोगा, अमीन आणि मुशरिफ.

(इ) ज्यांना निरनिराळ्या अधिकाऱ्याकडून कागदपत्रे गोळा करण्यासाठी नेमलेले असे, असे साझावाल किंवा बेलीफ.

(ई) पैबाकी किंवा महालाचे अमीन व करोरी सरकारने नेमलेले पण विशिष्ट कामासाठी नियुक्त केलेले.

(उ) तहसीलदार किंवा सरकारी बाक्या वसूल करणारे.

(ऊ) जमीनदार.

सह्या

महत्त्वाचे अनेक दस्तऐवज, खर्च व नोंदणीपुस्तके[१२] यावर सही लागे. यावरून विविध विभागांच्या कामावर त्याचा केवढा कायदेशीर अधिकार व ताबा असे हे दिसून येते. फर्मानाच्या मागील बाजूस तो सही करी. (मदादमाश जमिनी देणेही त्यात समाविष्ट असे.) तसेच परवाना, तमसुख किंवा अधिकाऱ्यांनी घेतलेल्या जबाबदाऱ्या किंवा दिलेले जामिन याददास्त किंवा आठवणीसाठी केलेली टाचणी आणि फर्द-इ-हकीकत किंवा जागिरीसंबंधीच्या शिफारसी, बक्षीच्या कचेरीचे अहवाल आणि सियाहा यांना त्याच्या सहीवाचून कायदेशीरपणा येत नसे. याशिवाय तो पुढील कागदपत्रांवर सही करी.

१) जागिरीचे आणि नकदीचे[१४] सियाहा व दॉल[१३]

---

१०. दस्तूर-उल-अमल-इ-अलमगिरी, पृ. १४४बी, झवाबित-इ-अलमगिरी, पृ. ३२बी

११. दस्तूर-उल-अमल-इ-अलमगिरी, पृ. १४४बी, झवाबित-इ-अलमगिरी, पृ. ३२बी

१२. दस्तूर-उल-अमल-इ-अलमगिरी, पृ. १४४एबी, १४५बी, झवाबित-इ-अलमगिरी, पृ. ३१-३०बी, ३७बी, १४७

१३. दॉल-ज्या कागदावर मनसबदारांच्या वेतनाचा अंदाज दाखविलेला असतो.

१४. नकदी-पैशात दिलेले वेतन, तसेच रोख पैसे दिलेल्या मनसबदारास हे लागू आहे.

२) प्रांतात ठेवलेल्या मनसबदारांचे तॉजीख[१५]

३) परगणा व प्रांतीय खजिन्यात भरलेल्या पैशाचा अहवाल

४) मदादमाश धारण करणाऱ्यांचे अर्ज.

कचेरीतील फायली व कागदपत्रांचे काम सोडून दिवाण-इ-आला, दरोगा-इ-फर्यादियान (अर्जदारांचा देखरेखनीस) यांच्यातर्फे येणाऱ्या तक्रारी ऐकत असे. त्याचप्रमाणे मनसबदार व इतर अधिकारी यांचे वकील आपापल्या कुळांच्या तक्रारी दिवाण-इ-आलाकडे[१६] गुजरीत.

असे दिसते की सुभेदार, दिवाण व वाका-इ-नवीस यांच्यावर तो प्रत्यक्ष सत्ता गाजवीत असे. आपापल्या कामगिऱ्यांवर निघण्यापूर्वी ते सर्व वजीराला शिष्टाचार म्हणून भेटत आणि तो त्यांना प्रसंगोचित सूचना व सल्ला[१७] देई.

मंत्रालयाचे विभाग

एकापेक्षा अधिक शाखा किंवा विभाग यात महसूल मंत्रालय संघटित झाले होते. अत्यंत महत्त्वाचे विभाग म्हणजे दिवाण-इ-खालीसा, दिवाण-इ -तान, मुस्ताउफी आणि दारूल इन्शा किंवा फर्माने आणि इतर राजाच्या आज्ञा[१८] तयार करणारे खाते. महसूल मंत्रालयातील इतर विभाग मदादमाश अनुदान आणि ज्यांचे पगार पैशातून दिले जात त्यासंबंधीचा विचार करीत. दिवाण-इ-खालिसा व दिवाण-इ- तान हे दिवाणी-इ-आलाचे[१९] प्रमुख अधिकारी होते.

दिवाण-इ-खालीसा

दिवाण-इ-खालिसाची नेमणूक दिवाण-इ-आलाच्या शिफारसीवर प्रत्यक्ष बादशहाकडून होई. त्याच्या कचेरीत अनेक नोंदणीपुस्तके असत; शिवाय प्रांत आणि परगण्यातून[२०] महसुलाचे कागद येत. ' पाहिले ' असा शेरा मारून परवान्यावर तो सही करी. साम्राज्याच्या सर्व अधिकाऱ्यांच्या उदा. सुभेदार, दिवाण, फौजदार, कोतवाल इ.च्या नेमणुकांसंबंधीच्या कागदांचा फडशा त्याच्या कचेरीत होई. दिवाण, फौजदार व

---

१५. तॉजीख - वर्णन दिलेली यादी.

१६. दस्तूर-उल-अमल-इ-अलमगिरी, पृ. १४७ए, झवाबीत-इ-अलमगिरी पृ.८६बी, ९३ए

१७. हिदायत-उल-कवायद पृ. ८एबी, ९एबी

१८. दस्तूर-उल-अमल-इ-अलमगिरी पृ. १४१ए, १४६ए झवाबीत-इ-अलमगिरी पृ. ३६ए, ३७ए

१९. दस्तूर-उल-अमल-इ-अलमगिरी, पृ. ३४ए, ३५ए

२०. फर्हंग-इ-करदानी, पृ. २७बी

अमीन यांच्या नेमणुकीच्या हुकूमांवर तो सही करी. त्याची कचेरी खालीसा महालातील भाड्याच्या याद्या (जाम्याचे तुमार) तयार करी व शाही कुटुंबातील स्त्रियांच्या पगारासंबंधीचे कागद संभाळी. प्रांतीय दिवाण, अमीन, करोरी महाल-सैरमधील मुत्सद्दी व खजिनदार[२१] यांच्यासंबंधीचे कागद त्याच्या कचेरीत पाठविले जात. दिवाण-इ-खालीसा-साम्राज्याची भाडेपट्टी (तुमार-इ-जामा) तयार करून ती बादशहापुढे[२२] ठेवी.

दिवाण-इ-तान

दिवाण-इ-तानाकडे मनसबदारांच्या नेमणुका व जागीरदारांची कामे असत. कामांची फर्द-इ-हकिकत तो तयार करी. नेमलेली कामे पै बाकी, जमीनदारांसंबंधी विशेष अहवाल, सुभेदारांचे दॉल-इ-जागीर, पै बाकीच्या भाड्याच्या याद्या, मनसबदारांचे[२३] हुद्दे इत्यादीसंबंधीचे कागदपत्र त्याच्या कचेरीत ठेवण्यात येत. त्याला मनसबदार प्रत्येक वर्षाचे फासिलाचे आकडे सियाहा-इ-दाग-ओ-ताशिहाह (डाग देणे व तपासणे) आणि जामीन व जबाबदाऱ्या ह्यांच्या याद्या पुरविल्या जात. (तमासुक[२४])

मुस्ताउफी

मुस्ताउफीचे काम अमीलचे हिशेब तपासण्याचे असे. अमीलपासून मिळणाऱ्या व रयतेपासून मिळणाऱ्या अशा दोन्ही रकमा हिशेब तपासणीत वेगवेगळ्या दाखवीत. अमीलचे पदाच्या विशेष रकमेसंबंधीचे निवेदन दिवाणासमोर ठेवले जाई व त्यातून तो सूट देई. सूट दिल्यानंतर राहिलेली बाकी भरण्याची लेखी हमी अमीलला द्यावी लागे. रयतेपासून न मिळालेला महसूल त्यांच्या नावावर मांडला जाई व नवीन नेमलेला अमील ते वसूल करण्याबद्दल व खजिन्यात[२५] भरण्याबद्दल लेखी हमी देई. विशिष्ट वेळातच अमीलाच्याकडून थकलेली बाकी भरली जाते की नाही हे मुस्ताउफीला पहावे लागे. खजिन्यात भरणा केल्याचा दाखला त्यांच्यापासून घेऊन तो नोंदणी कचेरीत ठेवला जाई.

मुस्ताउफीला अमीलकडून अनेक कागद मिळत, ज्यात अमीलाने जमा केलेल्या

---

२१. दस्तूर-उल-अमल-इ-अलमगिरी, पृ. १४१ए, १४८बी, झवाबित-इ-अलमगिरी, पृ. ३४ए-३५ए

२२. फर्हंग-इ-कर्दानी, २८ए

२३. फर्हंग-इ-कर्दानी, पृ. २९एबी इल्म-इ-नवी सिंदिगी पृ. १५६ए

२४. दस्तूर-उल-अमल-इ-अलमगिरी, पृ. १४६एबी, झवाबित-इ-अलमगिरी, पृ. ३५बी-३६बी, फर्हंग-इ-कर्दानी ४-३०ए

२५. दस्तूर-उल-अमल-इ-मुजमलाई, पृ. १०९बी

आणि खर्च केलेल्याचा उतारा असे. असे अनेक कागद त्याच्या कचेरीत ठेवलेले असत. तसेच फुतादारच्या[२६] ताब्यात असलेल्या रोख पैशाच्या रूपाने जमा व खर्चाचा हिशेब ठेवलेला असे.

बादशहा व वजीर

औरंगजेबाच्या अमलात असलेले वजीर उदा. फाजीलखान, जाफरखान, आणि आसदखान यांना विपुल कारभारविषयक आणि सैनिकी अनुभव[२७] असे. स्वामीनिष्ठा, कार्यक्षमता, सचोटी आणि स्तुतीस पात्र असा नोकरीतला गुण यामुळे त्यांनी बादशहाचा विश्वास संपादन केलेला असे. परंतु वजजिराने[२८] केलेल्या कामाच्या तपशीलात बादशहा व्यक्तिश: रस घेई, त्यामुळे बादशहाच्या इच्छेविरुद्ध काही करण्याची कल्पना कोणत्याही वजिराच्या डोक्यात येत नसे. महत्त्वाचा मुलकी अधिकारी म्हणून त्याचा दर्जा चालू राही; पण त्यांना सैनिकी किंवा राजकीय नेमणूकसुद्धा दिली जाई.

बहादूरशहा गादीवर आल्यानंतर वजिराच्या स्थितीत निश्चित बदल झाल्याचे सहज दिसून येते. त्या वेळच्या बखरीच्या अभ्यासानंतर असे दिसून येते की अखेरच्या मोगलांच्या कारकिर्दीत पाठोपाठ येणारे वजीर बादशहाला मुकूट मिळवून देण्यासाठी किंवा शत्रूंना उलथून टाकण्यासाठी जी लष्करी सेवा करावी लागे तिला मान्यता म्हणून हक्काने अधिक मोठ्या हुद्द्याच्या जागांसाठी मालकी हक्क सांगत. याच आधारावर मुनीमखान झुल्फिकारखान, अबदुल्लाखान, मुहंमदअमीनखान[२९] यांच्या नेमणुका झाल्या. तरीही कमरुद्दीनखानाने आपल्या बापाच्या मृत्यूनंतर वंशपरंपरागत म्हणून त्या पदावर हक्क सांगितला. परंतु तो डावलून निजाम-उल-मुल्कला[३०] अधिकार देण्यात आला. कमर-उद-दिन खान व बादशहाचा उमेदवार खान-इ-दौरान[३१] यांच्यातील वजीरीच्या झगड्याचा काहीसा शेवट करण्यासाठी नेमणूक झाली. परंतु या नेमणुकीमागे सर्व साम्राज्यात निजाम

---

२६. दस्तूर-उल-अमल-इ-मुजमलाई, पृ. ११०बी

२७. मआसिर-उल-उमरा १, भाग १ पृ. ३१०, ३११, ३१२, भाग २, पृ. ५३१, ५३३,

२८. मआसिर-उल-उमरा, १, पृ. ३५५

२९. नेमणुका आणि या नेमणुका होण्यास जबाबदार असलेली परिस्थिती या संबंधीची माहिती विल्यम आयर्विनच्या ' लेटर म्युगल्स ' या पुस्तकात वाचा.

३०. ताजकिरात-उल-मुलुक, पृ. १३०बी, १३१ए

३१. ताजकिरात-उल-मुलुक, पृ. १३०बी, १३१ए, आयर्विनचे अखेरचे मोंगल (Later Mughals) भाग २, पृ. १०५

उल-मुल्क हा अत्यंत सामर्थ्यवान सरदार होता. आणि महत्त्वाची दक्षिणेची सुभेदारी त्याच्याकडे होती. हे खरे कारण होते की त्याला दुरावणे किंवा दुखावणे म्हणजे साम्राज्याची दक्षिणेवरील पकड ढिली करण्यासारखे होते. शिवाय वेगाने तुकडे होणाऱ्या, कोसळणाऱ्या साम्राज्याला आधार म्हणून त्याला मिळवणे व जिंकणे आवश्यक झाले होते. पण कारभार सुधारण्याच्या प्रश्नावर बादशहाशी उघड सामना टाळावा म्हणून नेमणुकीनंतर दोन वर्षातच त्याने दिल्ली सोडली. त्याने दिल्ली सोडल्यानंतर मोगलांच्या प्रबळ सात हजार सैन्याचा[३२] मान्यवर नेता अशा कमर-उद-दिनखानला तो हुद्दा देण्यात आला.

अशा रीतीने अखेरच्या मोगलांच्या अमलात वजिराचा हक्क पुढील गोष्टीवर अवलंबून होता.

(१) बादशहाला गादी मिळवण्यासाठी किंवा त्याच्या उघड प्रतिस्पर्ध्यांना उलटविण्यासाठी केलेली मौलिक लष्करी सेवा.

(२) दावेदार हा साम्राज्यातील सर्वात सामर्थ्यवान सरदार आहे आणि कोसळणाऱ्या साम्राज्याला त्याच्या आधाराने बळकटी येईल ही वस्तुस्थिती मान्य करणे.

या आधारावर वजिराची नेमणूक करणे हे औरंगजेबाच्या वेळच्या पद्धतीपेक्षा निश्चित वेगळे होते. बादशहा आणि वजीर यांच्या सापेक्ष स्थितीतही त्यामुळे बदल दिसत होता. कारभारविषयक कौशल्य व अनुभव यांना सम्राटाची मान्यता मिळून सम्राटाच्या मर्जीदाखल ती नेमणूक होत नसे; हक्क व दावा म्हणूनच अधिक प्रमाणावर होत असे. त्यामुळे दुसऱ्याही एका गोष्टीवर जोर दिला गेला. ती म्हणजे वजीर हा हुद्दा मूलतः मुलकी अधिकार नव्हता. त्याचे स्वरूप राजकीय आणि सैनिकी होते. सर्वसाधारणपणे त्यामुळे वजिराचा सत्ता व दर्जा यांची वाढ आणि त्याच प्रमाणात बादशहाची सत्ता आणि (प्रतिष्ठा) दर्जा यांचा दुबळेपणा असा अर्थ होऊ लागला. या बाबतीतल्या प्रगतीत अकबराने दीर्घ व अविरत प्रयत्न करून हा हुद्दा धारण करणाऱ्याची स्थिती महसूल मंत्रालयाच्या प्रमुखासारखी करून सोडली होती, याचा आपणास मागोवा घेता येतो.

नव्या परिस्थितीत वजीर व सम्राट या दोघांचीही सत्ता आणि दर्जा सारखाच दुबळा केला गेला. असे दाखविण्यात येईल की बहादूरशहा आणि त्याचा सुस्वभावी वजीर मुनीमखान यांचे स्वभाव आणि त्यांचे एकमेकांशी असलेले जिव्हाळ्याचे संबंध यामुळे कोणतीही गंभीर आपत्ती ओढवली नाही हे खरे आहे; परंतु त्या हुद्द्याचे गुण व स्वरूप यांच्यातील बदलाने वजीर आणि सम्राट यांच्यातील परस्पर संबंधावर परिणाम होऊन त्या दोघांचाही संघर्ष निर्माण होणे शक्य होते. आणि असा संघर्ष

---

३२. अहवाल-उल-खवाकिन, पृ. १८४ ए

निर्माण झाल्यास राज्यातील खरी सत्ता काबीज करण्यासाठी वजिराने आपले सर्वस्व पणाला लावलेच असते. अशा तऱ्हेच्या संघर्षामुळे साम्राज्याचे कारभारविषयक स्थैर्य व जीवन यांना धोका पोचवणे व मोगल साम्राज्याच्या पतनाला कारणीभूत होणे शक्य होते. बहादूरशहाच्या कारकिर्दीत प्रत्यक्ष असेच घडले आणि समकालीनांनाही त्याचा अनुभव आला. उदा. तारीख-इ-शकीर-इ-खानीचा लेखक सांगतो की साम्राज्याला आपल्या पतनाची सुरुवात बहादूरशहाने जेव्हा स्वामिनिष्ठ व जुन्या असदखानाचा हक्क डावलून मुनीमखानाला वजिरी दिली तेव्हाच दिसू लागली. वजिराच्या हुद्द्यासाठी असदखान गुणाने सर्वश्रेष्ठ होता. पण तरीही त्याला वकिलीचे काम घेण्यास सांगण्यात आले. स्वामिनिष्ठा व आज्ञाधारकपणा दाखवण्यासाठी असदखानाने राजाज्ञेला संमती दाखविली खरी पण नेमलेल्या कामात मन घालण्याचे त्याने नाकारले. खरोखरी मोंगल साम्राज्याच्या पतनाची ही सुरुवात होती आणि काळाबरोबर तिची गतीही[३३] वाढली.

अपरिहार्य झगडा आणि नंतर सुरू झालेल्या राजकीय घटना अन्यत्र वाचता येतील. सध्याच्या अभ्यासासाठी इतकेच लक्षात ठेवले पाहिजे की वजीर पदाभोवती केंद्रित झालेल्या संघर्षाचा जमीनमहसूल कारभाराच्या कामावर वेगवेगळ्या पातळीत विशेषत: केंद्रावर परिणाम झाला. तिकडे आपण आता आपले लक्ष देऊ.

महसूलमंत्रालयाचे कामकाज

वजीर म्हणून मुनीमखानाची नेमणूक सन १७०७ मध्ये झाली. आणि त्या जागेवर तो फेब्रुवारी १७११ पर्यंत राहिला. त्याच्या कारकिर्दीत भ्रष्टाचार नव्हता व राज्याच्या कामात बेपर्वाईही नव्हती; उलट कारभाराच्या तपशिलात तो सूक्ष्म लक्ष घाली आणि राज्यकारभाराच्या पद्धती बारकाईने अमलात आणण्याचा प्रयत्न करी. त्याच्या वजिरीत काही सुधारणा[३४] सुरू करण्याचा प्रयत्न झाला. केंद्रीय सरकार ठेवीत असलेल्या घोडे व प्राणी यांचे अन्न यासाठी मनसबदाराकडून घेण्याच्या खर्चाची सुधारणा सर्वात महत्त्वाची होती. याचा अर्थ या नावाखालील मागणीला एकूण सूट असा होई व अडचणीत असलेल्या जागीरदारांना यामुळे मोठाच दिलासा मिळाला. लोकांच्यावर कोणत्याही तऱ्हेचा जुलूम नव्हता आणि समकालीन इतिहासकार खाफीखान त्याची मोठी कृतज्ञतापूर्वक[३५] आठवण ठेवतो. सर्वसाधारणपणे ज्याने राज्याचा कारभार

---

३३. ताजकिरात-उल-मुलुक, पृ. ५०ए

३४. जहागिरीच्या जमिनीवरील विभाग पहा.

३५. मुन्तखब-उल-लुबाब, भाग २, पृ. ६७५

कौतुकास्पद मार्गाने[३६] केला असा यशस्वी वजीर म्हणून त्याला मानण्यात येते.

जहाँदरशहाचा वजीर झुल्फीकारखान याने बादशहाचाच कित्ता गिरविला. विलासी वृत्तीला वाहून घेतल्यामुळे राज्यकारभाराकडे लक्ष देण्यास त्याला वेळ नसे; आपले अधिकार त्याने दिवाण-इ-तान सभाचंद याच्याकडे सोपविले होते. उपलब्ध पुराव्यावरून दिसते की हे पाऊल राज्यकारभाराकडे प्रथमच दुर्लक्ष आणि घोटाळा निर्माण करणारे झाले. महसूल शेतीची पद्धत सुरू करण्यात आली. आपल्या हाताखालील[३७] लोकांच्या बढत्या अडवून ठेवल्यामुळे वजिरावर कंजूषपणाचा आरोप आला.

काहीही असो, बादशहा आणि वजीर ह्यांच्यामधला झगडा फारुक सीयरच्या कारकिर्दीत पुढे आला. कारकिर्दीच्या सुरुवातीस[३८] दिवाण आणि सदर या अधिकाऱ्यांच्या नेमणुकीच्या प्रश्नावरून झगडा सुरू झाला. राज्यकारभार सुरळीत चालावा म्हणून समझोत्याचे अनेक प्रयत्न करूनही महसूल मंत्रालयाचे काम गोंधळाचे झाले. महत्त्वाचे निर्णय आणि त्यांची अंमलबजावणी या बाबतीतल्या सर्वाधिकाराच्या झगड्यात वजिराला साधारणपणे नेहमीच अग्रहक्क असे आणि आस्ते आस्ते साम्राज्यात कारभार करण्याची खरी सत्ता त्याचा दिवाण रतनचंद याच्याकडे गेली. प्रत्येक खात्याच्या कामात रतनचंदने लुडबूड (हस्तक्षेप) केल्यामुळे राज्यकारभार चालविण्याचे नियम व पद्धती याचा भंग झाला. खालीसा जामिनीत शेती करण्याची वाईट पद्धती सर्वत्र पसरली; भ्रष्टाचारालाही ऊत आला आणि पेशकश[३९] देऊन निरनिराळ्या अधिकारपदाच्या नेमणुका प्राप्त करून घेणे शक्य आले.

असे दिसते की महसूल मंत्रालयात ११२४ हिजरी, इ. स. १७१४ पासून भ्रष्टाचार बोकाळलेला होता. त्याच वेळी राज्यकारभार चालविण्याच्या पद्धतीबाबत मतभेद झाल्यामुळे राज्याच्या सुरळीत कारभारावर परिणाम झाला. वजीर आणि त्याचा भाऊ हुसेन अलीखान अमीर-उल-उमरा यांनी आग्रह धरला की मनसब देणे किंवा ती वाढविणे किंवा कारभारविषयक कोणताही निर्णय घेणे हे दोघा बंधूंची शिफारस किंवा विचारविनिमय यावाचून होऊ नये. बादशहाचे मत याच्या विरुद्ध होते. बादशहाने मीरजुमलाला आपला प्रतिनिधी किंवा दुय्यम नेमले. त्याला बादशहातर्फे सही करण्याचा अधिकार दिला. बादशहाने पुन:पुन्हा जाहीर केले की, मीरजुमलाचा शब्द व सही

---

३६. ताजकिरात-उल-मुलुक, पृ.११३बी

३७. आयर्विन ' अखेरचे मोगल ' भाग १ पृ.१९७

३८. ताजकिरात-उल-मुलुक, पृ.१२२ए

३९. मुन्तखब-उल-लुबाब, भाग २, पृ. ७३९, ७७५, ७७६. सियार-उल-मुताखिरीन, भाग २, पृ. ४०७, ४०८

बादशहाचीच समजावी यामुळे राज्यकारभारात गंभीर समस्या निर्माण झाली. परिस्थिती आणखी बिकट होण्यास वजिराचा दिवाण रतनचंद याची अनिर्बंध सत्ता कारणीभूत झाली. साम्राज्याच्या भानगडी आणि महसूलमंत्रालयासंबंधी त्याला पूर्ण सत्ता देण्यात आली होती. अर्जदाराकडून तो व त्याचा धनी यांना समाधान होण्याइतकी लठ्ठशी रक्कम मिळाल्याखेरीज कोणत्याही अर्जाचा तो फडशा करीत नसे. उलट कोणत्याही माणसाला मनसब मिळविण्याकरता अधिकार, तीत वाढ किंवा हुद्द्याच्या नेमणुकीत वाढ मीरजुमलाला भेटणाऱ्या माणसाच्या मनाप्रमाणे होत असे. कोणतेही पारितोषिक न मागता सम्राटाचा प्रतिनिधी अथवा दुय्यम म्हणून तो सही करी. अशी पद्धत अर्थातच महसूल मंत्रालयाच्या नियमाच्या विरुद्ध होती. आणि तीमुळे सय्यद बंधूंची[४०] सत्ता व दरारा यांना धोका पोहोचला.

सन १७१८च्या सुमारास वजीर विजयी झालेला दिसतो. अबदुल्लाखानाचा दिवाण रतनचंद याने इतकी सत्ता आणि निरनिराळ्या खात्यांच्यावर अधिकार मिळविलेला होता की मुत्सद्द्यांना आपापल्या खात्यात अधिकारच उरला नव्हता. विशेषत: महसूल खात्याबाबत हे खरे होते. तो इतकी सत्ता चालवत असे की, दिवाण-इ-तान व दिवाण-इ-खालीसा हे नुसते नामधारी झाले. महसूल शेतीतील परगणे खरेदी-विक्रीची प्रकरणे समजून त्याने ती भाडेपट्टीने दिली आणि लाखो रुपये मिळविले. त्यामुळे बादशहा अधिकच[४१] शत्रू बनला.

याच सुमारास दिवाण-इ-खालसिया आणि दिवाण-इ-तान हे दोन अधिकार अनुक्रमाने इतिसामखान आणि रायरायान जहाँनशाही यांच्याकडे होते. हे दोन्ही अधिकारी थोड्याशा अडचणीत सापडले होते. वजिराशी शत्रुत्व संपादन न करता त्यांना बादशहाला खूष करावयाचे होते. इतिसामखानाची मन:प्रवृत्ती बादशहाला अनुकूल होती. तर रायरायानला अबदुल्लाखानाला खूष करावयाचे होते. या कारणामुळे त्यांच्यावर चहूकडून टीकेचा मारा झाला आणि त्यांना आपले अधिकार सोडावे लागले. सन ११२९ हिजरीमध्ये इतिसामखानाने प्रत्यक्ष राजीनामाही दिला आणि इनायततुल्लाखानाची दिवाण-इ-खालसिया आणि दिवाण-इ-ताना या अधिकारावर नेमणूक झाली. त्याबरोबर त्याला काश्मिरची सुभेदारीही मिळाली. वजिराकडे मोठी सत्ता व अधिकार असल्यामुळे सुभेदारी घेण्यास तो उत्सुक नव्हता. शेवटी तडजोड निघाली आणि इनायततुल्लाखानाने दोन्ही अधिकारांचा स्वीकार केला. वजीर आणि इनायततुल्लाखान यांच्यात पुढील मुद्द्यांवर करार झाला—

---

४०. *मुन्तखब-उल-लुबाब, भाग २, पृ. ७३९*
४१. *मुन्तखब-उल-लुबाब, भाग २, पृ. ७७३*

(१) जमीनमहसुलाच्या कारभारासंबंधी कोणतीही गोष्ट इनायततुल्लाखानाने वजीराला कळविण्यापूर्वी आणि त्याची संमती घेतल्याखेरीज बादशहासमोर आणू नये.

(२) साम्राज्याच्या अधिकारपदासाठी नेमणुकीकरता त्याने प्रत्यक्षपणे शिफारसी करू नयेत.

(३) रतनचंदाने खालिसा जमिनीच्या संबंधात कोणतीही लुडबूड करू नये.

(४) राज्याचा कारभार पहाण्यासाठी वजिराने कचेरीत आठवड्यातून[४२] एकदा किंवा दोनदा यावे.

सन ११३१ हिजरीमध्ये इनायततुल्लाखानाने काही सूचना पुढे आणल्या. यात जीझिया कर पुन: चालू करावा आणि हिंदूंना, काश्मिरी लोकांना व ख्वाजांना भ्रष्टाचार व कारस्थानातून मिळालेल्या मोठ्या मनसबी व श्रीमंत जागिरी परत घ्याव्यात याचा यात समावेश होता. बादशहाने सूचना मान्य केल्या आणि इनायततुल्लाखानाने त्याची अंमलबजावणी करण्याचे ठरविले. रतनचंद व महसूल मंत्रालयातील महत्त्वाचे अधिकारी यांना त्याचा संताप आला. त्यांनी आपली तक्रार वजिराकडे नेली. आणि वजिराने नवीन सूचनांची अंमलबजावणी करण्यास संमती नाकारली. अनेकजण इनायततुल्लावर उलटले. एकमेकावर अनेक आरोप प्रत्यारोप झाले, आणि वजीर व इनायततुल्लाखान यांच्यात झालेला करार बाहेर पडला. ते एकमेकाबरोबर अनेकदा भांडत पण दुसरा काही उपाय नसल्यामुळे नाइलाजाने एकत्र[४३] काम करीत.

दुसरीही एक नोंदलेली घटना महसूल मंत्रालयाच्या कामात चाललेल्या गोंधळावर आणखी प्रकाश टाकते. एका अमीलाच्या खालीसा जमिनींच्या हिशेबाची तपासणी करीत असता त्याच्या नावावर एक मोठी रक्कम बाकी आढळली. ती रक्कम मिळविण्यासाठी इनायततुल्लाखानाने रतनचंदने आश्रय देऊन नेमणूक केलेल्या अमीलाला कैदेत टाकले. रतनचंदने प्रयत्न करून त्या अमीलाला सोडविले खरे, पण इनायततुल्लाखान थोडाही बदलला नाही. एक दिवस अमील तुरुंगातून पळाला व रतनचंदने त्याला संरक्षण दिले. इनायततुल्लाखानाने याची वर्दी बादशहाकडे दिली, आणि अमीलाला पकडण्यासाठी रतनचंदच्या घराकडे चेल्यांना पाठविण्यात आले. तीव्र वादावादी झाली

---

४२. मुन्तखब-उल-लुबाब भाग २ पृ. ७७३. ग्रंथात पुढे सांगितले आहे की, बादशहा वजिरावर रागावल्यामुळे वजीर आधीचे कित्येक महिने कचेरीत आला नव्हता. राज्याचा कारभार थांबला होता. आणखी पहा- सियार-उल-मुताखखीरिन, भाग २, पृ.४०८.

४३. मुन्तखब-उल-लुबाब, भाग २, पृ. ७७३, ७७५. सियार उल-मुताखिरीन, पृ.४०८.

आणि संघर्ष अगदी नजीक येऊन ठेपला. बादशहाने कुतुब-उल-मुल्कची कानउघडणी केली व रतनचंदाला काढून टाकण्यास त्याला सांगितले, पण अल्लाखानाने काहीही केले नाही.[४४]

फरुकसियरच्या वधानंतर अबुलबर्कत गादीवर आला. त्याच्या अंमलात अबदुल्लाखानाची सत्ता व अधिकार अधिकच वाढले. दियानतखानाला दिवाण-इ-खालीसा व राजभक्तमलला दिवाण-इ-तान नेमण्यात आले. पण शाही कचेऱ्यातील सर्व अधिकारी - त्यात न्याय खात्यात काम करणाऱ्यांचाही समावेश होता - सर्व रतनचंदचे दुय्यम म्हणून काम करीत होते;[४५] पण त्यांच्या हाती सत्ता नव्हती. मुहंमदशहाच्या कारकिर्दीत ही परिस्थिती बदलली नाही. कारभारविषयक, महसूल व न्यायखात्यात रतनचंदच सर्व सत्ता व अधिकार गाजवीत होता. इतकेच नव्हे तर साम्राज्याच्या सर्व भागात काजी नेमण्याचा अधिकारही त्याच्याकडे होता.[४६]

सय्यद बंधूंच्या पतनानंतर वजीरपद मुहंमद अमीनखानाकडे आले. अधिकार आणि सत्ता तो भरपूर वापरीत होता आणि तरुण बादशहा त्याच्यासमोर स्वत्व दाखवू शकत नव्हता असे दिसते. सय्यद बंधूंच्या पावलावर पाऊल ठेवून चालत असल्यामुळे अहवाल-उल-ख्वाकिनचा लेखक मुहंमद कासीम त्याला प्रत्यक्ष दोष देतो. मुहंमद अमीनखानाने बादशहाला नुसता नामधारी बनवून सोडले होते.[४७] पण वजीर मात्र आपले कर्तव्य चोख बजावीत होता. जर त्याचे कार्य त्याच्या आकस्मिक मृत्यूमुळे खंडित झाले नसते तर औरंगजेबाच्या काळचे नियम व कायदे पुन्हा जोरदारपणे अमलात आले असते.[४८] दुर्दैवाने त्याच्या अल्पकारकिर्दीत महसूल मंत्रालय स्थिर पायावर उभे करण्यास काहीही करता आले नाही.

इ. स. १७२१च्या फेब्रुवारीत[४९] निजाम-उल-मुल्कला वजीर नेमण्यात आले

---

४४. मुन्तखब-उल-लुबाब, भाग २, पृ. ७७५, ७७६. सियार-उल-मुताखखिरीन, भाग २. पृ. ४०७

४५. मुन्तखब-उल-लुबाब, भाग २ पृ. ७७३, ७७६. सियार-उल-मुताखखिरीन, भाग २, पृ. ४०७

४६. अहवाल-उल-ख्वाकीन, पृ. १७८ ए तझकिरातुला-मुलुक, पृ. १३०

४७. अहवाल-उल-ख्वाकीन, पृ. १७८ए

४८. तासकिरात-उल-मुलुक पृ. १३०ए सियार-उल-मुताखखिरीन भाग२ पृ. ४५५. शबनाम-इ-मुनव्वरुल कलम पृ. ८६ए. अहवाल-उल-ख्वाकीन, पृ. १८१बी.

४९. मुन्तखब-उल-लुबाब, भाग २. पृ.९४८, सियार-उल-मुताखखिरीन पृ. ४५५, ४५६, शबनम-इ-मुनव्वरुल कलम, पृ. ८६ए

व त्या जागी तो डिसेंबर १७२३ पर्यंत राहिला. अधिकार ग्रहणानंतर निजाम-उल-मुल्कने जी चौकशी केली त्यात असे दिसून आले की सय्यदबंधूंचे पतन होण्यापूर्वी मनसबी भरमसाट दिल्या गेल्या होत्या आणि राजपुत्र, राजघराण्यातील स्त्रिया, सरदार व राजे यांना प्रचंड प्रमाणावर जागिरी देण्यात आल्या होत्या. त्यामुळे शाही खजिन्यातील महसूल कमी झाला होता. ज्या शाही नोकरांना पैशात पगार मिळत होता, तो सपाटून वाढल्याचेही दिसून आले होते. समग्र चौकशी करून व वसुलीचे कागद तपासून निजाम-उल-मुल्कने बादशहाला अर्ज केला की सध्याच्या जमीनमहसूल व्यवस्थेत एकदम सुधारणा व्हायला हवी आणि औरंगजेबाच्या कारकिर्दीत चालू असलेले नियम व कायदे ताबडतोब जारी करावेत, असे बादशहापुढे विचारार्थ मांडले. त्याने सर्वांगीण सुधारणांची आणखी एक योजना सादर केली पण ती प्रत्यक्ष व्यवहारात येऊ शकली नाही; कारण काही महत्त्वाचे सरदार आणि बादशहाचे आवडते लोक विशेषत: त्याची रक्ताचे नाते नसलेली पण संगोपन केलेली बहीण कोकी, हाफीझ खिदमतगारखान आणि खान-इ-दौरान मीर बक्षी यांच्या एकीपुढे तो हतबल झाला.[५०]

महसूल मंत्रालयाच्या दैनंदिन कामात प्रत्यक्ष व्यत्यय आणणारी कोणी व्यक्ती असेल तर ती कोकी ही स्त्री. तिच्याजवळ सौंदर्य, शिताफी व कर्तबगारी होती. बादशहाचे कलमदान तिच्या ताब्यात असे व ती बादशहाच्या बदली स्वत:ची सही करी. त्यामुळे तिला लाखो रुपये[५१] लाच मिळण्याची संधी मिळालेली होती. तिने बादशहाच्या मर्जीतल्या हाफीझ खिदमतगारखानास विश्वासात घेतले आणि लोकांपासून स्वत:करता व बादशहासाठी लक्षावधी रुपये पेशकाश म्हणून घेतले. पेशकाश राज्यासाठी घेण्यात आला व त्यामुळे सरकारी कोशाची संपत्ती वाढेल असे ढोंग मात्र केले, पण भ्रष्टाचार झाकण्यासाठी ही नुसती खोटी सबब होती. या भ्रष्टाचाराने महसूल मंत्रालयाचे सर्व कामच गोंधळात पडले.[५२]

निजाम-उल-मुल्कला नियम व कायद्यानुसार राज्याचा कारभार करण्यासाठी आवश्यक सुधारणा अमलात आणणे अशक्य झाले. दुसरा काही मार्ग न उरल्यामुळे त्याने हैदर कुली खानाच्या महसूल मंत्रालयाच्या कारभारातील अनावश्यक लुडबुडी-विरुद्ध बादशहाकडे तक्रार केली. बादशहाने हैदर कुलीखानाच्या कामाबद्दल व महसूल मंत्रालयातील उचापतीबद्दल नापसंती दर्शविली व त्याला गुजरातेत जाण्याचा हुकूम

---

५०. शबनाम-इ-मुनव्वरुल कलम, पृ. ८३एबी, ८६ए अहवाल-उल-ख्वाकीन पृ. १८बी, १८२एबी. सियार-उल-मुताखिरीन, भाग. २, पृ. ४५५, ४५६

५१. तारीख-इ-शकिरखानी, पृ. १०बी

५२. मुन्तखब-उल-लुबाब, भाग २ पृ. ९४०

सोडला; पण कोकीबाईचा दुष्ट पगडा राहिलाच आणि तिच्या लाच खाण्यामुळे बादशहाच्या नावाला मात्र काळिमा लागला. निजाम-उल-मुल्कने तिला या दुष्ट कृत्यापासून परावृत्त करण्याचा प्रयत्न केला, पण तिने त्याच्याकडे दुर्लक्ष केले आणि बादशहा मध्यस्थी करण्यास धजला नाही.[५३]

अशा रीतीने १७२३च्या सुमारास वजिराची स्थिती फारच कमजोर झाली आणि त्याचे स्वत:चे अधिकारही वापरण्यास तो असमर्थ झाला. त्याचा परिणाम असा झाला की सर्वसाधारण कारभार आणि विशेषत: महसूल मंत्रालय विस्कळीत होऊन गेले आणि राज्याचा कारभार जसा व्हायला हवा होता तसा होईना.[५४]

बादशहा व वजीर यांच्यात लवकरच उघड झगडा होणे अपरिहार्य दिसू लागले. निजाम-उल-मुल्कने डिसेंबर १७२३त दिल्ली सोडण्याचा निर्णय घेतल्यामुळे परिस्थिती अधिक चिघळली नाही. पुढील पाच महिने वजीराची कामे त्याचा प्रतिनिधी म्हणून त्याचा पुत्र गाजी-उद -दिनखानाने पार पाडली,[५५] सरतेशेवटी जुलै १७२३मध्ये कमर-उद्-दिनखानाकडे वजिरी सोपविण्यात आली.

बहादूरशहाच्या राज्यारोहणापासून वजीराच्या स्थानात किंवा दर्जात जे चढउतार झाले त्यासंबंधी व त्याचबरोबरच्या महसूल मंत्रालयाच्या कामकाजात क्रमश: झालेल्या अवनीतीसंबंधी काही सर्वसाधारण विचार आपण करू.

उपलब्ध पुराव्यावरून दिसते की, मुनीमखानाच्या नेमणुकीपासून वजीराची सत्ता व दर्जा वाढू लागला व मोहंमद अमीनखानाच्या मृत्यूपर्यंत तो वाढतच राहिला. सर्वसाधारणपणे असे दिसते की, महत्त्वाची सरदार मंडळी प्रत्यक्ष विरोध करीत असतानाही वजीर आपले प्रचंड सामर्थ्य वापरीत होता. बादशहाचा आधार असल्यामुळे

---

५३. मुन्तखब-उल-लुबाब, भाग २ अहवाल-उल-ख्वाकीन, पृ. १८३ए, १८४ए,अहवाल-उल-ख्वाकीनचा लेखक लिहितो की राज्यकारभार पोरखेळ झाला होता. जे काम दिवाणाच्या कक्षेत असे ते बक्षी करू लागला आणि काजीचे काम कोतवाल करू लागला.

५४. अहवाल पृ. १८२ए, १८३एबी, १८४एबी, सियार, भाग. २ पृ. ४६५, लेटर म्यूगल्स, भा.२ पृ. १३८, १४८. असे दिसते की नंतर बादशहा व वजीर यांच्यात पुन: एकोपा घडविण्याचे प्रयत्न झाले. जर बादशहा महसुली शेतीची पद्धती रद्द करण्याची सूचना मान्य करील तरच अधिकारावर राहण्याचे निजाम-उल-मुल्कने कबूल केले. अखेर प्रयत्न फसले आणि वजीराने दक्षिणेत जाण्याचा निर्धार केला. Later Mughals -आयर्विन. भा. २ पृ. १३६.

५५. मुन्तखब-उल-लुबाब, भाग २, पृष्ठे ९५७, ९७३, तजकिरा, १३१बी. लेटर म्यूगल्स, आयर्विन, भाग २ पृ. १३७, १३८.

तो मोठीच सत्ता गाजवी आणि बादशहा व त्याचे पित्ते यांनाही तो जुमानत नसे. मोहंमद अमीनखानाच्या मृत्यूनंतर वजिरीच्या इतिहासाचे एक नवे पर्व सुरू झाले. निजाम-उल-मुल्कच्या कारकिर्दीत वजिराची सत्ता आणि स्थिती निश्चितपणे कमी होऊ लागल्यामुळे गाजली. वजिराची वाढलेली सत्ता आणि दर्जा यांच्या विरोधी असलेली शक्तीदले अधिक सामर्थ्यवान झाली आणि त्यांनी त्याला आपल्या न्याय्य कर्तव्यापासून तर पदच्युत केलेच पण स्वत:चा हुद्दा सोडण्यासही भाग पाडले असे दिसते. या नव्या प्रगतीमुळे कसेही असो, महसूल मंत्रालयाचे काम अधिकच वाईट झाले. आश्चर्याची गोष्ट ही की जेव्हा वजीर अनिर्बंध सत्ता उपभोगीत होता आणि जेव्हा त्याला त्याचे न्याय्य हक्क व कर्तव्य करण्यास मनाई करण्यात आली तेव्हा महसूल मंत्रालयाचे कौशल्यपूर्ण व व्यवस्थित कार्य बिघडले आणि साम्राज्याचे कारभारविषयक स्थैर्य धोक्यात आले.

नंतर आलेला वजीर कमर-उद-दीनखान हा आपल्या जागेवर वीस वर्षाहून[५६] अधिक काळ राहिला. त्याच्या वजिरीच्या काळात महसूल मंत्रालयाचे कार्य अधिक खालावल्याचे विशेषत्वाने दिसून आले. मराठ्यांच्या स्वाऱ्या, वायव्येकडचे संकट, सुभेदाराची उत्तरोत्तर स्वतंत्र वागणूक या महत्त्वाच्या प्रश्नांचा विचार करून वजीर व बादशहा यांच्यातील संघर्ष जवळ जवळ मिटले होते, किंवा त्यात अर्थ किंवा महत्त्व उरले नव्हते. पण असा झगडा नसतानाही कारभारविषयक यंत्रणेची पुनर्घटना करण्यासाठी मन:पूर्वक प्रयत्न झाले नाहीत. उलट वजीर आणि इतर शाही मंत्री राज्याच्या कारभाराची पूर्ण उपेक्षा करीत होते. दरबारचे बदललेले वातावरण, बादशहा आणि वजीर यांचा रंगेलपणा व आनंद लुटण्याची वृत्ती, त्याचबरोबर निर्माण झालेले राजकीय आणि सैनिकी प्रश्न यामुळे महसूल मंत्रालयाची पुनर्घटना करून ते नव्या पायावर उभारण्याची इच्छा किंवा वेळ राहिली नाही. बहुधा अशी स्थिती आली होती की आता काहीही होणे शक्य नव्हते.

तजकिरात-उल-मुलुकच्या लेखकाने महसूल मंत्रालयात निर्माण झालेल्या गोंधळाचे भडक वर्णन केलेले आहे. दिवाण-इ-खालसिया आणि बक्षी विलासाच्या आधीन होऊन कर्तव्याकडे दुर्लक्ष करीत होते. वस्तुत: राज्याचा कारभार टाकणे त्यांना आपल्या योग्यतेच्या कमी वाटे म्हणून त्यांनी आपली सर्व सत्ता त्यांच्या कारकुनाच्या हातात दिली. सामान्यत: ते हिंदू होते. त्याचा परिणाम असा झाला की, शाही कारभार इतका गोंधळाचा झाला की अधिकाऱ्यांच्या नेमणुका करणे व त्यांना काढणे, मनसबा वाढविणे व कमी करणे, शिपायांचे पगार वाटणे ही कामे पेशकार आणि कारकून[५७] यांच्या हातात गेली.

❖

५६. *मआसिर-उल-उमरा,- भा.१ विभाग १ पृ. ३५८, ३६१*

५७. *ताजकिरात-उल-मुलुक, पृ. १३२ए*

भाग २

प्रांतीय व स्थानिक राज्यकारभार

दिवाण-इ-सुबा

महसूल मंत्रालयाचा प्रत्यक्ष प्रतिनिधी म्हणून दिवाण-इ-सुबा पदाची निर्मिती हे अकबराचे कार्य आहे. त्याच्या कारकिर्दीच्या चोविसाव्या वर्षात[५८] प्रत्येक प्रातांत दिवाणाची सत्ता इतकी वाढली की सुभेदारापासून तो स्वतंत्र झाला. तो दिवाण-ई-आलातर्फे बादशहाला जबाबदार होता आणि आपली कागदपत्रे तो प्रत्यक्ष वजिराला सादर करी.[५९]

नेमणूक

दिवाण-इ-सुबाची नेमणूक वजिराच्या शिफारसीने होई. त्याची कार्यपद्धती अशी :

उमेदवाराची माहिती लेखी निवेदनात दिली जाई. तिला तांत्रिकदृष्ट्या हकिकत म्हणत. ही बादशहाला सादर केली जाई आणि त्याने मान्यता दिल्यानंतर वजीर नेमणुकीच्या हुकुमावर सही करी. त्याला तांत्रिकदृष्ट्या परवाना-इ-खिदमत[६०] म्हणत. फर्हंग-इ-करदानीत परवान्याची एक नमुनाप्रत आहे तिला परवाना-इ खिदमत-इ-दिवाणी आणि अमीनी म्हणतात, जे दाखविते, की कारभाराचे काम सोपवून दिलेले अधिकारी, जागिरदार, फौजदार, करौरी, जमीनदार, चौधरी व कानुंगो आणि रयतेला माहिती असावे लागते की बदलीमुळे रिकाम्या झालेल्या एखाद्या पदावर सुभ्यातील दिवाणी व अमीनीचे पद शाही हुकुमात उल्लेखिलेल्या व्यक्तीलाच मिळते. हुकुमात पुढे म्हटले आहे की त्याला सर्व बाबतीत पूर्ण अधिकार दिले आहेत असे समजावे आणि महसूल व कारभाराच्या बाबी त्यांनी त्याच्याकडे निकाल[६१] करण्यासाठी सोपवाव्या. त्याचे हुकूम व सूचनांच्या विरुद्ध त्यांनी वागणूक करता कामा नये.

अधिकार व कामे

प्रांतीय कारभारात दिवाण-इ-सुबाचे महत्त्व होते. आणि प्रांताच्या कारभारावर

---

५८. अकबरनामा भा. २ पृ. ६७०, तसेच पहा ' द सेंट्रल स्ट्रक्चर ऑफ मोगल एम्पायर. ' इब्न-इ-हसन, पृ. १६५

५९. अकबरनामा, भा. २ पृ. ६७० तसेच पहा ' द सेंट्रल स्ट्रक्चर ऑफ मोगल एम्पायर. ' इब्न-इ-हसन पृ १६५.

६०. फर्हंग-इ-करदानी, पृ. २८ बी

६१. फर्हंग-इ-करदानी, पृ. २८ बी

व आर्थिक बाबीवर याचा अधिकार असे.[६२] कारभारविषयक व आर्थिक बाबीसंबंधी सर्व गोष्टीत त्याला चौकशी करावी लागे आणि राज्याची थकबाकी मागणी मिळवावी लागे. त्याचप्रमाणे परगण्याची सुबत्ता व्हावी म्हणून जास्तीतजास्त जमीन लागवडीस आणण्यासाठी त्याला उपाययोजना करावी लागे. खजिन्याचे रक्षण व देखरेख हे त्याचे एक महत्त्वाचे काम होते. कोणताही पैसा त्याला खर्च करण्याची मंजुरी मिळाल्याशिवाय खर्च करू नये हे त्याला पहावे लागे. फुतादारांनी पाठविलेल्या पावत्या आणि प्रांतीय खजिन्यात पाठविलेला पैसा फुतादारांच्या प्रतिनिधींना वेळेवर दिला जातो का नाही हे त्याला पहावे लागे.[६३]

असे दिसते की परगण्याचे अमील दिवाण-इ-सुबाच्या देखरेखीखाली व ताब्यात असत. फर्हंग-इ-कर्दानीच्या लेखकाच्या मताने दिवाण-इ-सुबाला अमील व करौरी यांना योग्य वेळी पाठवून सारा अजमावणे व जमीनमहसूल गोळा करणे ही कामे वेळच्यावेळी[६४] होतात की नाही हे पहावे लागे. तसेच भाडेपट्टीचे[६५] फुतादारांनी ठेवलेले जामा, रोजच्या जमेची व खर्चाची नोंद (रोजनामचा-इ-तहसील आणि जामा-ओ-खर्च) आणि जामा व खर्चाची परगण्यातील मोघम निवेदने अशी आवश्यक ती कागदपत्रे, नश्खा-इ-दिवाणीबरोबर[६६] नियमाप्रमाणे महसूल मंत्रालयाकडे त्यांच्याकडून पाठविले जातात की नाही तेही त्याला पाहावे लागे. राज्याने बंदी केलेले बेकायदेशीर कर किंवा माफ केलेले कर त्यांनी जबरीने वसूल करू नयेत म्हणून अमीलांच्या कामासंबंधी त्याला संपूर्ण माहिती ठेवावी लागे. शिवाय अमीलांनी केलेल्या अफरातफरी कागझ-इ-खाम किंवा पटवाऱ्यांनी ठेवलेले खेड्याचे सर्व तऱ्हेच्या वसुलीचे कागदपत्र यांच्या सहाय्याने पहावे लागत. अमीलांनी केलेली अशा तऱ्हेची अफरातफर पुन: परत मिळवावी लागे. एखादा अमील अफरातफरीच्या अपराधाने किंवा इतर दुष्कृत्याने दोषी वाटला तर दिवाणाला त्याच्याबद्दल बादशहाकडे वार्ता द्यावी लागे. आणि मग अशा

---

६२. *फर्हंग-इ-करदानी, पृ. २८ बी*

६३. *फर्हंग-इ-करदानी, पृ. २८ बी*

६४. *फर्हंग-इ-करदानी, पृ. २८ बी*

६५. *निगरनामा-इ-मुन्शी, पृ. १३४, १४५*

६६. *नश्ख-इ-दिवाणी हे मुजमलाई किंवा दिवाणाच्या कचेरीत तयार केलेले खर्चाचे सर्वसाधारण निवेदन. त्यात उत्पन्न व खर्च यांचे खालीसा महालातील तपशील दिलेले असत. त्यातील बाकी असल्यास त्याचीही नोंद केलेली असे. हे निवेदन खालीसा महालातील फुतादारांनी दिवाणाच्या कचेरीला दिलेल्या उत्पन्न व खर्च यांच्या हिशेबाच्या पायावर तयार केलेले असे. (खुलासत-उस-सियाक, पृ. ३५बी)*

अमीलाच्या जागी दुसऱ्याची[६७] नेमणूक करीत. शेवटी त्याला कचेरीत तीस नोंदणी - पुस्तके ठेवावी लागत आणि महसूल मंत्रालयाला नश्खा-इ-दिवाणी व इतर कागद[६८] सादर करावे लागत. यातील प्रत्येक कागदाची वेगळी प्रत त्याला तयार करावी लागे आणि सहा महिन्यांनी किंवा वर्षाच्या अखेरीस त्या प्रांतात जशी पद्धत असेल त्याप्रमाणे महसूल मंत्रालयाला पाठवावे लागत. जेव्हा त्याची बदली होई किंवा त्यास काढून टकाले जाई तेव्हा स्वत:च्या शिक्क्यानिशी सर्व कागदांच्या नकला नवीन नेमलेल्या दिवाणाला[६९] द्याव्या लागत.

दिवाण-इ-सुबाच्या कचेरीत ठेवलेल्या कागदपत्रांवरून दिवाण देखरेखनिसाचा अधिकार कितपत गाजवित होता ते आपल्याला कळते. त्याचा अंमल जमीनमहसूल खात्याच्या सर्व शाखांत प्रांतीय खजिना, खालिसा, जागीर, मदादमाश जमिनी आणि जमीनदाऱ्या यांच्यावर चाले व जमीनमहसूल पेशकाश आणि ठरविलेली खंडणी यांच्या समावेशासह असे. असे दिसते की, मनसबदारांच्या नेमणुकांवर आणि मनसबदार आणि शिपाई यांना देण्यात येणाऱ्या रोख पगारावर तो काहीसा अधिकार गाजवी. त्याच्या कचेरीत मदादमाश जमिनीच्या कायमपणाचे व नूतनीकरणाचे सर्व कागद ठेवलेले असत. प्रांतातील टांकसाळीवर तो देखरेख ठेवी. आणि ज्या तुरुंगात

---

६७. खुलासत-उस-सियाक, पृ. १६एबी, परिशिष्ट ड पहा.

६८. निगरनामा-इ-मुन्शी, पृ. १३५, फर्हंग-इ कर्दानी, पृ. २८ए, दिवाणी-इ-सुबा. आपल्या कचेरीत ठेवत असलेल्या सर्व कागदांच्या यादीसाठी परिशिष्ट ड पहा.

६९. महसूल मंत्रालयाला दिलेल्या इतर कागदांची नावे फर्हंग-इ-करदानीत दिलेली आहेत. ती जमाबंदीची तुमार, रोजनामा-इ-तहसील, जामा-ओ-खर्च-इ-फुतादार, मुजमल इ-परगनात (फर्हंग-इ-करदानी, पृ. २८ ए)

अ) तुमर-इ-जमाबंदी किंवा तुमर-इ-जामा म्हणजे परगण्याच्या अमीलाने तयार केलेली भाडेपट्ट्याची यादी. जित परगण्याची एकूण जमा माल-ओ-जिहाद आणि सैर जिहाद या दोन्ही नावांखाली एकत्र दाखविणारा जामा बरोबर जुन्याचे तपशील आणि नवीन परत मिळालेल्या रकमा आणि ऐमाखेडी (खुलासत-उस-सियाक, पृ.२१बी, २३बी, २४एबी)

ब) रोजनामचा-इ-तहसिल किंवा रोजच्या जमेचा हिशेब (खुलासत-उस-सियाक, पृ.२८बी)

क) जामा-ओ-खर्च-इ-फुतादार, फुतादाराच्या कचेरीत ठेवलेले जमा व खर्चाचे हिशेब.

ड) मुजमल-इ-परगणांत किंवा परगण्यातील मुजमल, परगण्यातील उत्पन्न व खर्च यांचा साधा अहवाल मुजमलमध्ये असे. तिलाच जामा-ओ-खर्च-इ-परगणा म्हणून म्हणत. (खुलासत-उस-सियाक, पृ. २९बी)

दिवाणाच्या न्यायालयाने दोषी ठरवलेले गुन्हेगार कैदेत टाकलेले असत त्यांचे कागदपत्र तपासी. खालिसा महालामध्ये नोकरी करणारे सर्व अधिकारी आपले दप्तर व हिशेब यांच्या प्रती पाठवीत आणि तो त्यांना आवश्यक ते हुकूम देई.[७०] हे तर्क रियाज-उस-सलातीनमध्ये असलेल्या पुराव्याने बळकट झाले आहेत. त्यांच्यावरून कारभारविषयक आणि आर्थिक बाबी, साराआकारणी आणि महसूल, सरकारी खजिन्यासंबंधी उत्पन्न आणि खर्चावरील देखरेख हे सर्व दिवाण-इ-सुबाच्या ताब्यात दिलेले असत. बादशहाने[७१] प्रतिवर्षी काढलेल्या दस्तूर-उल-अमलप्रमाणे प्रांताचा कारभार व त्याचे कार्य तो चालवी.

वसुली व कारभारविषयक विभाग

वसुलीसाठी प्रांत सरकार, परगणे व महाल यात विभागलेला होता. साऱ्याचा एकच दर असलेली कित्येक खेडी मिळून जवळ जवळ महाल नावाचा एक वसुली गट संघटित करण्यात आला होता. त्यालाच परगणा असे म्हणत. दोन्ही संज्ञांमधील महत्त्वाचा फरक असा की परगणा हा काही खेड्यांचा वसुली व प्रादेशिक भाग मिळून बनलेला आहे असे दाखवितो; तर महाल ही संज्ञा विशेषकरून वसुलीकेंद्र[७२] म्हणून दाखविते. उदा. महाल कत्रा पर्छ[७३] आणि महाल सैर बालदा.[७४]

परगण्यात एकापेक्षा अधिक महाल[७५] असत. पण बहुधा एकत्र महालाचा परगणा होई. त्यामुळे स्वैरपणे वापरल्या तर दोन्ही संज्ञा साधारणपणे समानार्थी होत्या. काही परगण्यांचे सरकार होई आणि सरकारची जमीनमहसूल व्यवस्था दिवाण-इ-सरकारच्या हाताखाली असे.

कारभारविषयक केंद्र

राज्यकारभारासाठी प्रांताची विभागणी अनेक कारभारविषयक भागात झालेली असे. त्यांना फौजदारी म्हणत. त्यातील प्रत्येक भाग एका फौजदाराच्या हाताखाली असे, काही भागात त्यांना चकलास म्हणत. फौजदारीत कधी कधी एक परगणा,

---

७०. खुलासत-उस-सियाक, पृ. १६बी

७१. रीयाज-उस-सलातीन, पृ. २४४, ४५

७२. मीरात-इ-अहमदी, पुरवणी. पृ. १८०, १८१, २२३.

७३. कापड बाजारातून वेगळे जमा केलेले. महाल कत्रा पर्छा खाली दाखविले आहेत.

७४. काही कर, उदा. वस्तूच्या खरेदीविक्रीवरील करामध्ये घेतला जाणारा कर इ. शहरात गोळा केलेला कर यांच्यामुळे महाल सैर बालदा हे वेगळे वसुलीकेंद्र झालेले होते.

७५. मिरात-इ-अहमदी, पुरवणी पृ. १९३

अनेक परगणे, आणि काही थोड्या बाबतीत एखादे सरकारही असे. फौजदारामध्ये दोन अधिकारी एकत्र असत - सैनिकी अधिकारी आणि अंमलबाजवणी खात्याच्या त्याच्या हाताखालील केंद्राचा प्रमुख कायदा व सुव्यवस्था राखण्याची जबाबदारी त्याच्यावर असे. तसेच न्याय व जमीनमहसूल व्यवस्थाही[७६] त्याच्याकडे असे. दरबारी कामाचे अध्यक्षपद तो स्वीकारी. त्यात काजी व मुफ्ती[७७] उपस्थित असत. शिवाय जोरतलब[७८] जमीनदाराकडून जमीनमहसूल गोळा करणे ही त्याची जबाबदारी असे. या शिवाय [७९] अमीलांना ते खालीसामध्ये नोकरी करीत किंवा जागीर[८०] महालात नोकरी करीत, जमीनमहसूल गोळा करण्यास त्यांना त्याला मदत करावी लागे.

बहुधा परगणा हा फौजदारी असो किंवा फौजदारीचा भाग असो, तो एक कारभारविषयक विभाग होता. परगण्याच्या अधिकाऱ्यांच्या उदा. काजी, मुफ्ती, कानुंगो आणि चौधरी - नेमणुका केंद्र सरकार करी आणि ते अमीलांच्यापासून स्वतंत्र असत. केंद्र किंवा प्रांतीय सरकारकडून त्यांना प्रत्यक्ष हुकूम येत व अमीलाने जर जमीनमहसुलाचा[८१] सारा ठरविणे व गोळा करणे यात शाही नियमांचे उल्लंघन केले तर ते परिणामकारकरित्या मध्यस्थी करू शकत. ह्या वस्तुस्थितीवरून आपल्याला समजू शकते की अमील खालीसामध्ये नोकरी करो किंवा जागीर महालात नोकरी करो, त्याच्या अधिकाराचा संबंध मुख्यत: जमीनमहसुलाचा सारा ठरविणे व गोळा करणे ह्याच्याशी असे. जागीर

---

७६. सविस्तर चर्चेसाठी पहा. ' मोगल अमलातील फौजदारी व फौजदार '- मेडिएवल इंडिया क्वार्टरली खं. ४, १९६१, पृ. २२-३५

७७. सिलेक्टेड वाकाई ऑफ द डेक्कन, पृ. ७९

७८. सियाकनामा. पृ. ६८

७९. ऐन-इ-अकबरी, भा.१ पृ. १९७. सियाकनामा पृ. ६७. इन्शा-इ-रोशनकलम पृ. ३ए

८०. प्रांतातील सर्व महाल एक तर खालीसा असत किंवा जागीर असत. जिथे अमील किंवा करोरी (खालीसामध्ये नोकरी करणाऱ्या अमीलाला करौरी म्हणत) जमीनमहसूल गोळा करीत त्यांना खालीसा महाल म्हणत. अमील किंवा करोरीची नेमणूक दिवाण-इ-आला करी. आणि गोळा केलेला पैसा सरकारी खजिन्यात भरत. उलट जागीर महाल मनसबदारांच्या पगारांच्या बदली त्यांच्याकडे दिलेले असत. आपल्या जागिरीतून ते वसुली गोळा करीत. जागिरी असल्यामुळे त्यांना जागीरदार म्हणत. महसूल ते स्वत: गोळा करीत किंवा अमीलांना गोळा करण्यासाठी नेमीत.

८१. दस्तूर-उल-अमल-इ-बेकस, पृ. ३७बी, ३८ए, ४१बी, ४२ए, ४३एबी, निगरनामा-इ-मुन्शी पृ. ८३, ९०, ९१, १४०.

आणि खालीसा प्रदेशाच्या पुराव्याच्या अभ्यासाने एक गोष्ट स्पष्ट होते की दोन्हीतही जमीनमहसूल पद्धती बहुधा सारखीच होती.

दिवाण- इ-सरकार

मोंगलाच्या अमलाखालील महसूल पद्धतीच्या अभ्यासात ' दिवाण-इ-सरकार ' ह्या पदाकडे फारसे लक्ष गेलेले नाही. बखरी व कागदपत्रातील संदर्भावरून दिसते की सरकारमधील मुख्य वसूल अधिकारी दिवाण हा असे, पण डॉ. सरणच्या मते सरकारमधील[८२] मुख्य वसुली अधिकारी अमल-गुजार हा असे. प्रसंगोचित पुरावा मात्र डॉ. सरणच्या मताला थोडी पुष्टी देतो आणि अमल गुजार हा अधिकारी परगणा पातळीवरील होता असे दर्शवितो. अमीलांची स्थिती व त्याची प्रादेशिक कायदेशीर मर्यादा आपण नंतर सविस्तर पाहू. पण सध्या मात्र सरकारमधील मुख्य वसुली अधिकारी दिवाण असे किंवा काय ह्यासंबंधीचा अभ्यास करू. मीरात-इ-अहमदीमध्ये आपण वाचतो की औरंगजेबाच्या कारकिर्दीच्या १५ व्या वर्षी इस्लामनगर सरकारचा दिवाण शम्स-उद्-दिन याला एक हुकूम करण्यात आला की त्याने नवानगरच्या राजाला काही खेडी जागीर[८३] म्हणून द्यावीत. दुसरा एक उतारा रोशन अमीर याच्या बंदर सुरत[८४] मधील दिवाण व अमीन म्हणून नेमणुकीची नोंद करतो. असे दिसते की दिवाण-इ-सुबाने दिवाण व अमीन यांना शाही दरबाराला[८५] उद्देशून लिहिलेल्या पत्रात पत्राच्या वर व खाली सही करण्याची सूचना दिली होती. वर दिलेल्या पुराव्यात पुढील मुद्दे निघतात.

१) दिवाण-इ-सुबाच्या हाताखाली दुय्यम दिवाण असत. २) सरकारमध्ये दिवाण नावाचा एक अधिकारी असे. तो जागीर देणे वगैरेसारखी महसुलाची प्रकरणे हाताळीत असे.

मिरात-इ-अहमदीतील पुराव्यावरून काढलेला निष्कर्ष निगरनामा-इ-मुन्शीतील पुराव्याने त्याला प्रत्यक्ष आधार मिळून तो दृढ झाला आहे. सरकार संभलच्या[८६] दिवाणाच्या नेमणुकीचे पत्र त्यात आहे. अन्यत्र आपण अलाहाबाद प्रांतातील चलकातील[८७]

---

८२. सरण : मोंगलांचे प्रांतीय सरकार, पृ. २८४
८३. मिरात-इ-अहमदी, भा. १ पृ. २०४, २८५
८४. मिरात-इ-अहमदी, भा. १ पृ. २३४
८५. मिरात-इ-अहमदी, भा. १ पृ. ३७४
८६. निगरनामा-इ-मुन्शी, पृ. १२१ बी
८७. निगरनामा-इ-मुन्शी, पृ. ९७ एबी

परगण्यातील अनेक दिवाणांच्या नेमणुकीसंबंधी प्रमाणभूत असे वाचतो. दस्तूर-उल-अमल-इ-बेकसमधील एक नेमणुकीचे पत्र आपल्याला सांगते की अनेक परगण्यांच्यावर दिवाणाला प्रमुख म्हणून ठेवीत असत.[८८]

मिरात-इ-अहमदीतील पुराव्याबरोबर ह्या गोष्टी वाचल्या असता सरकार पातळीवरील मोठा महसूल अधिकारी दिवाण म्हणून ओळखला जात होता, ह्या आपल्या तर्काला पुष्टी मिळते. दिवाण-इ-सुबाच्या हाताखाली अनेक दुय्यम दिवाण असत. तसेच दुय्यम दिवाणाचे कायदेशीर कार्यक्षेत्र सर्व सरकारभर असे किंवा अनेक परगण्यांवर असे.

कामे व कर्तव्ये

निगरनामा-इ-मुन्शीमध्ये दिवाण-इ-सरकारची कर्तव्ये व कामे दिलेली आहेत. त्याचे काम देखरेख करण्याचे असे. त्याच्या कायदेशीर क्षेत्रात, परगण्यात काम करण्याऱ्या अधिकाऱ्यांच्या वागणुकीवर नजर ठेवण्याचे काम त्याला करावे लागे. कोणत्याही सरकारी अधिकाऱ्याने रयतेपासून निम्म्यापेक्षा अधिक पीक घेऊ नये. ह्यासाठी आवश्यक त्या उपाययोजना करण्याची सूचना त्याला दिलेली असे. त्याच्या हाताखाली काम करणाऱ्या अधिकाऱ्याची, त्याच्या विरुद्धचे आरोप सिद्ध झाले असतील तर बदली करण्याचा अधिकार त्याला असे. करोरी व फुतादार सरकारी बाकीची अफरातफर करीत नाहीना हे त्याला पहावे लागे. हिशेबाच्या तपासणीत कोणा अधिकाऱ्याने अफरातफर केली असे आढळून आले तर दिवाण त्याला बोलावून घेऊन आरोप केलेल्या अफरातफरीबद्दल स्पष्टीकरण मागे. शिवाय अमीलांनी अफरातफर करण्याच्या विरुद्ध सावधगिरीची उपाययोजना म्हणून कानुंगो आणि चौधरीपासून अशी अफरातफर झाल्यास दिवाणाला[८९] कळवावे असे वचन घेई.

परगण्यातील जमीनमहसूल व्यवस्थेचा अमील किंवा अमलगुजार हा प्रमुख असे. परगण्याच्या अधिकाऱ्यासंबंधी डॉ. सरणनी दिलेली माहिती अमलगुजार किंवा अमील यांची कारभारविषयक कायदेशीर मर्यादा किती होती यासंबंधी आपल्याला वादात टाकते. त्यांची उदाहरणे देण्यासारखी आहेत.

' सरकारमधील मुख्य महसूल अधिकारी अमील किंवा अमल-गुजार हा असे. त्याच्या हाताखाली अनेक अधिकारी असत. त्यात बितीकची हा अत्यंत महत्त्वाचा[९०]

---

८८. दस्तूर-उल-अमल-इ-बेकस, पृ. १८ एबी

८९. निगरनामा-इ-मुन्शी पृ. ९७एबी, १२१एबी, १२३एबी, दस्तूर-उल-अमल-इ-बेकस, पृ. १७बी, १८एबी

९०. सरण : ' मोंगलांचे प्रांतीय सरकार ' पृ. २८४.

असे. ' आपण दुसऱ्या परिच्छेदात पुन: वाचतो.

' परगण्यामध्ये शिकदार अमील, कारकून आणि पोतदार हे शेरशहाच्या काळापासून चालत आलेले अधिकारी आहेत. साराआकारणीचे व गोळा करण्याचे मुख्य काम कारकुनांच्या, उरलेल्या अधिकाऱ्यांच्या व दुय्यम अधिकाऱ्यांच्या मदतीने अमील करीत असे. कानुंगो, पटवारी, पटेल, शिकदार यांचीही त्याला बरीच मदत मिळे.'[११] वरील विधानांचे परीक्षण केल्यानंतर खालील मुद्दे स्पष्ट होतात.

१) अमल-गुजार ज्याला अमील म्हणून म्हणत हा सरकारमधील मुख्य वसुली अधिकारी असे.

२) साराआकारणीचे व गोळा करण्याचे मुख्य काम परगण्यात अमील करी.

हे वर्णन स्पष्ट व निश्चित स्वरूपाचे नाही. त्यातून बोध निघतो की, परगणा आणि सरकारमधील मुख्य महसूल अधिकारी एकाच नावाने संबोधले जात. पण प्रदेशांच्या कायदेशीर अधिकारक्षेत्रांत फरक होता आणि परगण्याचा अमील हा सरकारच्या अमीलापेक्षा दुय्यम समजला जाई. तरीही सरकारमधील अमील किंवा अमल-गुजारच्या हाताखाली बितीकची कारकून फुतादार व खिझनादार या दुय्यम अधिकाऱ्यांत परगणा अमीलची गणना होत नसे. कसेही असो, डॉ. सरण यांचा तर्क स्पष्ट आहे, तो म्हणजे सरकारमध्ये अमील किंवा अमल-गुजार हा जमीनमहसूल कारभाराचा प्रमुख असे.

डॉ. इस्तियाक हुसेन कुरेशी यांनी हा प्रश्न ' अकबराचे[१२] परगणा अधिकारी ' या आपल्या निबंधात सविस्तर तपासला आहे. अमल गुजारलाच ते अमील समजतात आणि त्यांनी असे दाखविले आहे की परगण्याच्या कारभारात अमल-गुजार हा प्रमुख असे. त्याचे मुख्य मुद्दे थोडक्यात असे सांगता येतील -

१) त्याला दिलेल्या कामावरून दिसते की, खेड्यातील शेतकरी व पाटील यांच्याशी त्याचा प्रत्यक्ष संबंध असे. अशा तऱ्हेचा अधिकारी सरकारसारख्या मोठ्या विभागात प्रमुख असणे शक्य नाही.

२) पाहणी करणाऱ्या अधिकाऱ्यांचा तो देखरेखनीस असे. सर्व सरकारकरता पाहणी करणारे पथक असावे हे अशक्य वाटते; कारण साराआकारणीच्या पद्धतीमुळे लागवडीस आणण्याच्या जमिनीची मोठ्या प्रमाणावर व वरचेवर मोजणी करणे भाग पडे.

३) खजिन्याच्या कामावरही तो देखरेख करी; पण ऐनमध्ये दिलेल्या खजिन्याच्या वर्णनावरून तो परगण्याचा खजिना दिसतो.

---

११. सरण : ' मोंगलांचे प्रांतीय सरकार ' पृ. २८४.

१२. ' इस्लामिक कल्चर ' खंड १६, १९, ४२, पृ. ८७-९९.

डॉ. कुरेशींनी मांडलेले मुद्दे विचार करण्यासारखे व वजनदार आहेत; तरीही ते परिस्थितिजन्य पुराव्यावर आधारित आहेत. सुदैवाने या मुद्द्यांवर अधिक निश्चित पुरावा उपलब्ध आहे. त्यावरून स्पष्टच दिसते की, अमील किंवा करोरी हा परगण्यामध्ये जमीनमहसूल कारभाराचा प्रमुख असे. उदा. परगणा धोलिकांच्या अमीलाने शेरखान ह्या सोरटच्या फौजदाराविरुद्ध तक्रार केली कारण फौजदाराने अमीलाच्या[१३] कायदेशीर अमलाखालील खेड्यातील गुरे पळविली होती. परगणा पाटणदेव येथील करोरी अब्दुल रहमान याच्या विरुद्ध रयतेने तक्रार केल्यामुळे त्याची बदली झाली.[१४]

इतर साधनांतही अमीलाचे वर्णन परगणा अधिकारी म्हणून केलेले आहे. इकबालनामा-इ-जहाँगीरमध्ये मुहंमद सईदचा उल्लेख जालंदर[१५] परगण्याचा अमील म्हणून केलेला आहे. जेलर[१६] परगण्यात कचेरीची नेमणूक झाली म्हणून आपण ऐकतो. निगरनामा-इ-मुन्शीमध्ये आपल्याला दिसते की, दारवेन परगण्याचा अमीन व करोरी मुहंमद हशीम याला आपल्या अधिकारावरून[१७] काढून टाकले होते. फर्हंग-इ-करदानीत करोरीचे स्पष्ट वर्णन परगणा अधिकारी म्हणून दिलेले असून त्याची कामे व कर्तव्ये याचा उल्लेख[१८] केलेला आहे. यावरून असा निष्कर्ष निघतो की परगण्याच्या कारभाराचा अमील किंवा अमल-गुजार हा प्रमुख असे.

खुलासत-उस-सियाकमधील पुराव्यावरून ह्या तर्काला पुष्टी मिळते. खुलासत-उस-सियाकच्या लेखकाच्या मताने अमील किंवा अमलगुजार परगणा पातळीवर स्थानिक कारभाराचा प्रमुख असे. अकबराच्या राज्यारोहणाच्या १८ व्या वर्षात प्रत्येक महालाच्या जाम्याची आकारणी करून एक कोटी दाम[१९] या रकमेचा वसूल गोळा करण्याचे काम अमीलाकडे देण्यात आले होते. सुरुवातीस करोरीच्या कामात परगण्यातील अंमलबजावणीचा अधिकारी म्हणून व वसुली गोळा करणे ही दोन्ही कामे होती. शहाजहानच्या कारकिर्दीत काही संघटनात्मक बदल करण्यात आले आणि परगण्याच्या अमीलचे पद प्रथमच सुरू करण्यात आले. दिवाण-इ-आला (१३ ते १९ वे वर्ष) इस्लामखानाने जामाआकारणीसाठी प्रत्येक महालात अमील नेमले आणि तो स्वत:

---

१३. *मिरात-इ-अहमदी, भा. १, पृ. ३२९*
१४. *मिरात-इ-अहमदी, भा. १ पृ. ३०५*
१५. *इकबालनामा-पृ. १७९-१८०*
१६. *वाकाई-ई-सुबा-ई-अजमेर, पृ. ८४*
१७. *निगरनामा-इ-मुन्शी, पृ. ३३, ३४ ए*
१८. *फर्हंग-इ-करदानी, पृ. २९एबी*
१९. *खुलासत-उस-सियाक, पृ. २५बी, २६एबी. अकबरनामा भा., ३, पृ. ८७.*

महालामध्ये एक वर्ष राहिला. फौजदारीचे पद आणि जमीनमहसूल गोळा करण्याचे कार्य करोरीकडे नेमलेले असे. अमीनाचे व करोरीची कार्ये पुढचा वजीर सादुल्लाखान (२०वे वर्ष) ह्याच्या कारकिर्दीत निश्चित करण्यात आली. अनेक परगणे त्याने चकलात संघटित केले आणि अमीन व फौजदार यांची पदे (जी दोन्ही एकाच व्यक्तीकडे होती.) चकलात निर्माण केली. परगणा अधिकारी म्हणून राहिलेल्या करोरीला सरकारी महसूल गोळा करावा लागे. आणि गोळा करण्याबद्दल हक्क म्हणून ५% दलाली मिळे. अशा रीतीने महालाच्या करोरीला दुय्यम पदावर आणले होते. त्याला आवश्यक ते हुकूम अमीन किंवा फौजदाराकडून घ्यावे लागत.

अमील आणि अमीन ही पदे एकमेकांपासून अगदी वेगळी असून प्रत्येकाची स्वत:ची कामे वेगळी असत. बहुधा दोन वेगळी माणसे ह्या दोन पदांवर नेमीत.[१००] पण ही पद्धती भक्कम नव्हती आणि कित्येकदा दोन्ही पदे एकाच माणसाकडे असत. तसेच फौजदारालाही अमील किंवा अमीनचे पद घेता येई. हिजरी सन ११०८ इ. स. १६९६ व गुजरातेतील धवलिका परगण्यात सय्यद मोहसीन यांची अमील व अमीन म्हणून नेमणूक झाली. हिजरी सन ११०९ / इ. स. १६९७त महम्मद बकर याची नेमणूक त्याच परगण्यावर फौजदार व अमील म्हणून झाली. आणि त्याच्याही पूर्वी पाटणदेव[१०१] परगण्याची अमीनी व फौजदारी अमानतखानाकडे आली.

ऐनमध्ये दिलेली अमीलाची कामे व कर्तव्ये यांचे वर्णन १७ व १८व्या शतकाला लागत नाही; कारण अकबराच्या कारकिर्दीत सर्व परगण्याच्या कारभाराचा अमील प्रमुख असे. आणि त्याच्या अधिकारात अमील, फौजदार व अमीन यांची कामे एकत्र झालेली होती. शहाजहाँच्या कारकिर्दीत महत्त्वाचे बदल करण्यात आले आणि अमीलाला अमीन व फौजदार यांच्या हाताखाली दुय्यम स्थान देण्यात आले. जमीनमहसूल गोळा करण्याचे व त्याच्याशी संबंधित असलेली इतर प्रत्यक्ष कामे त्याच्याकडे सोपविण्यात आली.

कामे

अमीलाचे मुख्य काम[१०२] उपजाऊ जमिनीच्या महसुलाची निश्चिती करणे

---

१००. खुलासत-उस-सियाक, पृ. २५बी, २६एबी

१०१. मिरात-इ-अहमदी, भा. १ पृ. २९१, २९२, ३३०, ३३४.

१०२. हे वर्णन पुढील पुराव्यावर अवलंबून आहे. हिदायत-उल-कवायद, पृ. २९ए, दस्तूर-उल-अमल-इ-बेकस, पृ. ६२बी, ६३एबी, खुलासत-उस-सियाक पृ. २५बी, २६एबी, निगरनामा-इ-मुन्शी, पृ. १३६, १३७.

आणि लागवडीस आणलेल्या जमिनीवर आकारलेला महसूल गोळा करणे. खुलासत-उस-सियाकमध्ये सांगितले आहे की नसक करारानुसार सर्व जमीन लागवडीस आणली आहे की नाही हे त्याला पहावे लागे आणि लागवडीस आणण्याची जमीन कमी करण्याची परवानगी नसे. प्रत्येक टप्प्यामध्ये ज्याला टप्प्यामध्येच राहावे लागे असा टप्पेदार तो नेमी. टप्पादाराला प्रत्येक खेडे व प्रत्येक शेतकरी ह्यांच्याशी संबंध ठेवावा लागे आणि खेड्यामध्ये लागवडीस आणण्याची कोणतीही जमीन रिकामी राहू नये व शेतकऱ्यांनी अन्यत्र स्थलांतर करू नये हे त्याला पहावे लागे. उपजाऊ जमीन लागवडीस आणण्याचे निश्चित व्हावे म्हणून तो अमीलाला शेतीसाठी गरिबांना व गरजू शेतकऱ्यांना कर्ज देण्यास भाग पाडी. नंतर जमीनमहसूल गोळा करण्यासाठी आवश्यक ते उपाय त्याला योजावे लागत. काही घोडेस्वार व पायदळ शिपाई शेतकऱ्यांनी जमीनमहसूल देणे टाळू नये म्हणून तो नेमी. तुमार-इ-जमाबंदीच्या किंवा अमीनाने तयार केलेल्या ज्या कागदाने तो जमीनमहसूल आकारला जातो तो ठराविक वेळेत गोळा करून त्याला खजिन्यात भरावा लागे.

दुसरे, स्थानिक खजिन्यात भरलेला पैसा सुरक्षित रहावा म्हणून अमीन व फुतादार यांच्याबरोबर त्याला संयुक्त जबाबदारी स्वीकारावी लागे. स्वत:च्या व अमीनाच्या शिक्क्याने (सील) तो खजिन्याला कुलूप लावी व त्यावर कडक पहारा ठेवी. दिवाणाची परवानगी घेतल्याशिवाय त्याला एकही दाम खर्च करता येत नसे.

तिसरे, चौधरी, कानुंगो व मुकादम यांच्यासारख्या दुय्यम अधिकाऱ्याचे वेतन तो ठरवी. प्रत्येक वर्षाच्या शेवटी सर्व वसूल गोळा झाला आहे असे गृहीत धरून तो या अधिकाऱ्यांच्या नानकार रुसूम आणि इनामसारख्या हक्कांची व्यवस्था करी. गोळा झालेल्या एकूण वसुलीवर पाच टक्के[१०३] दलाली तो घेई.

अखेरीस अनेक नोंदणीपुस्तके जपणे आणि त्यांना दरबाराकडे पाठविणे ही त्याची जबाबदारी असे. प्रत्येक ऋतूच्या अखेरीस त्याला ही नोंदणीपुस्तके पाठवावी लागत. शिवाय सर्व वर्षाचे[१०४] एकूण उत्पन्न व खर्च याचा सारांश त्याला द्यावा लागे.

अमीलाच्या हिशेबाची तपासणी

अमीलाच्या कचेरीने गोळा केलेल्या पैशाच्या हिशेबाची योग्य वेळी तपासणी

---

१०३. खुलासत-उस-सियाक, पृ.२७१०३) खुलासत-उस-सियाक, पृ. २७बी, २६एबी, फर्हंग-इ-करदानी, पृ. २०९, निगरनामा-इ-मुन्शी पृ. १३६, १३७. दस्तूर-उल-अमल-इ-बेकस, पृ. ६२बी, ६३एबी.

१०४. फर्हंग-इ-करदानी, पृ. २९एबी, खुलासत-उस-सियाकच्या लेखकाच्या मताने अमीलाने ठेवण्याच्या एकूण नोंदवह्यांची संख्या बारा होती. पहा - खुलासत-उस-सियाक पृ.२६एबी

होई. जर असे आढळून आले की जमीनमहसूल आकारला जाण्यापेक्षा आणि इतर करांच्यापेक्षा त्याने अधिक गोळा केला आहे तर अशा एकूण गोळा केलेल्या रकमेचा हिशेब होई आणि ते त्याच्याकडून वसूल केले जात. या पद्धतीला बार-अमद किंवा बार-अमद-इ-अमीलन असे म्हणत. असे अनधिकृत गोळा केलेले पैसे सरकारी बाकी म्हणून समजत आणि अमीलाला त्यांचा[१०५] हिशेब द्यावा लागे. ही पद्धती मागे शहाजहाँच्या काळापर्यंत सापडते आणि पुढे ती मुहंमदशहाच्या कारकिर्दीपर्यंत चालू होती. पूर्वी अमीलापासून अशी वसुली होत नसे. शहाजहाँच्या कारकिर्दीत दिवाण-इ-आलाचा पेशकार रायरायान जसवंतराय पहाट वाऱ्यापासून कागझ-इ-खाम घेई आणि त्यांचे फारसीत भाषांतर करी.[१०६] करोरींनी मोठ्या रकमांची अफरातफर केली होती असे दिसून आले तेव्हापासून असा नियम करण्यात आला की अमीलांच्याकडून येणे असलेला राज्याची मागणी दाखविणारा तुमार-इ-बार-अमद कागझ-इ-खामच्या पायावर तयार केला जावा व तो पटवारीने सांभाळावा. करोरी, फुतादार आणि इतर यांनी माल-ओ-जिहातपेक्षा जे अधिक गोळा केलेले असेल, ते त्यांच्याकडून वसूल केले जाई. नियम अमलात आणण्यासाठी प्रत्येक महालात दरोरा व हिशेबनीस हे दोन अधिकारी[१०७] नेमले जात. बार-अमदनविस हे नवीन पद पटवाऱ्याने कागझ-इ-खाम भाषांतरित करण्यासाठी आणि तुमर-इ-बार-अमद[१०८] किंवा अमीलाकडून येणे असलेली रक्कम तयार करण्यासाठी वापरले जाई.

बार-अमद-नविस

बार-अमद-नविसचे नवीन पद मुहंमदशहाच्या[१०९] अमलापर्यंत चालू राहिले. असे दिसते की, प्रत्येक परगण्यात बार-अमद-नविसची नेमणूक केलेली होती. पटवारीने तयार केलेले कागद तो तपाशीत असे आणि अमीलाकडून येणे असलेली रक्कम दाखविणारा तुमर-इ-बरामद तो तयार करी. ही तुमर तयार करण्यात त्याला

---

१०५. खुलासत-उस-सियाक, पृ. ४३एबी, सियाकनामा, पृ. ७५ -८२

१०६. कागझ-इ-खाम या संज्ञेचा अर्थ मूळ कागद असा आहे. तांत्रिकदृष्ट्या त्याचा अर्थ पटवाऱ्याने ठेवलेला कागद असा होईल. इतर माहितीबरोबर अमीलाने गोळा केलेली सर्व वसुली स्थानिक भाषेत तिथे मांडलेली असे.

१०७. अधिकाऱ्याबद्दल सर्वसाधारण शब्द, जो खात्यातील सर्व गोष्टींची जुळणी करी व देखरेख करी.

१०८. खुलासत-उस-सियाक, पृ. ४३बी, ४४ए

१०९. बार-अमद-नविसची कामे व कर्तव्ये दस्तूर-उल-अमल-इ-बेकसप्रमाणे असत यावर हा तर्क आधारलेला आहे. पृ. १८.

चौधरी, जमीनदार आणि कानुंगो मदत करीत. त्यांना सूचना असे की, पटवारीने ठेवलेले कागद बार-अमद-नविसला द्यावेत आणि पटवाऱ्याला बार-अमद-नविसला मदत करावी लागे. महसूल मंत्रालयाला तुमर पाठवावे लागे आणि महसूल मंत्रालयातील हिशेब तपासनीस अमीलाकडून[११०] येणे असलेल्या रकमेचा हिशेब करीत.

अमीन

अकबराच्या अमलात अमीनाचा उल्लेख प्रांताचा एक प्रमुख अधिकारी म्हणून दिवाण, बक्षी व सदर यांच्याप्रमाणे होई. उदा. गुजराथेत अमीन[१११] होता. पुढे प्रत्येक प्रांतात[११२] अमीन नेमण्याची सर्वसाधारण पद्धतीच पडून गेली. कित्येकदा अमीन व दिवाण यांची पदे एकाच व्यक्तीकडे[११३] असत. प्रांताच्या अमीनची कामे व कर्तव्ये ऐन-इ-अकबरीत आढळत नाहीत. तरीही ऐन-इ-अमल गुजारमध्ये आढळणाऱ्या तुरळक उल्लेखावरून दिसते की अमीनाला अमीलने नैसर्गिक आपत्तीमुळे पिकांना काय हानी पोहोचली आहे व त्यांचे स्वरूप केवढे आहे या दिलेल्या अहवालाचा पडताळा पहाण्यासाठी त्याला पाठविलेले असे.[११४] अकबरनामा आणि ऐन-इ-अकबरीमधील पुरावा खुलासत-उस-सियाक या औरंगजेबाच्या कारकिर्दीत झालेल्या ग्रंथातील पुराव्याने बळकट होतो. त्यावरून समजते की अकबराच्या कारकिर्दीत प्रत्येक प्रांतात अमीनाची नेमणूक झालेली होती. एखाद्या महालात नैसर्गिक आपत्ती आली असेल तर अमीलाच्या विनंतीवरून अमीन त्या महालाला भेट देई. त्याच्या सल्ल्याने आणि त्याच्याशी सहमत होऊन नैसर्गिक आपत्तीमुळे जी हानी झाली असेल त्याबद्दल अमीन सूट देई. नेमून दिलेले काम पुरे केल्यानंतर तो आपल्या मुख्य ठाण्याला परतत असे. ही पद्धत प्रदीर्घ काळपर्यंत चालू होती; पण शहाजहानच्या कारकिर्दीत दिवाण-इ-आला इस्लामखान याने प्रत्येक महालात अमीन नेमला आणि जामा[११५] आकारणीचे काम त्याने त्याला नेमून दिले.

परगण्याचा अमीन

राजा व रयत यांच्यात न्यायाधीशाची भूमिका परगण्याच्या अमीनची असे.

---

११० निगरनामा-इ-मुन्शी पृ. १०४एबी, दस्तूर-उल-अमल-इ-बेकस, पृ. १५एबी

१११. अकबरनामा, भा. ३ पृ. २६६, ४०३, ६०१.

११२. अकबरनामा भा. ३. पृ. १६६, २६६, ४०३, खुलासत-उस-सियाक, पृ. २६बी, १७ए

११३. मीरात-इ-अहमदी, भा.१ पृ. २९१, २९२, ३३०, ३३४.

११४. ऐन-इ-अकबरी, भा. १ पृ. १९९

११५. खुलासत-उस-सियाक, पृ. २५b, २६एबी

रयतेपासून सरकारची बाकी वसूल करावी आणि त्यांच्यावर कोणत्याही प्रकारचा जुलूम होऊ नये हे त्याला पहावे लागे. तसेच आलेल्या पिकाचा अर्धा भाग राज्यासाठी आणि उरलेला अर्धा भाग संपूर्णपणे रयतेसाठी रहावा हेही त्याला पहावे लागे. त्याचे प्राथमिक कार्य म्हणजे लागवडीस आणलेली सर्व जमीन शोधून काढणे, ती निश्चित ठरविणे आणि नियम व कायद्याप्रमाणे तिच्यावर कर आकारणे. कोणतीही लागवडीस आणलेली जमीन त्याच्या दृष्टीआड राहून दगाबाज व अप्रामाणिक लोकांनी अफरातफर करूनये अशी त्याला विशेष सूचना असे. साराआकारणीच्या गत दहा वर्षांच्या आकड्यांची मुवाझिना-इ-दाहसालच्या आधारावर तो तुलना करी. तसेच लागवडीस आणलेल्या प्रत्येक शेतजमिनीची देखरेख करून साराआकारणीसाठी निश्चित केलेल्या वेळेत[११६] जामा काय लागू होईल हेही पाही. सर्व परगण्याची साराआकारणी झाली की तो तुमर-इ-जमाबंदी तयार करी; त्यावर चौधरी, कानुंगो आणि काजी ह्यांचा सह्या असत. आकारलेल्या जाम्याच्या[११७] एकूण रकमेसंबंधी त्याने जाब द्यावा म्हणून करोरीपासूनही तो करार करून घेई. अमीन त्यांच्यापासून पट्टा (*भाडेपट्टी*) घेई व कबुलीयतही (*स्वीकारपत्र*) घेई. तो सोळा नोंदणीपुस्तके ठेवी. त्यात परगण्यातील शेतीविषयक परिस्थिती पूर्णपणे दिलेली असे. तसेच साराआकारणीचे आणि त्याच्या कचेरीतील इतर कागद त्याला महसूल मंत्रालयाला पाठवावे लागत. सरकारी खजिन्याच्या[११८] व्यवस्थेशीही त्याचा संबंध असे. तसेच इतर अधिकाऱ्यांशीही त्याचा संबंध असून त्यांच्याबरोबर सरकारी खजिन्यातील पैसा सुरक्षित राखण्याची जबाबदारी त्याच्यावर असे. शेवटी करोरी, चौधरी, कानुंगो आणि जमीनदार यांच्यावर तो देखरेख करी आणि ते लोक बादशहाने[११९] बंदी केलेल्या कोणत्याही कराचे पैसे घेत नाहीत ना हे पाही. अशा रीतीने तो परगणा अधिकाऱ्यावर देखरेख करण्याचा अधिकार बजावी.

कारकून

परगण्यातील जमीनमहसुलाच्या व्यवस्थेत कारकून हा महत्त्वाचा अधिकारी असे. अकबराच्या कारकिर्दीत अमीलाच्या हाताखाली दुय्यम म्हणून तो काम करी आणि साराआकारणी करणे, जमीनमहसूल गोळा करणे, सुरक्षित राखणे व परगणा खजिन्यातील पैशाची योग्य वाटणी करणे ह्या कामाशी त्याचा संबंध असे. खालीसाच्या

---

११६. खुलासत-उस-सियाक पृ. १७बी, १८ए. पहा : हिदायत-उल-कवायद पृ. २७बी, २८एबी; निगरनामा-इ-मुन्शी, पृ. १३६; फर्हंग-इ-करदानी, पृ. २८ए

११७. फर्हंग-इ-कर्दानी पृ. २९. हिदायत-उल-कवायद पृ. २७बी, २८एबी

११८. खुलासत-उस-सियाक, पृ. १७, १८

११९. निगरनामा-इ-मुन्शी, पृ. १३६

अमीलाच्या हाताखाली दोन बितीकची, कारकून आणि खासनीस[१२०] असत. त्यांची कामे व कर्तव्ये यासंबंधीचे तुरळक उल्लेख ऐन-इ-अमल-गुजार आणि ऐन-इ-खिझनादार ह्यात मिळतात. असे आढळते की कारकून पटवाऱ्याबरोबर जब्त प्रकरणांची स्वतंत्रपणे नोंद करी. दोन्ही दप्तरांची तुलना अमीन करी आणि कारकुनाने नोंद केलेल्या जब्त प्रकरणाच्या दप्तरावर स्वत:ची मोहोर करी. दप्तराची प्रत कारकुनाला[१२१] दिली जाई. जब्त प्रकरणे पुरी केल्यानंतर प्रत्येक आठवड्याला ती दरबारकडे पाठवावी लागत व खेड्याच्या मुन्तखाबवर[१२२] त्याला साक्षीदार म्हणून सही करावी लागे. ह्यानंतरचे त्याचे महत्त्वाचे कार्य म्हणजे गोळा केलेल्या महसुलावर देखरेख ठेवणे. रोज येणाऱ्या पैशाची खतावणी तो ठेवी. अशा तऱ्हेची खतावणी अमील व खिजानादारपण[१२३] ठेवीत. शेवटचे म्हणजे इतर अधिकाऱ्यांच्या बरोबर खजिन्यात भरलेल्या पैशाची सुरक्षितता आणि महसूल मंत्रालयाच्या नियम व कायद्याप्रमाणे त्यांची वाटणी ह्याच्याशी त्याचा संबंध असे. खिजानादाराला त्याला मिळालेला पैसा कारकुनाला माहीत असलेल्या जागेत त्याने ठेवावा व स्वत:चे खतावणीची कारकुनाच्या खतावणीशी तुलना करावी अशी त्याला सूचना असे. बहुधा खिजानादारला दिवाणाच्या पूर्वपरवानगीवाचून खजिन्यातील पैसा वाटता येत नसे. तरीही तसाच विशेष प्रसंग आला तर कारकून व शिकदार पैसे वाटण्यासाठी आवश्यक ती मंजुरी देत आणि ती दरबारलाही[१२४] कळवावी लागे.

परगण्याच्या सतराव्या आणि अठराव्या शतकाच्या पूर्वार्धातील जमीनमहसूल व्यवस्थेत कारकुनाचा दर्जा समान होता. साराआकारणी, जमीनमहसूल गोळा करणे, तो सुरक्षित राखणे आणि परगण्याच्या खजिन्यात ठेवलेला पैसा योग्य रीतीने वाटणे या कामाशी त्याचा संबंध असे.[१२५] त्याला काही कागदपत्रे सांभाळावी लागत आणि

---

१२०. ऐन-इ-अकबरी, भा. ३ पृ. ३८१

१२१. ऐन-इ-अकबरी, भा. १ पृ. १९९

१२२. खेड्यातील हिशेबाचा सारांश. त्यात खेड्याच्या निरनिराळ्या भागात असलेली एका व्यक्तीने लागवडीस आणलेली किंवा मालकीची जमीन, मुन्तखब-इ-खासराचा सारांश. ते खेड्यातील लागवडीस आणलेल्या जमिनीसह खेड्याचा जामा दाखविते.

१२३. ऐन-इ-अकबरी, भा. १ पृ. १९९

१२४. ऐन-इ-अकबरी, पृ. १९९

१२५. दस्तूर-उल-अमल-इ-बेकस, पृ. ११बी, १२एबी, निगरनामा-इ-मुन्शी, पृ.१०४

प्रत्येक हंगामाच्या अखेरीस ती वरिष्ठ अधिकाऱ्यांच्याकडे पाठवावी लागत असत. शिवाय प्रत्येक आठवड्याला गोळा झालेल्या साऱ्याच्या प्रगतीचा अहवाल आणि प्रत्येक पंधरवड्याला[१२६] जमाखर्चाच्या नोंदी द्याव्या लागत.

परगण्याचा खजिना

प्रत्येक परगण्याचा स्वत:चा खजिना असे व त्याचा कारभार अनेक अधिकाऱ्यांच्याकडून चाले. त्यात खिजानादार, ज्याला सर्वसाधारणपणे फुतादार म्हणत तो प्रमुख असे. अकबराच्या कारकिर्दीत अमील, कारकून, शिकदार हे खजिन्याच्या व्यवस्थेशी संबंधित असत. खजिन्यात पैशाच्या ठेवीची सुयोग्य वाटणी करणे या- बाबतीत ते संयुक्तपणे जबाबदार असत. पुढे पुढे दरोगा-इ-खजिना आणि मुश्रीफ यांची भरती खजिन्याच्या अधिकारी वर्गात झाली असे दिसते.

खिजानादार

अकबराच्या अमलात खिजानादार किंवा खजिनदार यालाच फुताहदार म्हणत. महसूल गोळा करणे, पैशाच्या पावत्यांचे रक्षण करणे, हिशेब ठेवणे आणि खजिन्यातील पैशाच्या ठेवीची व्यवस्थित वाटणी करणे ही त्याची कामे असत. शेतकऱ्यांनी आणलेली सर्व प्रकारची नाणी, सोने, चांदी, तांबे त्याला स्वीकारावे लागे. त्याला विशेष सूचना असे की, त्याने एखाद्या विशिष्ठ नाण्याचा आग्रह धरू नये. बादशहाच्या सर्वमान्य नाण्यावर तो सूट देऊ शकत नसे. (*फक्त जेवढी नाणी कमी असतील तितकीच तो वसूल करू शकत असे.*) कारकून व शिकदारांना सांगून सर्व पैसा त्याला एखाद्या सोयीच्या जागी ठेवावा लागे आणि प्रत्येक संध्याकाळी मोजावा लागे. त्याला एक निवेदन तयार करावे लागे. त्यावर अमलगुजरची सही घ्यावी लागे, आणि मिळालेल्या पैशाच्या नोंदणीचे पुस्तक कारकुनाच्या पुस्तकाशी तुलना करून त्यावर त्याची सही घ्यावी लागे. खजिन्याच्या दरवाज्यावर अमीलाने मोहर केली की खिजानादार आपले कुलूप त्याला लावी आणि अमील आणि कारकून यांना कळविल्यावरच ते उघडत असे. शेतकऱ्यांकडून त्याला पैसे वसूल करावे लागत आणि त्याबद्दल तो पावत्या देई. काही तफावत आढळल्यास ती दूर करण्यासाठी खिजानादाराला त्याने केलेल्या हिशेबावर पटवारीची सही घ्यावी लागे. खजिन्यातील रोख पैशाच्या वाटपाबाबत नियम होता की, कोणत्याही कारणासाठी खिजानादाराला पैशाचे वाटप करण्यास दिवाणाच्या पूर्वसंमतीशिवाय अधिकार नसे. तसा कायदा होता. निकड आल्यास व खर्च लांबणीवर टाकणे शक्य नसल्यास कारकून आणि शिकदार यांची लेखी परवानगी

---

१२६) दस्तूर-उल-अमल-इ-बेकस, पृ. ११बी, १२ए

घेऊन पैसे खर्च करता येत असत. कसेही असो, प्रकरण वेळच्यावेळी वरिष्ठ अधिकाऱ्यांच्या[१२७] कानावर घालावे लागे.

सतराव्या व अठराव्या शतकांत खिजानादाराची कामे व कर्तव्ये तीच चालू होती.[१२८] असे दिसते की, अठराव्या शतकाच्या पूर्वार्धात फुतादाराला रुस्तुम-इ-फुतादारी नावाचे हक्क मिळत. स्तुम नावाखाली गोळा केलेल्या पैशाच्या पाच-षष्ठांश भाग त्याला घेता येई.[१२९] उरलेला एक-षष्ठांश ज्या वेळी हिशेबांची तपासणी होई त्या वेळी हिशेब बरोबर ठेवण्यासाठी वापरला जाई.

दरोगा-इ-खिजाना

ऐनमध्ये दरोगा-इ-खिजानाचा उल्लेख नाही; पण नंतरच्या कागदपत्रांत दरोगाची कामे व कर्तव्ये यांचा उल्लेख आढळतो. नेमणूकपत्रात दरोगाची कामे व कर्तव्ये यांचा उल्लेख असतो. त्यावरून दिसते की परगण्याच्या खजिना विभागात त्याचे महत्त्व होते. त्याचे मुख्य काम खजिन्याच्या कामावर देखरेख करणे आणि परगण्याच्या खजिना विभागात परस्परसंबंध राखणे. परगणा खजिन्यांत रोज गोळा होणाऱ्या पैशाची सुरक्षितता व कारकून हिशेबनीस व फुतादार यांनी ठेवलेल्या हिशेब पुस्तकांतील कलमाप्रमाणे पैसे आहेत का नाहीत ते पहाणे याची जबाबदारी त्याच्यावर असे. नगद पैसा खजिनदाराच्या खोलीत स्वत:च्या मोहरेखाली तो कुलपात ठेवी आणि खजिन्याच्या व्यवस्थापनाशी संबंध असलेल्या अधिकाऱ्याच्या संयुक्त संमतीने ते उघडता येई.

दरोगा-इ-खिजाना इतर अधिकाऱ्यांच्या बरोबर पैशाच्या वाटपावर लक्ष ठेवी आणि फुतादार एका दामाचीही अफरातफर करीत नाही अन् दिवाणाच्या योग्य संमतीशिवाय पैसा खर्च करीत नाही हे तो पाही. शिपायांचा योग्य वेळी पगार दिला जावा म्हणून आवश्यक त्या उपाययोजना त्याला कराव्या लागत. अखेरीस खजिन्यातील पावत्या आणि पैशाच्या ठेवी दाखविणाऱ्या नोंदणीपुस्तकाची प्रत त्याला ठेवावी लागे.[१३०]

❖

---

१२७. ऐन-इ-अकबरी, भा. १ पृ. २०१

१२८. निगरनामा-इ-मुन्शी, पृ. १००, १०३, दस्तूर-उल-अमल-इ-बेकस, पृ. १२बी, १३एबी

१२९. दस्तूर-उल-अमल-इ-बेकस, पृ. १२बी, १३एबी

१३०. दस्तूर-उल-अमल-इ-बेकस, पृ. २५ए

भाग ३

कानुंगो व चौधरी यांची वंशपरंपरागत अधिकारस्थाने

जागीरदारांच्या बदल्या करण्याची सुव्यवस्थित बनलेली मोगली राज्याची पद्धत जमीनमहसूल पद्धतीला स्थिरता देणारी किंवा स्थानिक दप्तरे चालू ठेवण्यास उपयुक्त नव्हती. महसूल अधिकाऱ्याला दप्तराची संपूर्ण उणीव असता जमिनीतील विविध पक्ष-कारांचे हितसंबंध, महसूल व्यवस्थेसंबंधीचे कायदे, रिवाज व कानून, साराआकारणीचे दर व पद्धती यांच्याशिवाय त्याच्या कचेरीतील कामे यशस्वीपणे करणे अशक्य होते. याचा परिणाम म्हणून स्थानिक कारभारात होणाऱ्या गोंधळाची कल्पना सहज करण्यासारखी आहे. कसेही असो, जागीरदार व महसूल अधिकारी यांच्या सतत बदल्यांनी होणारी पोकळी कानुंगो व चौधरीसारखे वंशपरंपरागत अधिकारी भरून काढीत. जमिनीसंबंधी निरनिराळे हक्क व सनदा साराआकारणीचे दर व प्रकार यासंबंधीच्या स्थानिक पद्धती व रिवाज आणि जमीनमहसूल गोळा करण्यासाठी जमीनदारांची कुटुंबे यांची संपूर्ण नोंद कानुंगोजवळ असे. चौधरीपण[१३१] अशीच नोंद बाळगीत.

कानुंगो

असे दिसते की तीन प्रांतातून कानुंगोची नेमणूक तीन पातळ्यावरून - उदा. सुबा,[१३२] सरकार,[१३३] आणि परगणा[१३४] होई. प्रांतीय कानुंगो दिवाणाने तयार केलेल्या महसूल मंत्रालयाला[१३५] देण्याच्या हिशेबावर साक्षीदार म्हणून सही करी; तर सरकार कानुंगो मुवाझिना, दस्तूर-उल-अमल[१३६] यासारखे व खेड्यांच्या याद्या आणि स्पष्टीकरणात्मक टिपणे परगणा कानुंगोपासून घेऊन साक्षीदार म्हणून स्वत:ची सही करी आणि महसूल मंत्रालयाला[१३७] सादर करी. सरकारचा कानुंगो परगणा कानुंगोच्या[१३८] वागणूक व कामावर देखरेखीचे काम करी.

---

१३१. दस्तूर-उल-अमल-इ-अलमगिरी, पृ. ८ए.

१३२. रियाझ-उस-सलातीन, पृ. ३५०, ३५२.

१३३. नुझुक-इ-जहाँगीर, पृ. ७६. दस्तूर-उल-अमल-इ-बेकस, पृ. ४३एबी, ४४ए

१३४. ऐन-इ-अकबरी, भा. १ पृ. २०९. निगरनामा-इ-मुन्शी, पृ. १०४, १०५. दस्तूर-उल-अमल-इ-बेकस, पृ. ४३बी, ४४ए.

१३५. रियाझ-उस-सलातीन, पृ. ३५०, ३५१

१३६. महसूल व साराआकारणीचे दर आणि पद्धतीसंबंधी स्थानिक नियम व कायदे यांची नोंद.

१३७. दस्तूर-उल-अमल-इ-बेकस, पृ. ४३बी, ४४एबी

१३८. दस्तूर-उल-अमल-इ-बेकस, पृ. ४३बी, ४४एबी

परगणा कानुंगो

प्रांतीय आणि सरकार पातळीवरील कानुंगो आपले दप्तर ठेवतात असे दिसत नाही. परगणा कानुंगोनी ठेवलेली दप्तरे गोळा करणे व पाठवणे ही त्यांची मुख्य कामे दिसतात. कसेही असो, परगणा पातळीवर कानुंगो आपले दप्तर ठेवी. आणि स्थानिक महसूल व्यवस्थेत तो एक महत्त्वाचा अधिकारी दिसतो. बहुधा परगण्यात एक कानुंगो असे, पण काही परगण्यांतून एकापेक्षा अधिक कानुंगो[१३९] असत.

कामे

कानुंगोचे सर्वात महत्त्वाचे काम म्हणजे जमिनीतील विविध हितसंबंधांची पूर्ण नोंद ठेवणे आणि साराआकारणीचे दर व पद्धती यांचे प्रकार व नियम यांची नोंद करणे. तो अनेक नोंदणीपुस्तके ठेवी. त्यात परगण्यातील शेतीविषयक परिस्थितीची पूर्ण माहिती दिलेली असे. तो ठेवीत असलेल्या दप्तरात[१४०] तकसीम किंवा मुआझिना-दाहसाला, दस्तूर-उल-अमल किंवा नगदभाव, खेड्यांच्या याद्या, जामादामी आकडे आणि अटामा[१४१] जमिनीचे दप्तर, तसेच कोणत्या पद्धतीने अनुदान दिले आहे (*फर्मानाने किंवा स्थानिक अधिकाऱ्याच्या हुकमाने*) ते नोंदलेले असे.

कानुंगो याशिवाय हिशेबाचे कागद मिळवी व सांभाळी. यात हिशेबाच्या प्रति व महसूल गोळा करण्याचे कागद उदा. महसूल ठरविण्यासाठी[१४२] जमीनदार किंवा शेतकऱ्यांना नेमून घेण्याच्या प्रती असत. कानुंगोचे दुसरे महत्त्वाचे काम म्हणजे जमिनीसाठी असणाऱ्या विविध आवडींची नोंद करणे आणि विक्रीमुक्त गहाण किंवा देणगीत[१४३] झालेल्या बदलांची नोंद करणे. जमीनदारांचे विक्रीखत झाल्यानंतर कानुंगोला कळवित

---

१३९. मिरात-इ-अहमदी, भा.१, पृ. २६३. निगरनामा-इ-मुन्शी, पृ. १०४. स्टडीज इन द लँड रेव्हेन्यू हिस्ट्री ऑफ बेंगाल, पृ. १६६, १६७.

१४०. वर दिलेले कागद पुढील प्रमाणभूत लेखकांच्या लेखनावर अवलंबून आहेत. ऐन-इ-अकबरी, भा. १, पृ. २००, झवाबित-इ-अलमगिरी पृ. ८ए, निगरनामा-इ-मुन्शी, पृ. १०४, १०५; दस्तूर-उल-अमल-इ-बेकस, पृ. ४३बी, ४४एबी, हिदायत-उल-कवायद, पृ. ६३बी ६४एबी; तसेच पहा : स्टडीज इन द लँड रेव्हेन्यू हिस्ट्री ऑफ बेंगॉल, पृ. १८७.

१४१. आयमा जमीन मदादमाश म्हणून दिलेल्या जमिनींनाच आयमा जमिनी म्हणत.

१४२. स्टडीज इन द लँड रेव्हेन्यू हिस्ट्री ऑफ बेंगाल, पृ. १६५.

१४३. दस्तूर-उल-अमल-इ-मेहादी अलीखान, पृ. ६६. अलाहाबाद डॉक्युमेंटस् क्र. २२४, २२५, २२८, २२९. स्टडीज इन द लँड रेव्हेन्यू हिस्ट्री ऑफ बेंगाल पृ. १६४, १६५.

आणि विक्रीखतात उल्लेख करीत की हे कार्य परगणा कानुंगोच्या संमतीने झाले आहे.[१४४]

याशिवाय कानुंगो साराआकारणीच्या कामाशी सहमत असे. साराआकारणी न्याय्य व समान आहे असे स्वत:चे समाधान झाल्यानंतर चौधरीबरोबर दौल किंवा अंदाज केलेला जामा यावर तो साक्ष देई; व शिफारसपत्रही देई की साराआकारणी त्यांच्या सल्ल्यासह झालेली आहे आणि कोणाही रयतेवर अन्याय झालेला नाही.

पगार आणि भत्ते

अकबराच्या कारकिर्दीच्या सुरुवातीच्या वर्षात पटवारीच्या सद-दोईखाली केलेल्या वसुलीचा अर्धा भाग किंवा पटवाऱ्याला दिलेल्या दलालीच्या दोन टक्के कानुंगोला मिळे. दुसरा अर्धा भाग पटवारीला जाई. यापुढे अर्थातच अकबराने ही पद्धत बंद केली आणि राज्यासाठी केलेल्या कामाबद्दल कानुंगोला निश्चित ठराविक पगार[१४५] मिळू लागला. पगार पैशात न देता त्याच्या पगाराच्या इतके उत्पन्न देणाऱ्या जमिनीच्या स्वरूपात त्याच्या नावे दिला जाई. अठराव्या शतकाच्या पूर्वार्धातील नंतरच्या पुराव्यावरून दिसते की, कानुंगोला जमीन देण्याची पद्धती बंद झाली होती आणि रयतेकडून ते जी दलाली घेत होते त्याच्या स्वरूपात त्यांना पैसे देण्यात येत. कानुंगोला रयतेच्या वाट्यातून दोन टक्के गोळा करता येत. या दलालीला रुसुम[१४६] म्हणत.

चौधरी

मुख्य शब्दार्थाने चौधरी म्हणजे चार (*भाग किंवा नफा*) धारण करणारा तसेच खेड्यातला प्रमुख जमीनदार आणि तालुकादारांच्या[१४७] बरोबर स्थावर संपत्ती धारण करणारा म्हणूनही त्याचा अर्थ होतो. परगणा पातळीवर चौधरी हा महत्त्वाचा अधिकारी असे आणि अनेक मार्गांनी स्थानिक जमिनमहसूल कारभाराशी त्याचा संबंधही असे. चौधरी पद वंशपरंपरागत [१४८] दिसते. बहुधा परगणा चौधरीचे पद एका व्यक्तीकडे[१४९]

---

१४४. अलाहाबाद डॉक्यूमेंटस् क्र. २२९ पहा. दस्तूर-उल-अमल-इ-महादी अलीखान पृ. ६a

१४५. ऐन-इ-अकबरी, भा. १ पृ. २०९

१४६. दस्तूर-उल-अमल-इ-बेकस, पृ. ४३बी, ४४एबी

१४७. विल्सन्स ग्लॉसरी, पृ. १०५, चौधरीलाच पाटील म्हणत. दक्षिणेत त्याला देशमुख म्हणत. (मालुमत-उल-अफक पृ. १७४)

१४८. अलाहाबाद डॉक्यूमेंटस क्र. २९९, ३२८; या डॉक्युमेंटमध्ये चौधरी हे कुटुंबातील नाव दिसते व ते पद वंशपरंपरागत वाटते. चौधरीला नानकार जमीन बहाल करीत यावरूनही ते अनुमान निघते.

१४९. दस्तूर-उल-अमल-इ-बेकस, पृ. ४१बी, ४३एबी, ४३ए

असे, पण त्याबाबतीत सर्वत्र सारखी पद्धत दिसत नाही. परगण्यामध्ये[१५०] एका वेळी एकापेक्षा अधिक चौधरी असत, असे पुराव्यावरून दिसते.

कामे

चौधरीचा संबंध जमीनमहसुलाची आकारणी व तो गोळा करणे यांच्याशी असे. जेव्हा अमीन वार्षिक किंवा काही कालासाठी साराआकारणी करण्यासाठी खेड्याला भेट देई त्या वेळी त्याच्याबरोबर राहून चौधरी त्याचा[१५१] सल्ला घेई. कानुंगोबरोबर तो जमाबंदीवर सही करी आणि शिफारसपत्र देई की, परगण्याच्या जमीनमहसुलाची आकारणी त्याच्या व कानुंगो आणि मुकादमांच्या सल्ल्याने झाली आहे आणि ती त्यांना मान्य आहे.[१५२] सारा गोळा करण्याच्या कामाशीही चौधरीचा संबंध असे आणि कानुंगो व परगण्याचा मुकादम यांच्याबरोबर तो स्वत:ला बांधून घेई. तसेच आकारलेल्या व गोळा केलेल्या साऱ्याची रक्कम करोरीच्यातर्फे[१५३] खजिन्यात भरली जाई.

महसूल खात्याच्या काही कागदांवर उदा. बाकीची यादी आणि तुमारी-इ-आफत किंवा पिकांना[१५४] झालेल्या हानीचा तपशील दाखविणारे निवेदन यांच्यावर चौधरी साक्षीदार म्हणून सही करी. परगण्यातील शेतीविषयक परिस्थितीचा तपशील आणि जमीनविषयक विविध संबंधाची नोंद तो ठेवी. करोरीलाही तो काही मुआजिना-इ-दाहसाला खेड्यांच्या याद्या, खंडापासून मुक्त असलेल्या जागिरी आणि दस्तूर-उल-अमल तो[१५५] ठेवी.

लागवडीखाली आणलेल्या जमिनीचा विस्तार करण्यासाठी चौधरीला सर्व तऱ्हेचे प्रयत्न करावे लागत. शिवाय खेड्यातील बेलगाम व बंडखोर लोकांना सरकार जेव्हा कडक शिक्षा करी व दडपून टाकी त्या वेळी सरकारी अधिकाऱ्यांना त्याला साहाय्य करावे लागे.[१५६]

भत्ते किंवा अवांतर प्राप्ती

राज्यासाठी काम करीत असल्यामुळे चौधरीला खंड नसलेली जमीन मिळे.

---

१५०. मिरात-इ-अहमदी, पृ. २६३, फर्हंग-इ-कर्दानी, पृ. २९ए

१५१. हिदायत-उल-कवायद, पृ. २७ बी

१५२. फर्हंग-इ-करदानी, पृ. ३४ए

१५३. दस्तूर-उल-अमल-इ-अलमगीरी, पृ. ८ए

१५४. फर्हंग-इ-करदानी, पृ. ३६ए

१५५. दस्तूर-उल-अमल-इ-अलमगीरी, पृ. ८ए

१५६. दस्तूर-उल-अमल-इ-बेकस, पृ. ६३बी, ६४ए

जहाँगीरने पंजाबात नेमलेल्या प्रत्येक चौधरीला खंड नसलेली जमीन दिलेली होती. अशा जमिनीचे वर्णन त्याने मदादमाश किंवा निर्वाहभत्ता[१५७] असे केले. नंतरचे कागदपत्र दाखवितात की, निर्वाहाचा भत्ता म्हणून अशी खंडमुक्त जमीन देणे चालूच होते. तरीही तिचे वर्णन मदादमाश असे न करता नानकार असे करू लागले. चौधऱ्यांना नानकार जमीन दिल्याचे काही संदर्भ आहेत.[१५८] नानकार जमीन राज्याकडून दिली जाई पण कित्येकदा चौधरीला रयतेकडून पैसे मिळत. रयतेच्या वाट्यातून एक टक्का कायम दलाली त्याला घेता येई आणि त्याने त्यापेक्षा अधिक काही अपेक्षिणे किंवा गोळा करणे त्याला बंधनकारक असे.[१५९] जोपर्यंत रयतेपासून घेतलेला एक टक्का रुसुम नानकार जमिनीची देणगी मानली जात नसे तोपर्यंत उपलब्ध पुराव्यावरून दिसते की चौधरी हा राज्याचा एक सेवक तसेच शेतकरी समाजाचा एक प्रतिनिधी मानला जाई आणि या त्याच्या कामाबद्दल त्याला दोन्हीकडून पैसा मिळे.

इजारा किंवा महसुली शेती

इजारा किंवा महसुली शेती मोठ्या प्रमाणावर विशेषत: खालीसा जमिनीत करण्याची पद्धत असून अठराव्या शतकातील पूर्वार्धात ती एक महत्त्वाची प्रगती ठरते. काही जागीरदारांना गरज लागेल तेव्हा आपल्या जागिरीचा महसूल सावकाराला किंवा एखाद्या गावातील वजनदार व्यक्तीला चांगल्या रीतीने वसूल गोळा करण्यासाठी इजाऱ्याने देण्याची पद्धती होती असे दिसते. परंतु खालीसा जमिनीत महसुली शेती करण्याची पद्धत सामान्यत: मोगल सम्राटांना नामंजूर होती. तसेच सर्वसाधारणपणे ही पद्धत पुष्कळच मर्यादित होती. तरीही विचाराधीन गोष्टींशी संबंधित पुराव्यावरून दिसते की खालीसा जमिनीत महसुली शेती १८ व्या शतकाच्या पूर्वार्धात विशेषत: बहादूरशहाच्या मृत्यूनंतर सर्वत्र आढळणारी झालेली होती. जसजसे शतक पुढे सरकू लागले तसतशी ही पद्धत मोंगल साम्राज्याच्या जमीनमहसूल पद्धतीचा अत्यंत प्रभावी भाग बनली. त्या पद्धतीच्या बरोबर १७ व्या शतकाच्या अखेरीस आधीच सुरू झालेल्या काही सुधारणाही होत्या. या पद्धतीने मध्यस्थांचा जमीनमहसूल गोळा करणारे म्हणून एक नवा वर्ग जरी निर्माण केलेला असला तरी ज्यांना जमीनदार म्हणून म्हणत व ज्यांचा जमिनीवर कोणत्या ना कोणत्या तऱ्हेने अधिकार पोहोचे अशा मध्यस्थांच्या हिताला त्यामुळे अपाय पोहोचला.

---

१५७. तुजुनक-इ-जहाँगिरी, पृ. ३२

१५८. दस्तूर-उल-अमल-इ-बेकस, पृ. ४५एबी, ४७ए, फर्हंग-इ-करदानी, पृ. २९बी, ३०ए.

१५९. दस्तूर-उल-अमल-इ-बेकस, पृ. ४१बी, ४२

कारभारविषयक व्यवस्थेचे स्वरूप

अठराव्या शतकाच्या उत्तरार्धात संकलित केलेल्या महसुलाच्या स्पष्टीकरण कोशात इजारी पद्धतीच्या व्यवहाराची व्याख्या काहीशी सविस्तरपणे दिलेली आहे. असे दिसते की इजारामध्ये एक प्रकारचा करार असे. त्यात महाल किंवा महालापेक्षा अधिक महसुलासाठी शेती करण्याची पद्धत होती. इजाराधराला करारात ठरविल्याप्रमाणे एक निश्चित रक्कम - गोळा करण्यात कमी किंवा जास्त करण्याचा काहीही संबंध न आणता - द्यावी लागे. ठरविलेली रक्कम तो दोन पक्षात ठरविल्याप्रमाणे हप्त्याने देई आणि देण्याच्या रकमेत कपात करण्याच्या बाबतीत तो विचारार्थ काही मांडू शकत नसे. तरीही करारात जर काही अटी घातलेल्या असल्या तर त्याला विचारार्थ मांडता येत असत.[१६०] एक प्रकारच्या इजाऱ्याला रसद अफझूद असे म्हणत. ज्या खेड्यांत नैसर्गिक आपत्तीमुळे जामा कमी केलेला आहे, अशा ठिकाणी अशी व्यवस्था होई. पहिली गोष्ट म्हणजे त्याचा अर्थ इजाराधराच्यातर्फे मूळ जाम्याच्यापेक्षा कमी रक्कम गोळा करणे आणि देणे. इजाराधराने देण्याच्या रकमेत मूळ जाम्याला पोहोचेपर्यंत वार्षिक वाढ करावी असे[१६१] करारात ठरलेले असे. इजाऱ्याचा दुसरा एक प्रकार असे, त्याला मुताहिदी म्हणत. इजारा व मुताहिदी यात फरक हा असे की इजारामधील करारात बहुधा दोन्ही पक्षांत ठरलेली पूर्ण रक्कम देण्याव्यतिरिक्त काही अटी नसत, उलट मुताहिदीत आकारलेला सारा परगण्याच्या जमीनदारांच्याकडून गोळा करणे आणि सरकारी खजिन्यात भरणे. असे दिसते की मुताहिदी करार जो माणूस करी त्याची देण्याची रक्कम पिकांना नैसर्गिक आपत्तीमुळे नुकसानी पोहोचल्यास आणि सरकारची त्या तक्रारीबद्दल खात्री पटल्यास कमी केली जाई; उलट त्याला परगण्यातील महसूल वाढल्यास सरकारला कळवावे लागे. अखेरीस इजाराधर व मुताहिद यात एक महत्त्वाचा फरक असे. तो म्हणजे मुताहिद हा सरकारी नोकर समजला जाई.[१६२]

अशा रीतीने इजारा व्यवस्थेत राज्य किंवा जागीरदाराच्या तर्फे जमीनमहसूल गोळा करण्याचा विशिष्ठ कालापुरता हक्क आणि करारात ठरविल्याप्रमाणे जागीरदाराला किंवा सरकारला निश्चित रक्कम देणे गृहीत असते. जमीनमहसूल गोळा करण्यासाठी इजाराधर हा एक मध्यस्थ असे. तरीही जमिनीवर त्याला कोणतेही मालकी हक्क

---

१६०. पुरवणी, ६६०३, पृ. ४८ बी

१६१. पुरवणी, ६६०३, पृ. ४८ बी

१६२. रिसाला-इ-झिराअत, पृ. १३बी, १८ए

नसत. या बाबतीत मध्यस्थ म्हणून तो जमीनदारापासून वेगळा असे. मोगलांच्या जमीनमहसूलविषयक साहित्यात इजाराधरचा जमीनमहसुलात काय वाटा असे या संबंधी तसेच त्याने जो त्रास व धोके पत्करले असतील त्याची भरपाई कशी केली जाई हे स्पष्टपणे म्हटलेले नाही. पुराव्यावरून असे दिसते की इजाराधरकडून येण्याची रक्कम ही एकच रक्कम म्हणून निश्चित केली जाई. व्यवस्थेच्या स्वरूपावरून असे दिसते की या सौद्यात दोन्ही पक्षांच्याकडून बोली बोलली जाई. आपण असे गृहीत धरू शकतो की इजाराधरला दिलेल्या महालाच्या अपेक्षित उत्पन्नापेक्षा थोडी कमी रक्कम करारात ठरविली जाते व अशा रीतीने त्याच्याकरता थोडी रक्कम सोडली जाते. कुशल इजाराधर हा लागवडीस आणलेली जमीन शोधून काढून तिची साराआकारणी करू शकतो. अशी जमीन तपशीलवार साराआकारणीच्या वेळी दृष्टीस पडलेली नसते, म्हणून तिची जाम्यात गणना केलेली नसते असे आपल्याला दिसून येते. त्याची जागरूकता आणि व्यक्तिगत प्रयत्न यामुळे अंदाज केलेल्या जाम्याच्या अनेक पटींनी अधिक सारा वाढवला जातो. करारात मात्र म्हटलेले असते की, गोळा केलेल्या रकमेतील वाढलेल्या भागावर सरकार हक्क सांगू शकत नाही. नवी लागवडीस आणलेली जमीन व तिची आकारणी आणि बालादस्ती[१६३] या नावाखाली गोळा केलेला सारा यात इजाराधरच्या उत्पन्नाचा उगम असतो. त्याच्या उत्पन्नाचे हे कायदेशीर मार्ग होत. याशिवाय लागवडीस असलेल्या जमिनीवर मोजणीच्या साहाय्याने सारा आकारण्याचा हक्क तो वापरून नवा जामा[१६४] तयार करी. त्याला जर अशी पद्धती उपयोगात आणता येत असेल तर त्याचे निव्वळ उत्पन्न किंवा नफा मोठ्या प्रमाणावर वाढत असे. पण अशा पद्धतीतील साराआकारणी जमीनदार व शेतकऱ्यांना जड असे; तसेच लागवड व शेतकरी वर्ग यांचा नाश करणारी असे. यावरून असे दिसते की, इजारा ही काही उत्तम महसूल व्यवस्था नव्हती. शेतकरी व जमीनदार यांचा बळी देऊन ही पद्धत इजाराधरला श्रीमंत करी. इजाराधरच्या करारामुळे शेती व शेतकऱ्यांना जर अपाय होत असेल तर त्याचा अर्थ सरकारच्या महसुलामध्ये वाढती घट असा होतो. आवश्यक त्या पुढे दिलेल्या पुराव्याचे अवलोकन केल्यावर वर सांगितलेली विधाने पक्की निश्चित होतील.

इजारा ही जमीनमहसूल पद्धतीतील दिल्लीच्या सुलतानांच्या अमलात प्रसिद्ध अशी पद्धती होती. पण शेरशहा व अकबराच्या कारकिर्दीत तिचा दुर्लौलिक झाला.

---

१६३. बालादस्ती म्हणजे दंड (रिसाला-इ-झिराअत, पृ. १३बी)

१६४. रिसाला-इ-झिराअत, पृ. १३एबी

जहाँगीरच्या[१६५] कारकिर्दीत तिचे पुनरुज्जीवन झाले. सतराव्या शतकात क्रमाने तिचा सपाटून प्रचार झाला. आपल्याला माहीतच आहे की बंगालमधील काही महाल शहाजहानच्या[१६६] कारकिर्दीत पोर्तुगीजांनी इजाऱ्याने घेतले होते. सादीकखानच्या अहवालावरून स्पष्टच दिसते की, शहाजहानच्या कारकिर्दीत इजाऱ्याचा प्रचार मोठ्या प्रमाणावर झाला होता आणि खरोखरी साम्राज्याच्या[१६७] मोठ्या भागाला त्यामुळे नुकसानी पोहोचली होती. ह्या तर्काला रासिकदास करोरीने औरंगजेबाच्या आठव्या राज्यारोहण वर्षांत काढलेल्या फर्मानाने बळकटी येते. त्याच्यात महसूल दप्तर ठेवण्यासाठी अनेक सूचना आहेत. प्रत्येक खेड्यातील[१६८] स्थानिक व्यवस्थेला सारा देणाऱ्या शेतकऱ्यांची संख्या आणि लागवड करणाऱ्यांची नोंद त्यातील एकांत सापडते. यावरून आपल्याला तर्क करता येतो की, प्रत्येक परगण्यात इजाराधर सापडतात; पण साम्राज्यातल्या प्रत्येक खेड्यात सापडतातच असे नाही. फर्मानावरून आणखी एक गोष्ट स्पष्ट होते की, राज्यावर आल्यानंतर बादशहाने जमीनमहसूल धोरणासंबंधी केलेले ते पहिलेच सर्वसाधारण विधान असते. फर्मानामध्ये उल्लेख केलेल्या अटी व पद्धती विशेषेकरून औरंगजेबाच्याच कारकिर्दीला लागू होतात असे नाही. त्यांना पूर्वीच्या कारकिर्दीचा प्रशासकीय वारसा म्हणून समजणेच योग्य होय. अशा रीतीने फर्मानात असलेल्या पुराव्यावरून दिसणारी सगळीकडे पसरलेली पद्धती हे नवीन प्रगतीचे पाऊल नसून शहाजहानच्या कारकिर्दीपासून चालत आलेली पद्धती होती.

औरंगजेबाच्या कारकिर्दीतील उरलेल्या वर्षासंबंधीचा पुरावा परस्परविरोधी आहे. त्या काळात एका बाजूला ही पद्धत सोडून देण्याची किंवा कमीत कमी जमीनमहसूल व्यवस्थेत फारसा मोठा बदल होऊ नये इतक्या अंशांनी ती कमी करावयाची, असे आढळून येते. उलट दुसऱ्या बाजूला अशी चिन्हे दिसतात की विरोधी हुकूम असतानाही ही पद्धत चालूच होती. खालीसा किंवा जागीर जमिनीत इजारा पद्धतीला बंदी करणारा हिजरी १०८७ / इ. स. १६७६ मध्ये दिलेला पहिला हुकूम मीरात-इ-अहमदीमध्ये उपलब्ध आहे. असे दिसते की अहमदाबाद प्रांतात शेतजमीन शेतीसाठी चौधरी व मुकादमांना देण्याची पद्धत होती. तिच्यासंबंधी बादशहाकडे निवेदन देण्यात आले होते. अहवालात असे दर्शविण्यात आले होते की, या पद्धतीमुळे फार अन्याय होऊन

---

१६५. निशाण क्रमांक तीन (जयपूर पुरा लेख) जे. झेविअर भाषांतर होस्टेन जे.ए. एस. बी. एन. एस. २२ सन १९२७ पृ. १२१.

१६६. अमल-इ-सलीब, भा. १ पृ. ४९५.

१६७. सादीकखान, भा.१ पृ. १७४ किंवा ११ए

१६८. निगरनामा-इ-मुन्शी, पृ. १२९बी-१३१एबी

रयतेवर जुलूम होत होता. बादशहाने ही पद्धत नापसंत केली आणि तिला मर्यादित ठेवण्यासाठी त्याने हुकूम काढला. प्रांतीय दिवाणाला दिलेल्या हुकुमात म्हटले होते की, खालीसा आणि जागिरी जमिनी कोणालाही इजारा हक्काने देऊ नयेत आणि दिवाणांनी आवश्यक ती कारवाई[१६९] करण्यासाठी अमीनांना हुकूम पाठवावेत. दुसरा एक हुकूम निघाला त्याचे शीर्षक होते. ' इजाराची बंदी करण्याबाबत ' हा हुकूम निगरनामा-इ-मुन्शीमध्ये उपलब्ध आहे. त्याच्यावर तारीख नाही, किंवा कोणतीही संभाव्य अशी तारीख त्याच्यावर घालता येणे शक्य नव्हते. आपण इतकेच म्हणू शकतो की, तो औरंगजेबाच्या कारकिर्दीतील होता. खालीसा जमिनीतील अमीन व करोरींनी त्यांच्याकडे दिलेल्या परगण्यातील खेडी आपल्या नातेवाइकांना, सरकारी नोकरांना आणि चौधरींना शेतीसाठी देऊ नयेत आणि अशा रीतीने खेड्याच्या मालकांना आपला कारभार व्यवस्थित करून जमीनमहसूल देता यावा असे त्यात म्हटले होते. अर्थात कायद्यात म्हटले होते की, ओसाड पडलेले खेडे किंवा अत्यंत गरीब शेतकऱ्यांची शेती केली जाऊन जाम्याची आकारणी करारातील अटीप्रमाणे व्हावी तशी तरतूद कायद्यात केली होती. अशा तऱ्हेच्या खेड्यांत शेती करण्यासाठी परवानगी देण्यास दोन अटी असत. एक : मालकाची संमती मिळाली पाहिजे आणि दोन : ती शेतीसाठी अशा माणसाकडे द्यावी की जो सरकारी नोकर किंवा चौधरी[१७०] नसावा.

मिरात-इ-अहमदीमध्ये असलेला हुकूम खालीसा आणि जागिरी या दोन्हीही जमिनींना लागू होता; पण निगरनामा-इ-मुन्शीमधला हुकूम खालीसा जमिनीत काय उपाययोजना करावी तेच विशेषत्वाने सांगतो असे आढळून येईल. शिवाय मिरात-इ-अहमदीमधील हुकूम कोठल्याही परिस्थितीत महसुली शेती करण्याची व्यवस्था करीत नाही.

निगरनामा-इ-मुन्शीमधील हुकूम खालीसा जमिनीत काही अटींवर शेती करण्यास परवानगी देतो. जिथे जामा खूप कमी झालेला आहे अशा खेड्यांत महसुली शेतीची व्यवस्था ते करत. ही पद्धती प्रत्यक्ष अंमलात आणली होती. औरंगजेबाच्या कारकिर्दीतील एका अर्जात इजारा हक्कावर दोन किंवा तीन खेडी मागितल्याने हे निश्चित झाले आहे. हुकुमामध्ये असे निश्चित म्हटले आहे की, जी खेडी उजाड झाली आहेत किंवा जेथे लागवड करणे आणि निश्चित जामा[१७१] घेऊन शेती करणे थांबले आहे अशी खेडी निवडण्याचे काम स्थानिक कारभाराकडे दिले आहे. अशा रीतीने महसुलासाठी शेती करण्याच्या पद्धतीला बंदी घालणे आणि मना करणे हे महसूल मंत्रालयाचे जरी

---

१६९. मिरात-इ-अहमदी, भा. १ पृ. २९२.

१७०. निगरनामा-इ-मुन्शी, पृ. १८९

१७१. निगरनामा-इ-मुन्शी, पृ. १४९

सर्वसाधारण धोरण होते तरी पायंडा म्हणून विशेष परिस्थितीतच सरकार परवानगी देई. तरीही असे दिसते की, महसूल मंत्रालयाला ही पद्धती पसंत नव्हती. विशेषत: जेव्हा हे शेतकरी सरकारी नोकर, चौधरी किंवा मुकादम असत अशा वेळी ही पद्धत बंद व्हावी अशी ते काळजी घेत.

इजाराच्या बाबतीत महसूल मंत्रालयाचे धोरण असे होते असे दिसते. तरीही इ. स. १६७६ नंतरच्या काळासंबंधीच्या पुराव्यावरून दिसते की महसुली शेतीच्या विरुद्ध १६७६ चा हुकूम असताना ती पद्धती चालू होती. सन १०९० हिजरी / इ. स. १६७९ मध्ये लिहिलेल्या फर्हंग-इ-करदानीमध्ये एक कबुलीयतचा नमुना (मान्यतेची सनद) आहे. इजाराहक्कांनी लांब मुदतीने भाड्याने देण्याचा करार करून परगण्याकरता आकारणी केलेला जामा देण्यासाठी महसुली शेतकऱ्यातर्फेही करण्यात येत असे. ह्या दस्तऐवजाबरोबर असलेल्या टिपणात दिले आहे की अमीन व करोरी इजाराहक्काने[१७२] काही खेडी भाड्याने देत. पुराव्यावरून असे दिसते की १६७०च्या अखेरीस इजारा ही जमीनमहसुलाच्या प्रशासनातील मान्यता पावलेली महसुलाची पद्धती होती. यापूर्वी आपण इजाराला बंदी घालणाऱ्या हुकुमाचे तपशीलवार बारकाईने परीक्षण केलेले आहे. मीरात-इ-अहमदीमध्ये दिलेला हुकूम सन १६७६मधील गुजरातेतील एका विशिष्ट परिस्थितीला लागू होता तर निगरनामा-इ-मुन्शीमध्ये दिलेला हुकूम या पद्धतीचे कायदेशीर स्वरूप अधिक विस्ताराने दाखवितो; कारण विशेष परिस्थितीत महसुली शेतीची आवश्यक ती तरतूद त्यामुळे झाली. हे लक्षात घेतले तर परस्पर विरोधी पुरावा आपल्या लक्षात येईल. फर्हंग-इ-करदानीमध्ये दाखविलेल्या पुराव्यात फक्त अशीच प्रकरणे दिसून येतात. ती निगरनामा-इ-मुन्शीतील हुकुमांत दिलेल्या नियमानुसार होती. महसूल शेती नियमानुसार होती की नियमाविरुद्ध या बाबतीत एक गोष्ट स्पष्ट आहे की सन १६७६ नंतरसुद्धा महसुली चालू होती. अन्यत्र आपण वाचतो की सन ११०० हिजरी / इ. स. १६९९ पातूल परगण्यातील हिसामपूर खेडे इजारा-हक्कांनी[१७३] घेण्यात आले होते. जसवंतसिंगाची विधवा राणी हाडी जोधपूर परगण्याची जागीर स्वत:ला मिळावी म्हणून अर्ज करताना दिसते, असे आढळून येते. काही कारणांनी तिची विनंती मान्य करता येणे जर अशक्य झाले तर तिने विनंती केली होती की तोच परगणा तिला इजाराहक्काने[१७४] भाड्याने द्यावा.

---

१७२. फर्हंग-इ-करदानी, पृ. ३५a
१७३. दुरुल-उल्म, पृ. ६५ए
१७४. वाका-इ-सुबा अजमीर, पृ. ९५

असे दिसते की जहांदरशहाच्या[१७५] कारकिर्दीपासून सर्व खात्यातील कामकाज नियम व कायदे न पाळता चालू होते. तर फरुख सियरच्या कारकिर्दीत सर्व कारभारातच गोंधळ उडाला होता. कारभाराची सूत्रे हातात असणारे इजाराच्या दुष्ट पद्धतीला उत्तेजन व आश्रय देत होते. शकीरखानाच्या मताने सादीकखानाने कधीही शेतीला जमिनी दिल्या नाहीत. त्याला त्याच्या पदावरून काढून टाकल्यानंतर इजाराची वाईट पद्धती वजीर अब्दुल्लाखानाचा दिवाण रतनचंद ह्याने पुन्हा सुरू केली. त्यामुळे बहुसंख्य लोकांचे[१७६] नुकसान झाले. आपण अन्यत्र वाचतो की फरूख सियरचे अबदुल्लाखानाशी कट्टर वैर होते. वजिराच्या विरुद्ध एक तक्रार होती की ज्या ज्या वेळी तो अमीलाची नेमणूक करी त्या त्या वेळी तो नेमणूक केलेल्या माणसाकडून लेखी निवेदन घेई व आपल्या सावकाराकडून पैसे घेई. देशातील नेमणुका जर अशा परिस्थितीत होत असतील तर या पद्धतीने देशाचा नाश होईल, हे फरुख सियरला समजले होते. बादशहाने हेही नजरेस आणले की या नव्या सुधारणेने जर देश रसातळाला जात असेल तर ती सोडायला पाहिजे आणि अमीलाची नियमित सरकारी नोकर म्हणून नेमणूक करून तो गोळा करीत असलेल्या साऱ्याचा हिशेब देण्याचे बंधन त्याच्यावर घालण्यात आले पाहिजे. अब्दुल्लाखान बादशहाशी सहमत झाला नाही. खाफीखान आपल्याला सांगतो की महसूल मंत्रालयात रतनचंदने इतकी लुडबूड केली की दिवाण-इ-तान आणि दिवाण-इ-खालीसा ह्या दोन्हींची दुय्यम स्थिती झाली आणि एखादी वस्तू विकावी त्याप्रमाणे खालीसा परगणे इजाराच्या भाडेपट्टीत दिले गेले, आणि रतनचंदाला लाखो रुपये मिळाले. ह्या पद्धतीने सय्यद अब्दुल्लाखानाबद्दलची[१७७] नाखुषी बादशहाच्या मनात वाढतच गेली.

इजाराची वाईट पद्धती कमी न होता १८ व्या शतकाच्या मध्यापर्यंत चालूच राहिली. निजाम-उल्-मुल्कने वजीर झाल्यानंतर (इ. स. १७२३) महसूल व्यवस्थेचे काम तपशीलवार बारकाईने तपासले. नवीन सुधारणा सुरू करण्यासाठी त्यांनी एक भव्य योजना आखली. त्याच्या सूचनांपैकी (एक) महसुली शेतीमुळे देशाचे[१७८] नुकसान झाले म्हणून ती रद्द करावी अशी होती. सुचविलेल्या सुधारणा बाशहाने मान्य केल्या आणि लोक अपेक्षा करू लागले की जमीनमहसूल कारभार एका भक्कम पायावर संघटित होऊ लागला आहे. परंतु सुचविलेल्या सुधारणांनी श्रीमंत वर्गाला चांगलाच तडाखा दिला आणि ज्या व्यक्तीने लाचलुचपत व वशिलेबाजीच्या विरुद्ध

१७५. ' लेटर म्युगल्स ' भा. १ पृ. ३३५
१७६. तारीख-इ शकीर कहानी, पृ. ५८ए
१७७. मुन्तखब-उल-लुबाब, भा.२ पृ. ७७३
१७८. मुन्तखब-उल-लुबाब, भा.२ पृ. ७७

झगडा केला होता, तिच्यापुढे दुबळे होण्यापूर्वीच त्यांनी प्रतिटोला देण्यास सुरुवात केली. बादशहाला वजिरापासून वेगळे करण्यात त्यांना यश आले. इ. स. १७२३ मध्ये वजिराला दिल्ली सोडावी लागली. इजाराची दुष्ट पद्धती नष्ट करण्यासाठी वजिराने नव्या सुधारणा अंमलात आणण्यास समंती दिली असती[१७९] तरच बादशहा व वजीर यांच्यात पुनर्मिलन होणे शक्य होते. यावरूनच या प्रकरणाच्या कारभारविषयक महत्त्वाबाबत मत बनवता येते.

खालीसा आणि जागीर जमिनीची शेती करण्याची पद्धती महंमदशहाच्या उरलेल्या कारकिर्दीतही चालू राहिली, असे काही पुराव्यावरून दिसते.[१८०] अन्यत्र आपण वाचतो की, इजाराहक्काखाली अली महंमद रोहिल्याने सुखवस्तू जागीरदार व निष्काळजी वजीर ह्यांच्याकडून अनेक महाल मिळविले होते. दस्तूर-उल-अमल-ई-बेकसमधील दोन कागदांवरून दिसते की खालीसा आणि जागीर जमिनीची महसुली शेतीची पद्धती महंमदशहाच्या कारकिर्दीत उत्तम रीतीने चालू होती. जमीनदार सोभासिंगच्या अर्जदास्तावरून दिसते की त्याच्या तालुक्यात श्रीमंत इजारादार होते.[१८१] इतर साधने आपण पाहिलेली आहेत. त्यांच्यातील पुराव्याला या पुराव्याने बळकटी येते. आणि इजारादारी पद्धतीच्या अंतरंगाचे यथार्थ ज्ञान आपणाला होते. स्थानिक जमीनमहसूल कारभाराच्या प्रमुखाने सोभासिंग जमीनदारावर जमीनमहसूल न भरल्याबद्दल आरोप ठेवला होता. हा सरकारच्या आज्ञेचा स्पष्ट अवमान व शत्रुत्वाचा प्रकार होता असे दिसते. उल्लेखिलेल्या अर्जदास्तात जमीनदार आपल्यावरील आरोप स्पष्ट नाकारतो व आपल्या तालुक्यातील शेतीविषयक परिस्थिती वर्णन करीत असताना तो इजारादाराच्या कामावर टीका करतो आणि जमीनमहसुलाची पुनः उत्तम आकारणी करण्याबद्दल आग्रहाची सूचना करतो. पूर्वीच्या वैभवाच्या दिवसांची आणि चांगल्या कारभाराची आठवण करून तो सांगतो, की मागील चार-पाच वर्षांत अननुभवी व देशाच्या प्रगतीविषयी बेफिकीर असणारे श्रीमंत शेतकरी तालुक्याच्या मुख्य ठिकाणाहून त्यांच्या तालुक्यात आले होते. त्यांचा मुख्य उद्देश जास्तीतजास्त जमीनमहसूल उकळणे आणि प्रदेश व रयत यांचा नाश किंवा विध्वंस करणे. या कारणासाठी अर्जदास्तावरून दिसते की, शेतकऱ्यांशी स्पर्धा करण्याचा सोभासिंगने निश्चय केला होता. आणि जादा जमीनमहसुलाच्या मागणीला त्याने बांधून घेतले होते.[१८२] स्वत:ची सर्व शक्ती पणाला

---

१७९. ' लेटर म्यूगल्स ' आयर्विन भा. २ पृ. १३६
१८०. सीआर-उल-मुताखखिरीन, भा.३. पृ. ८५४
१८१. दस्तूर-उल-अमल-इ-बेकस, भा.२ पृ. ६८, ६९.
१८२. दस्तूर-उल-अमल-इ-बेकस, भा.२ पृ. ५१, ५२.

लावून त्याने परिस्थितीला तोंड देण्याचा प्रयत्न केलेला; पण जमीनमहसुलाच्या मागणीत होणाऱ्या सतत व अवास्तव वाढीमुळे तो अत्यंत हतबल झाला. अखेरीस तो नमला आणि स्पर्धेतून त्याने माघार घेतली. तालुका नष्ट झाला आणि शेतकरी जिल्हा सोडून गेले. स्थानिक कारभाराच्या वंशपरंपरागत जमीनदारांच्या अटी मान्य करून समझोता करणे भाग पडले.

आपल्या साधनांनी दिलेल्या पुराव्यावरून या पद्धतीचा उपयोग व तिचे देशाच्या सामाजिक आणि आर्थिक जीवनावरील परिणाम यांची आपणास उत्तम कल्पना येते. हे स्पष्ट दिसते की, महसुली शेतीची पद्धत सर्वसाधारण होऊन फारुख सियरच्या कारकिर्दीत तिचा बराच प्रसार झाला होता असे स्पष्ट दिसते आणि ही परिस्थिती अठराव्या शतकाच्या मध्यापर्यंत चालू होती. इजारा पद्धतीच्या सामान्य वाढीने जमीनमहसूल कारभाराच्या कामावर विपरीत परिणाम केला होता आणि तिचे स्थैर्य आणखी कमजोर केले होते. तिने नव्या सावकारवर्गाला व सट्टेबाजांना जन्म दिला.[१८३] त्यांनी आपला पैसा महसुली शेतीच्या उद्योगात गुंतवला होता. आणि अशा रीतीने वंशपरंपरागत जमीनदारा-पासून स्पष्टपणे वेगळा असा एक मध्यस्थ वर्ग निर्माण केला होता. इजारादारांचा नवीन वर्ग बहुधा शहरातून येई आणि जमीनदारांच्या हितसंबंधाला त्याचा सतत धोका निर्माण झालेला होता. वरून लादलेल्या मध्यस्थ वर्गाच्या उदयाने त्या परिस्थितीत प्रमाणानुसार होणाऱ्या जाम्यापेक्षा अधिक मागणीचा जमीनमहसूल करण्याच्या स्पर्धेला कारणीभूत होणारी परिस्थिती निर्माण झाली. अधिक किंमत देईल त्याच्याबरोबर करार केला जाई. आणि या पद्धतीमुळे जमीनमहसुलाच्या व्यवस्थेतील जाम्याच्या अकड्यामध्ये वाढ झाली. वंशपरंपरागत जमीनदारांना यामुळे अत्यंत कठीण स्थितीला तोंड द्यावे लागले. एकतर इजारादारावर मात करावी किंवा स्पर्धेतून माघार घ्यावी, असा दुहेरी प्रश्न निर्माण झाला.

अशा रीतीने दोन्ही बाजूंनी सर्वनाश समोर उभा ठाकला. एखादे वेळी जमीनदार जमीनमहसुलाच्या जबर मागणीत गुंतलाच तर स्वत:साठी फारच थोडे वाचविण्याची त्याला संधी असे. शेतकऱ्यांच्यावर आपला भार टाकणे आणि निष्ठूरपणे जबर खंड

---

१८३. जमीनदारीची विक्रीखते पाहिल्यानंतर (अलाहाबादच्या राज्य दप्तरातील) असे दिसते की, अठराव्या शतकाच्या पूर्वार्धात जमीनदाऱ्या मोठ्या प्रमाणावर विकल्या गेल्या. पहा : ' बंगालमधील मोठ्या जमीनदारांच्याप्रमाणे पश्चिम प्रांतातील अनेक तालुकादारांचे मूळ मालकीचे जे होते, ते सर्व सध्याच्या तुलनात्मक इतिहासाचा भाग आहे. नव्हे, त्यांचे मूळ सरकारी महसुलाचे शेतकरी म्हणून शोधायला फार सोपे आहे. (सिलेक्शन फ्रॉम द रेव्हेन्यू रेकार्डस, पृ. ८९)

उकळणे एवढाच मार्ग त्याला उरे. दुसऱ्या मार्गामुळे शेतकऱ्यांचा नाश होई आणि खेडे ओसाड पडे. स्पर्धेतून माघार घेणे म्हणजे चरितार्थालाच ताबडतोब कात्री लावण्यासारखे होते. अशा रीतीने महसुली शेतीचा मोठ्या प्रमाणावर उपयोग केल्याने सर्वसाधारणपणे जुन्या वंशपरंपरागत जमीनदारांचा मोठ्या प्रमाणावर नाश होत होता. अशा शेतीविषयक परिस्थितीत जुन्या वंशपरंपरागत जमीनदारांच्या जागी एक नवा जमीनदार वर्ग उदयास आला. अत्यंत कठीण आर्थिक आपत्तीत सापडल्यामुळे बरेच जमीनदार इजारादाराकडून हरले गेले होते. जे विकत घेतील त्यांना आपले जमीनदारी हक्क विकणे त्यांना भाग पडले. साहाजिकच जे श्रीमंत जमीनदार व सावकार होते त्यांनी ह्या संधीचा फायदा घेतला आणि जमीनदारीच्या ह्या विक्रीमुळे ग्रामीण हिंदुस्थानाचे सामाजिक व आर्थिक स्वरूप पार पालटून गेले. नजीकचे श्रीमंत आणि सामर्थ्यशाली जमीनदार आपापल्या मालमत्ता व तालुके निर्मिण्यात दंग झाले होते तर शहरातले सावकार आपल्या जमिनीवर अनुपस्थित असणारे मालक बनले. अशा रीतीने ग्रामीण भारताचे सामाजिक आणि आर्थिक स्थैर्य अत्यंत डळमळीत झाले आणि ब्रिटिशांनी जेव्हा १८ व्या शतकाच्या उत्तरार्धात व १९ व्या शतकाच्या पहिल्या चतुर्थात देशाचा कारभार हातात घेतला तेव्हाच ते पूर्वस्थितीवर आले.

इजारादारी पद्धतीचा शेतकऱ्यांच्यावर झालेला परिणाम त्याहूनही वाईट होता. करार इजारादारांच्याबरोबर केलेला असो वा जमीनदाराबरोबर असो, कृत्रिम स्पर्धेने निर्माण केलेली परिस्थिती निरपवादपणे जमीनमहसूल वाढविण्यास कारणीभूत झाली. आणि अखेर सर्व भार शेतकऱ्यांवर पडला. सावकाराशिवाय सर्व लोकांचे फार नुकसान होत आहे अशी तक्रार आपले अधिकारी करीत होते हे आपण लक्षात घेतलेच आहे. राजधानीत किंवा प्रांताच्या प्रमुख शहारात संकलित केलेल्या बखरीत असलेला पुरावा जमीनदार सोभासिंगाने बळकट केला आहे. शेतकऱ्यांचे झालेले नुकसान व हावरट शेतकऱ्यांनी खेड्यांचे केलेले नुकसान त्याने प्रत्यक्ष पाहिले आहे. शेतकऱ्यांची गरिबी आणि दु:ख ह्यांचे कारण जमीनमहसुलाच्या मागणीच्या विस्तृतपणांत न शोधता ही परिस्थिती निर्माण करणारे इजारादार व वंशपरंपरागत जमीनदारांमधील कृत्रिम स्पर्धा यात शोधले पाहिजे, असा निष्कर्ष आपण काढू शकतो. अखेरीस त्याचा परिणाम असा झाला की जमीनमहसूल हा डोईजड व सारावसुलीच्या दरापेक्षा अधिक आणि लोकांच्या देण्याच्या योग्यतेपेक्षाही अधिक झाला. वाढलेल्या जमीनमहसुलाच्या मागणीचा भार शेतकऱ्यांत समान वाटला गेला आणि त्याचा अर्थ शेतकऱ्यांची अधिक तीव्र पिळवणूक असा झाला.

महसुली शेतीच्या जमीनमहसूल व्यवस्थेवरील व राज्याच्या खजिन्यावरील परिणामाची आपणाला बारकाईने चौकशी करायची आहे.

राज्याच्या नियमित नोकरांना तपशीलवार साराआकारणी आणि जमीनमहसूल

गोळा करण्यासाठी नेमले होते. सर्वत्र पसरलेल्या इजारापद्धतीमुळे त्यांना कुठे जागाच राहिली नाही. ज्या वर्गाने जमीनमहसूल कारभाराच्या कामात प्रावीण्य मिळविले होते त्यांच्या यामुळे नोकऱ्या गेल्या. त्याचप्रमाणे अकबराच्या काळापासून मोगल सम्राटांनी खूप मेहनतीने परगणा पातळीवर जी कारभारविषयक यंत्रणा निर्माण केली होती ती पूर्णपणे मोडून पडली. इजारा पद्धतीमुळे सार्वजनिक खजिन्यालाही महसुली तोटा आला. शेतकरी वर्गाची अत्यंत पिळवणूक आणि त्याचबरोबर शेतीसंबंधीची अनिश्चित परिस्थिती यामुळे शेतकऱ्यांचे नुकसान झाले आणि खेडी ओस पडली. दाबला गेलेला शेतकरी वर्ग जवळपास असलेल्या जमीनदारांच्या आसऱ्याला गेला. अधिक शक्तिमान जमीनदारांची त्यांच्यावर मालकी होती. हे जमीनदार उघडपणे सरकारी सत्तेला आव्हान देत होते. जमीनमहसूल देण्याकडे दुर्लक्ष करीत होते, आणि जेव्हा एखादा जबरदस्त सरदार त्यांच्यावर चालून जाई तेव्हाच ते महसूल देत असत. अशा रीतीने जमीनमहसुलाची मागणी अधिकात अधिक बोलल्यावर थोड्या वर्षापुरताच सरकारी खजिन्यात अधिक पैसा येत असला तरी त्याचा परिणाम अखेरीस जे भाग सट्टेबाजांना इजारदारांना भाडेपट्टीने दिलेले होते तेथील महसूल न येण्यात झाला. या गोष्टीची नोंद समकालीन इतिहासकार व राज्यकर्ते यांनी केली आहे. बादशहा फरुख सियरसारख्या नामधारी बादशहानेसुद्धा या दुष्ट पद्धतीबद्दल नापसंती दर्शविली आणि ती थांबविण्यासाठी त्याला शक्य होते तितके प्रयत्नही त्याने केले. पण ज्यांचे हितसंबंध त्यात गुंतले होते अशा रतनचंद वगैरेंनी हा विरोध शांत करण्यात आणि जमीनमहसुलाची अन्य कोणतीही कामचलाऊ पद्धती सुरू करण्यास अधिकात अधिक महत्त्व दिले. तथापि महसुली शेती नष्ट करण्याच्या बहुव्यापी सुधारणा करण्याच्या प्रयत्नामुळे हितसंबंधीयांना तडाखा बसला. प्रत्युत्तर देऊन त्याला त्याचे पद सोडण्यास भाग पाडण्याइतके ते समर्थ बनले.

कोणी असा वाद करील की बादशहा फरुख सियरने महसुली शेती नष्ट करण्याची केलेली मागणी म्हणजे त्याच्या दुबळ्या व लहरी मनाचा जमीनमहसुलासंबंधी सत्य गोष्टी समजून न घेण्याचा छांदिष्टपणा होता. तसेच निजाम-उल्क-मुल्कने आपली बहुव्यापी सुधारणांची योजना जेव्हा आखली तेव्हा तो एक स्वप्नाळू होता. जमीनमहसूल व्यवस्थेचे वैशिष्ठ्य ज्या परिस्थितीत दिसले ती अशी होती की, कोणत्याही निश्चित सुधारणा यशस्वीपणे अंमलात आणता येऊ नयेत. खालीसा जमिनी मोठ्या प्रमाणावर कमी झाल्या होत्या. त्याचबरोबर सार्वजनिक खजिन्यातील उत्पन्नही कमी झाले होते. ह्यावरून या गृहीत कृत्याचे समर्थन करता येईल या भूमिकेवरच हे न्याय्य मानता येईल. सर्वात मोठी बोली करणाऱ्याला खालीसा जमीन शेतीसाठी देऊन सार्वजनिक खजिन्यात अधिकात अधिक महसूल मिळवता येईल. त्याला खर्चाच्या दृष्टीने आर्थिक स्थैर्य जवळ जवळ नव्हतेच. दुसऱ्या शब्दांत सांगायचे म्हणजे जमीनमहसूल व्यवस्थेतील

अपवादात्मक परिस्थितीला तोंड देण्यासाठी तो एक उपयुक्त उपाय होता. तरीही मिळालेल्या पुराव्याची परीक्षा केल्यावर आपण गृहीत धरलेल्या गोष्टींना जवळ जवळ आधार मिळत नाही. सत्य असे आहे की, तात्पुरत्या उपायाने राज्याचे आर्थिक स्थैर्य दुबळे होतच राहिले; कारण लागवडीस आणलेल्या जमिनीच्या आणि शेतकऱ्यांच्या अभूतपूर्व प्रमाणावर झालेल्या नाशामुळे उत्पन्नात सतत घट होत होती. अशा रीतीने इजारा पद्धतीची सुरुवात हा तात्पुरता उपाय यशस्वी व शहाणपणाचा होता असे म्हणता येत नाही.

खरोखरी या पद्धतीचे मूळ आणि वाढ श्रीमंत सावकार व सट्टेबाज यांचा हावरेपणा व स्वार्थीपणा यात आहे. त्यांना स्वत:च्या अत्यंत आक्षेपार्ह उद्देशासाठी लोक व राज्य यांना लुटावयाचे होते. भ्रष्ट रतनचंदाबरोबर कारस्थान करून रतनचंदाला व त्याच्या हावरट परंतु अकार्यक्षम मालकाला मोठमोठ्या रकमा देऊन त्याचा आश्रय विकत घ्यायचा होता. अशा रीतीने सावकार, वजीर आणि त्याचा दिवाण रतनचंद या वर्गाच्या उपयोगासाठी मोठ्या प्रमाणावर महसूल शेतीचा उपयोग करण्यात येऊ लागला. ही पद्धत सुरू करण्यास कारभारविषयक किंवा आर्थिक असे कोणतेही समर्थन नव्हते; किंवा जमीनमहसुलाच्या पद्धतीमुळे ती पद्धती अपरिहार्य होती असे म्हणता येत नव्हते. ज्या वर्गाला जमिनीत काहीही आवड नव्हती, किंवा देशाच्या कारभारविषयक पद्धतीला काही मदत करण्यास जो समर्थ होता अशा वर्गाने बळजबरीने लुटलेला भाग म्हणून तिचे वर्णन करता येईल. म्हणून दैवाच्या विचित्र खेळामुळे देशाच्या नेतृत्वपदी आलेल्या एका व्यक्तीने महसुली शेती आणि इजारादारांचा वर्ग हे ग्रामीण व्यवहारावर लादलेले अनिष्ट असे ओझे होते. या काळातील जमीनमहसूल कारभारासाठी अवश्य असणाऱ्या परिस्थितीचे काळजीपूर्वक विश्लेषण केले असता ही पद्धती बंद करणे ही त्या घटकेची गरज होती असे दिसते. सुचविलेली योजना जरी अयशस्वी ठरली तरीही ती करणे आवश्यक होते. त्यामुळे महसुली शेतीच्या सुरुवातीस जमीनमहसूल पद्धतीचे नियमन झाले असते आणि विघटना होण्याच्या क्रियेचा वेग वाढला नसता. सारांश, इजारा पद्धतीने ज्यांना जमिनीत काही आवड होती त्यांचे नुकसान केले आणि सार्वजनिक खजिन्यात महसुलाचा वाढत्या प्रमाणात तोटा होऊ लागला. याला जबाबदार असणारे सम्राट, राज्य आणि जनता यांचे द्रोही झाले. [१८४]

१८४. खाफीखान आपल्याला सांगतो की, देशातील सर्व वर्गाचे लोक सय्यदबंधू व रतनचंद ह्यांचा ते बराहाचे सय्यद व बक्कल्स् यांना आश्रय देत असल्यामुळे तिरस्कार करीत होते. मुन्तखब-उल्-लुबाब, भा. २. पृ. २०२.

प्रकरण ५ वे
जमीनमहसुलाचे विभाजन

जमीनमहसूल तीन संस्थांना दिला जाऊन त्यांच्याकडून वापरला गेला होता. उदाहरणार्थ, सरकार, जहागीरदार आणि मदादमाशचे मालक. कित्येक महाल खालीसाचे म्हणून निश्चित करण्यात आले होते. या महालातील जमीनमहसूल दिवाण-इ-आलाने नेमलेले कारोरी किंवा अमीन वसूल करीत आणि जमलेला सारा सरकारी खजिन्यात भरीत. बहुसंख्य महालातील जमीनमहसूल मनसबदारांना१ त्यांच्या पगाराच्या बदली दिलेला होता आणि आपल्या अमीलांच्यातर्फे ते तो गोळा करीत. सर्व प्रांतातील थोडासा जमीनमहसूल गरजू, धर्मनिष्ठ, विद्वान, शेख आणि सय्यदांना दिला जाई. परगण्यातील२ काही खेडी किंवा खेड्यातील कित्येक बिघे३ ऐमा किंवा मदादमाश जमीन म्हणून निश्चित केलेले होते आणि अनुदात्यांना या खेड्यांचा जमीनमहसूल घेण्याची परवानगी होती. इतर शेतकऱ्यांच्यावर लादलेल्या वेगवेगळ्या करापासून ते मुक्त होते. अशा तऱ्हेने दिलेली खेडी किंवा बिघे जाम्यापासून मुक्त होते. निराळ्या शब्दात सांगायचे म्हणजे मदादमाश किंवा ऐमा म्हणून वेगळे ठेवलेले क्षेत्र किंवा खेडी साऱ्यासाठी घेतली जात नसत, आणि खालीसा किंवा जागीर जमिनीतील जामाचा ती भाग नव्हती.

जमीनमहसुलाचे असे विभाजन कारभारविषयक अनेक प्रश्न निर्माण करण्यास

---

१. *मनसबदार - मनसब असणारा किंवा शाही नोकरीतील हुद्देवाला ज्याने ठरलेल्या रकमेचे घोडेस्वार ठेवण्याचे बंधन मान्य केले आहे.*

२. *सियाकनामा, पृ. ३७-३९*

३. *अलाहाबाद डॉक्युमेंटस, क्र. ३, १५६, १५७, १६२*

कारणीभूत झाले होते. त्याचबरोबर त्याने दोन वेगळ्याच संस्था निर्माण केल्या होत्या. उदा. जागीरदारी पद्धत आणि जमीनमहसूलमुक्त अनुदानाची संस्था. जहागीरदारी पद्धतीतील विविध सुधारणांसाठी जमीन महसुलाच्या पद्धतीवर परिणाम झालेला होता, तर मदादमाश जमिनीच्या संस्थांनी हिंदुस्थानच्या ग्रामीण भागातील सामाजिक व आर्थिक जीवनावर जोरदार परिणाम घडविलेला होता. या कारणासाठी जमीनमहसुलाचे तीन भागात विभाजन आणि त्यामुळे झालेले परिणाम ह्यांचा बारकाईने अभ्यास केला पाहिजे.

भाग १

खालीसा जमिनी

मनसबदारांना त्यांच्या पगाराच्या आणि केलेल्या कामाच्या बदली परगणे आणि महाल दिलेले होते. शाही प्रदेशाचा मोठा भाग यांचा बनला होता. जवळ जवळ सर्व प्रांतातील उरलेले महाल व परगणे खालीसा किंवा खालीसा शरीफा म्हणून निराळे काढले होते व त्यांच्यापासून येणारे उत्पन्न सरकारी तिजोरीत भरले जाई. बादशहाच्या खाजगी खर्चासाठी उत्पन्नाचे साधन आणि सार्वजनिक तिजोरीच्या उत्पन्नाचे साधन म्हणून दोन्हीमध्ये फरक होता असे दिसते. बादशहाच्या खाजगी खर्चासाठी आरक्षित केलेले परगणे किंवा महाल यांना सर्फ-इ-खास म्हणत असत. अशा तऱ्हेचे परगणे वेगळ्या अधिकाऱ्यांच्या ताब्यात देत आणि त्यांच्यापासून येणारे उत्पन्न वेगळ्या तिजोरीत[४] भरीत. महाल किंवा परगण्याचे खालीसा जमिनीचे उत्पन्न स्थानिक तिजोरीत भरले जाई. त्यातून स्थानिक कारभाराचे पैसे देऊन राहिलेली बाकी प्रांताच्या राजधानीत[५] शाही खजिन्यात भरून टाकीत किंवा महसूल मंत्रालयाच्या निर्देशनाप्रमाणे खर्च करून टाकीत. तुरळक उल्लेखावरून कळते की, खालीसाचे म्हणून ठरलेले परगणे उत्तम रीतीने लागवडीस आणले जात आणि त्यांच्यावर आकारलेला जमीनमहसूल अत्यंत समाधानकारकपणे[६] गोळा केला जाई.

विस्तार

खालीसा जमिनीचे क्षेत्र वेळोवेळी आणि प्रत्येक कारकिर्दीप्रमाणे मोगल अमलात सतत बदलते राही. जागीरदारीमुळे खालीसा जमिनीतील वाढ किंवा घट यावर परिणाम होत असे; पद्धतीतील विविध प्रकारच्या प्रगतीमुळे बादशहाची दानत, विशिष्ट परिस्थितीतील गरजा किंवा कारभारातील तपशिलाबाबतचे अज्ञान यांचा परिणाम होई. आपण आधार घेतलेले ग्रंथ अकबराच्या कारकिर्दीतील जामाचे आकडे देत नाहीत; पण असे दिसते की, राज्यारोहणाच्या पंधराव्या वर्षापासून खालीसा जमिनीचा कारभार भक्कम पायावर होता आणि खालीसा म्हणून ज्ञात असलेले परगणे व महाल शाही खजिन्याला समृद्ध करण्यासाठी निर्माण करीत. असे दिसते की जहाँगीरने महसूल व्यवस्थेकडे दुर्लक्ष केले आणि त्याचे अधिकारी लाचलुचपत व अफरातफर करणारे होते. त्याचा परिणाम असा झाला की शेतीने मार खाल्ला. खालीसा जमिनीचे उत्पन्न पन्नास लाखावर येऊन ठेपले

---

४. *मिरात-उल-इस्तिलाब, पृ. १५ए*
५. *निगरनामा-इ-मुन्शी, पृ. १४०*
६. *वाका-इ-अजमिर, पृ. ६५*

आणि अकबराने[७] जमा केलेल्या राखीव पैशातून मोठ्या रकमा काढाव्या लागल्या. गादीवर आल्याबरोबर शहाजहानने खालीसा कारभाराच्या प्रकरणाकडे लक्ष दिले आणि एकशेपन्नास लाख जामा देणारे महाल खालीसा[८] म्हणून ठरवले गेले. क्रमाक्रमाने खालीसा जमिनीचे उत्पन्न वाढले आणि विसाव्या राज्यारोहण वर्षाच्या अखेरीस ८८० कोटी दाम जामापैकी १२० कोटी दाम किंवा ३ कोटी रुपये खालीसा[९] म्हणून वेगळे ठेवले गेले. त्याच्या कारकिर्दीच्या अखेरीस खालीसा जामिनीचा जामा जवळ जवळ ४ कोटी रुपये[१०] झाला. औरंगजेबाच्या १३ व्या राज्यारोहण वर्षात खालीसा जमिनीचा जामा चार कोटी[११] रुपये निश्चित करण्यात आला. अशा रीतीने खालीसा जमिनीचा विस्तार शहाजहानच्या कारकिर्दीत बराच वाढला आणि औरंगजेबाच्या[१२] कारकिर्दीत जवळ जवळ तसाच राहिला.

औरंगजेबाच्या मृत्यूनंतर क्रम उलटा झाला आणि खालीसा जमिनीचे क्षेत्र कमी होऊ लागले. कमी होण्याचा क्रम अनिर्बंध चालूच राहिला आणि महंमदशहाच्या राज्यारोहणाच्या वेळी खालीसा महाल कायदेशीररित्या सरदारांना देण्यात आले होते. या परिस्थितीने निजाम-उल-मुल्क काळजीत पडला आणि वजीर म्हणून नेमणूक

---

७. अकबरनामा, भा.२ पृ. ३३३, मआसिर-उल-उमरामधील पुराव्याने येथे काढलेल्या तर्काला दुजोरा मिळतो. मआसिरमधील एक उतारा मोगल साम्राज्यातील आर्थिक इतिहासाची रूपरेखा देऊन म्हणतो की, अकबराच्या कारकिर्दीत साम्राज्याची वाढ झपाट्याने झाल्यामुळे खर्च जरी वाढला तरी उत्पन्नही सपाटून वाढले आणि मोठा संग्रह करण्यात आला. मआसिर-उल-उमरा, भा. २, पृ. ८१४.

८. मआसिर-उल-उमरा, भा. २ पृ. १४८. सहज आलेल्या बादशहानाम्यामधील उल्लेख दाखवितो की, चौथ्या राज्यारोहण वर्षात खालीसा जमिनीचा जामा ८० करोड दाम किंवा २ करोड रुपये वाढला होता. या वेळेची खालीसा जमीन सर्व साम्राज्याच्या जमीनीच्या $\frac{१}{११}$ होती.

९. बादशहानामा, भा.२ पृ. ७११-१२, मुआसिर-उल-उमरा, भा. २ पृ. ८१५

१०. मुआसिर-उल-उमरा, भा. २ पृ. ८१४-८१५

११. मुआसिर-उल-उमरा, भा. २ पृ. ८१३

१२. न उल्लेखिलेल्या वर्षातील व कारकिर्दीतील जामाचे आकडे झवाबित-इ-अलमगिरीमध्ये देण्यात आले आहेत. (पृ. ८१एबी)

भाग १, शहाजहान (ए)३४, ४६, ७०, २४५ दाम
(बी)२५, ७६, ६०, ६४७ दाम

भाग १, औरंगजेब (ए)३१, ३५, ६१, ३६५ दाम
(बी)२४, ५४, ६४, ६५० दाम

झाल्यावर त्याने महसुलाचे दप्तर तपासले. त्यालाही असे आढळून आले की, मनसबदारीत आवास्तव वाढ झाली आहे आणि जे शंभर लोकसुद्धा[१३] ठेवण्याच्या लायकीचे नव्हते त्यांना मनसबी देण्यात आल्या आहेत. निजाम-उल-मुल्कने नोंदलेल्या दोन्ही गोष्टी वेगळ्या नव्हत्या; वस्तुत: जमीनमहसूल कारभारात झालेल्या अभूतपूर्व प्रगतीचे स्पष्टीकरण त्याने मिळाले. बहादूरशहा आणि फरुख सिअर यांच्या कारकिर्दीवरील लेखक मनसबीमधील अवास्तव झालेल्या वाढीची नोंद करतात; तसेच मनसब आणि जागिरी यांना लालचवलेल्या नव्या वर्गांना भरमसाट बरसात केल्याचे दिसते. मनसबदारातील दखखनी व मराठे औरंगजेबाच्या कारकिर्दीतील अखेरच्या दोन दशकांत सपाटून वाढलेले होते आणि सन १६९१पर्यंत नवीन (मनसबदार) भरती झालेल्यांना जागीर देणे अशक्य झाले होते. पण औरंगजेबाच्या कारकिर्दीत ही भरती थांबणे शक्य नव्हते.[१४] बहादूरशहाच्या राज्यारोहणाच्या वेळी मनसबी देण्यात आल्या. तसेच सैनिकी हुद्देपण वाढविण्यात आले. या मनसबी व हुद्द्यात वाढ देताना उमेदवाराचे गुण किंवा ते देण्यासंबंधीचे नियम आणि कायदेकानून यांचा विचार करण्यात आला नाही. जागीरदारी पद्धतीत झालेल्या अवास्तव वाढीत कोणतेही लक्ष घालण्यात आले नाही. त्यामुळे कारकिर्दीच्या पहिल्या वर्षात अमीरांच्यापैकी बऱ्याचजणांना त्यांच्याकडे असलेल्या मनसबी इतकीसुद्धा जागीर देण्यात आली नाही. त्याचा परिणाम असा झाला की बहुसंख्य मनसबी नामधारी[१५] झाल्या. असे शक्य आहे की अशा परिस्थितीत मार्गच्युती झाली आणि खालीसा म्हणून महाल देण्याची पद्धत सुरू झाली. आपल्याला माहीत आहे की, जहाँगीरच्या कारकिर्दीत भरमसाट मनसबींची वाढ झाल्यामुळे जागीरदारी व मनसबदारी पद्धतीत कठीण समस्या निर्माण झाली आणि तिचा परिणाम खालीसा जमिनी मोठ्या प्रमाणावर कमी होण्यात झाला. बहादूरशहाच्या कारकिर्दीत उपलब्ध जागिरीच्या संख्येतील घट इतकी तीव्र झाली की, या आपत्तीला तोंड देण्यासाठी खालीसा महाल देऊन टाकणे व त्यांचे क्षेत्र घटवणे यावाचून दुसरा मार्ग उरला नाही. फरुख सिअरच्या कारकिर्दीत अशा तऱ्हेच्या खैरातीला फारच विराट स्वरूप आले. देशातील राजकीय स्थित्यंतरे, दरबारातील निरनिराळे पक्ष व गट यांची सत्तेसाठी चाललेली स्पर्धा, अनुनय करण्याचे बादशहाने अनुसरलेले भेकड धोरण, त्यांना इतर वर्गांना मागे सारून उच्च मनसबी देण्यात आल्या होत्या अशा काश्मिरी, हिंदू व ख्वाजासरास या नव्या वर्गांना सामावून घेणे. त्यामुळे समस्या अधिकच कठीण झाली.

---

१३. अहवाल-उल-ख्वाकीन, पृ. १८२. शहनामा-इ-मनुन्वर-उल-कलम, पृ. ८६ए

१४. मुन्तखब-उल-लुबाब, भाग २, पृष्ठ ४१३, ४१४

१५. तपशीलवार चर्चेसाठी प्रकरण ५. भा. २ पहा.

असे दिसते की शक्तिमान मनसबदार वर्गाने आणलेल्या वजनामुळे नामधारी बादशहाने राज्याचा हक्क मनसबदारांच्या पायाशी बहाल केला आणि थोड्याच वर्षात सर्व खालीसा जमीन त्यांच्या ताब्यात गेली. अशा रीतीने खालीसा जमिनीत घट होण्याचे आणि पुढील काळात ती जवळ जवळ नष्ट होण्याचे मुख्य कारण मनसबदारी व जागीरदारी पद्धतीतील समस्यात शोधता येते. यातच आणखीही काही मुद्दे घालण्यासारखे आहेत. उदा. बादशहाचा दुबळेपणा, दरबारातील पक्षीय राजकारण आणि ज्यांच्याकडे वजिराच्या कचेरीचे काम दिले आहे त्यांच्याकडून राज्यकारभाराकडे दुर्लक्ष.

जामा आणि हसील

आपण पाहिलेलेच आहे की, बहुसंख्य बादशाही नोकर - ज्यांना मनसबदार म्हणत - त्यांना तनख्याच्या स्वरूपात पैसे दिले जात आणि म्हणून बादशाही प्रदेशाचे उत्पन्न किती होते ह्याचा अंदाज घेणे आवश्यक झाले आहे. यामुळे प्रत्येक खेडे व विशेषत: प्रत्येक महाल यांचे मूल्यमापन आवश्यक झाले. तांत्रिकदृष्ट्या त्याला जामा किंवा जामादामी म्हणतात. जामामध्ये सर्वसाधारणपणे महालाचे अनेक मार्गांचे उत्पन्न व त्याचा अंदाज पुढील प्रकारात विभागले गेलेले होते. माल-ओ-जिहात; सैर-जिहात; सैर-उल-वाजूह. तरीही महालातील जाम्याचा हिशेब करताना लागवडीस आणलेली सर्व जमीन विचारात घेऊन तिची आकारणी ठरविली जाई. खेडे किंवा महालातील लागवडीस आणण्यासारखी सर्व जमीन लागवडीस आणली जात नसे; त्यातील बराच मोठा भाग पडीक म्हणून राही असे दिसून येते. असे दिसून आले आहे की मोगलांच्या अमलात जमीन माणसांची वाट पहात असे. तसेच पुरेसे भांडवल व मनुष्यशक्तीही लागवडीस१६ आणण्याच्या जमिनीची मशागत करण्यास पुरेशी नव्हती हे मान्य झाले आहे. अशा रीतीने बरीच जमीन पडीक म्हणून राही आणि प्रत्यक्षपणे तिच्यावर सारा आकारला जात नसे. शेतीच्या या विशेष परिस्थितीमुळे गृहीत तनख्याच्या आकारणीच्या तत्त्वावर हिशेब केलेला जामा आणि हाल-इ-हासील किंवा दिलेल्या वर्षातील१७ प्रत्यक्ष आकारलेला जमीनमहसूल यांच्यात मोठीच तफावत निर्माण झाली. जमीनमहसूल

---

१६. जमीन व लागवड यांच्या परिस्थितीचे वर्णन करताना बर्नीयर लिहितो, ' सुपीक जमिनीतीलसुद्धा बराच भाग कामगाराच्या अभावी निकामी राही. ' बर्नीयर भा. २ पृ. ५. तसेच पहा : मूरलँड ' अग्रेरियन सिस्टीम ' प्रस्तावना - पृ. १२

१७. हाल-इ-हसीलला महसूल जमा म्हणून म्हणत (पहा - ' अग्रेरियन सिस्टीम ऑफ मोगल इंडिया) इरफान, पृ. २६४ तळटीप. प्रस्तुत लेखक या लावलेल्या अर्थाशी सहमत नाही. वरील स्पष्टीकरण तात्कालिक आहे.

व्यवस्थेने ही वस्तुस्थिती विचारात घेतली आणि दस्तूर-उल-अमल नेहमीच जामा आणि हाल-इ-हासीलचे आकडे वेगवेगळे घेत आला आहे. त्याचबरोबर हेही लक्षात ठेवले पाहिजे की अनेक कारणासाठी एखाद्या वर्षात लागवडीस आणलेली जमीन बरीच वाढलेली आढळून येई आणि मागील काही वर्षातील ती अधिकात अधिक समजली जाई. अशा वर्षात प्रत्यक्ष आकारलेला सारा गृहीत धरलेल्या साराआकारणीच्या जवळपास असे. अशा साराआकारणीला हासील-इ-साल-कामील किंवा हासील-इ-कामील म्हणत. अकबराच्या कारकिर्दीत पूर्वकाळात जामा एकतर्फेच ठरविला जाई. आणि त्याला जामा रकामी कलामी असे म्हणत. उपलब्ध जागिरी थोड्या असल्यामुळे आणि जागिरी मागणाऱ्यांची संख्या अधिक असल्यामुळे तो कागदावर तेवढा वाढविण्यात आला होता. असे दिसते की जामा रकामी कलामीने जागीरदारी पद्धतीच्या कामावर विपरीत परिणाम घडविल्यामुळे ११व्या किंवा १५व्या वर्षांत मुझफ्फरखान आणि राजा तोरडमल यांनी ती बाजूला टाकली. नव्या जाम्याचा हिशेब स्थानिक कानुंगोच्या हिशेबावर आधारित होता आणि त्याचा पाया हाल-इ-हासीलचा अंदाज किंवा आकारलेला जमीनमहसूल हा होता. पूर्वीच्या जाम्यापेक्षा तो किंचित कमी असे परंतु जामा आणि हाल-इ-हासीलमध्ये मोठीच तफावत असल्यामुळे जागीरदार शिपाई आणि शेतकरी यांना फारच त्रासाचे झाले होते. १९ व्या राज्यारोहण वर्षात बंगाल, गुजराथ आणि काबूल सोडून साम्राज्याचा सर्व प्रदेश खालीसात गेला आणि काही काळापुरती तरी जागीरदारी पद्धत स्थगित झाली. २४ व्या राज्यारोहण वर्षात गत दहा वर्षांतील (१५ ते २३ वे राज्यारोहण वर्ष) महसूल मागणीची सरासरी काढून जामा दहा साला तयार करण्यात आला. यात लागवडीतील सुधारणा आणि किंमतीतील चढउतार विचारात घेण्यात आला होता.[१८] अकबरनाम्यातील जामा दहासालाच्या हिशेबावरून दिसते की जामा व हाल-इ-सीलमधील तफावत भरून काढण्यासाठी योजलेल्या सुधारणांचे उद्दिष्ट साधण्यास जेव्हा शेवटी जामा दहासाला तयार करण्यात आला तेव्हा महसूल मंत्रालयाला बरेचसे यश आले. समाधानकारक जामा तयार केल्यानंतर तनखा देण्याच्या पद्धतीचे पुनरुज्जीवन[१९] करण्यात आले.

अकबराच्या अमलात ५०० कोटी दामापर्यंत[२०] जामा होई. जहांगीरच्या

---

१८. वरील सारांश अकबरनाम्यातील व ऐनमधील पुराव्यावर आधारित आहे. संदर्भासाठी पहा : अकबरनामा भा. २ पृ. २०७. अकबरनामा भा. ३ पृ. ११४-११७, २८२, ऐन, भाग २, पृ. २.

१९. इरफान अग्रेरीयन सिस्टिम, पृ. ९७-९८

२०. ऐन-इ-अकबरी भा. २ पृ. ४८

कारकिर्दीच्या अखेरीस तो ७०० कोटी दाम[२१] झाला. जाम्याच्या आकड्यात विशेष दिसून येणारा फरक लागवडीस आणण्याच्या जमिनीच्या क्षेत्रातील वाढ किंवा किंमतीची वाढ किंवा दोन्हीमुळे झाला असावा. शिवाय मनसबीच्या वाढीमुळे आणि मनसबदारांच्या संख्येत वाढ झाल्यामुळे निर्माण झालेल्या परिस्थितीला तोंड देण्यासाठी जाम्याचे आकडे बहुधा फुगवण्यात आले असावेत.[२२] आपल्याला ठाऊक आहे की जहाँगीर बादशहाने मनसबीची भरमसाट वाढ करण्याचे धोरण सुरू केलेले होते. जहाँगीरच्या कारकिर्दीत जमीनमहसूल कारभारावर फुगलेल्या जाम्याने परिणाम केला. ह्या वस्तुस्थितीमुळे शहाजहानने जागिरी देण्यासाठी एक महिन्याचा हिस्सा सुरू केला आणि जहागीरदारांचा[२३] पगार व सैनिकी गरजा भागविण्यासाठी मासिक तक्ते केले असे दिसते. पेलसारेट ह्या तत्कालीन डच लेखकाने ह्या तर्काला प्रत्यक्षपणे दुजोरा दिलेला आहे. तो सांगतो की जागिरीचे मूल्यमापन फुगवण्यात आलेले होते. ज्या जागिरीची किंमत ५०,००० रुपये होती ती शेतकऱ्यांना जबर खंड देऊनही २५००० रुपयेसुद्धा देईना. फुगविलेल्या जाम्याचे वाईट परिणाम मनसबदारी पद्धतीवर होऊन बादशाही नोकरीची कार्यक्षमताही त्यामुळे बिघडली. पेलसारेटच्या म्हणण्याप्रमाणे अनेक तनखेवाले, ज्यांचा दर्जा पंचहजारी घोड्यांचा असे, ते हजारीसुद्धा स्वार नोकरीत[२४] ठेवीत नव्हते.

शहाजहानच्या कारकिर्दीत जामा आणि हाल-इ-हासीलमधील मोठा फरक हा गृहीतच धरलेला मुद्दा होता. आणि दोन आकड्यांतील तफावत भरून काढण्यासाठी काहीही प्रयत्न करण्यात आलेले नाहीत. उलट जागिरदारांचे अपेक्षित उत्पन्न समजण्यासाठी नवीनच पद्धत शोधण्यात आली आणि त्याची कर्तव्ये नोंदण्यात आली. हाल-इ-हसील किंवा प्रत्येक महालाचा प्रत्यक्ष साराआकारणीचा अंदाज केला जाई आणि ती जाम्याच्या मासिक विभागात व्यक्त केली जाई आणि १२ महिन्याचा हाल-इ-हसील तिच्यामुळे दिसे.

---

२१. बादशहानामा भा. २ पृ. ७११

२२. तुझुक-इ-जहाँगिरी-पृ. ४,५. तुझुकप्रमाणेच मनसबीची वाढ १०:३० व १०:४० ह्या प्रमाणात करण्यात आली. मनसबीतील सर्वात कमी वाढ सध्याच्या दर्जाच्या निम्मी असे.

२३. बादशहानामा भा. २ पृ. ५६६; ५६७. मिरात भा. १ पृ. २२७, २२८, तसेच पहा, ' रँक (मनसब) इन द मुघल स्टेट सर्वीस ' डब्लू. एच. मूरलँड, जर्नल ऑफ द रॉयल एशिआटीक सोसायटी, १९३६ सन. ' द मनसबदारी सिस्टीम ' अब्दूल अजीज.

२४. पेलसारेट-पृ. ५४

महालातील हाल-इ-हासील जाम्याच्या $\frac{2}{3}$ असेल तर महालाला ८ महिनेवाला समजत. जर हाल-इ-हासील जाम्याच्या निम्मा असेल तर महालाचे वर्गीकरण ६ महिनेवाला वगैरे करीत. मनसबदाराचे पगारमान व सैनिकी सेवा त्यांच्या जागिरीतील[२५] हाल-इ-हासीलप्रमाणे निश्चित केली जाई.

जामाचे आकडे

मोगल सम्राटांच्या (अकबर ते बहादूरशहा) कारकिर्दीतील जामाचे आकडे ऐन, बादशहानामा आणि अनेक दप्तर-उल-अमलमध्ये उपलब्ध आहेत. जामा आकड्यांच्या[२६] तुलनात्मक विश्लेषणावरून दिसते की, अकबराच्या कारकिर्दीपासून पुढे ते वाढत जातात आणि औरंगजेबाच्या कारा कर्दीच्या अखेरीस त्या वाढीची परमावधी होते. जामा आकड्यांच्या एकूण वाढीचे स्पष्टीकरण दक्षिणेत अधिक मिळालेल्या प्रदेशाने आणि काही भाग वाढता व्यापार आणि वाहतूक यावरील करांचे वाढलेले उत्पन्न याने देता येते. परंतु अनेक प्रांतातील आणि सरकारातील विविध कारकिर्दीतील जामा आकड्यांची तुलनात्मक परीक्षा करता, साम्राज्याच्या प्रत्येक परगण्यात जामा आकड्यांत निश्चित व नाव घेण्यासारखी वाढ दिसून येते, असे दिसून येत.

❖

२५. शहाजहान व औरंगजेबकालीन कारभारविषयक साहित्यावर हा खुलासा अवलंबून आहे. मुख्य संदर्भ पुढीलप्रमाणे आहेत. ' सिलेक्टेड डॉक्युमेंटस ', पृ. ६४, २४८. रुकात-ई-अलमगिरी, पृ. १०, ८८, १०७, ११८, १२१, २, १३०, १३१, १३५, १६३, १६४. बादशहानामा, भा. २ पृ. ५०६. मिरात-इ-अहमदी-भा. १. २२७, २२९.

२६. परिशिष्ट-ई बघा.

भाग २

जागीरदारी पद्धती

मोगलांच्या कारकिर्दीत साम्राज्याचा प्रदेश जमीनमहसुलाच्या व्यवस्थेसाठी काहीसा अनियमितपणे दोन ढोबळ भागात - खालीसा आणि जागिरीमहाल - विभागलेला होता. जागीर म्हणून दिलेला परंतु तनखा न लावलेला असा एक उपप्रकार होता. त्यांना महाल-इ-पै बाकी[२७] म्हणत. साम्राज्याच्या प्रदेशाचा मुख्य भाग जागीर जमिनीचा असून यांचा महसूल मनसबदार म्हणून साम्राज्याच्या नोकराकडे त्यांच्या पगारासाठी साम्राज्यातील त्यांच्या दर्जाप्रमाणे नेमून दिला होता. ह्या तनखेदारांना जागीर[२८] किंवा इक्ता[२९] म्हणून दिलेल्या महालात महसूल वसूल करण्याचा हक्क होता. आणि या अधिकारात त्यांना जागीरदार किंवा तिऊलदार म्हणत. प्रत्येक मनसबदार साम्राज्याच्या नोकरीत निश्चित स्थानावर असे. तीत एकतर एकेरी जातीचा दर्जा असे किंवा दुहेरी दर्जा असून त्यात जात व सवार हे प्रकार असत. जात आणि सवारांची वेतनपत्रे वेगवेगळी असत आणि विशिष्ट दर्जा असलेल्या मनसबदाराचा त्याप्रमाणे दामामध्ये[३०] हिशेब केला जाई. एका महालाचे, महालाच्या भागाचे किंवा एका महालापेक्षा अधिक क्षेत्र त्यांना जागीर म्हणून दिले जाई. त्यात त्याच्या पगाराच्या हिशेबाइतके उत्पन्न मोजले जाई. अंदाज केलेले हे उत्पन्न जामा किंवा जमादानी म्हणून तांत्रिकदृष्ट्या माहीत होते. आणि त्यात जमीनमहसूल तर असेच पण हसील-सैर आणि पेशकाशसारख्या इतर वसूल केलेल्या करांचे उत्पन्नही असे. रहदारी जकातीचे उत्पन्न आणि शहरातून किंवा मंडईतून घेतलेल्या किंवा वस्तूवरील कर यांचे वेगळे महाल होत. त्यांना सैर-

---

२७. खुलासत-उस-सियाक, पृ. ४८बी

२८. मिरात-उल-इस्तिलाचा लेखक जागीर व तिऊल यात पुढील प्रकारे फरक करतो. जागीर ही सरदार आणि मनसबदारांना दिली जात असे तर तिऊल शहाजाद्यांना व राजघराण्यातील लोकांना दिली जात असे. पहा मिर्त-उल-इस्तिला पृ. १५ए. हे लक्षात ठेवले पाहिजे की, मोगलकालीन बखरी व दस्तऐवजात या दोन्ही नेमणुकीत कोणाही एकाला विशेष अर्थ दिला गेलेला नव्हता.

२९. इक्ता तनखा या अर्थीपण वापरला जातो; पण त्याचा उपयोग दुर्मिळ आहे. पहा मिरात-इ-अहमदी भा.१ पृ. ३५५.

३०. तपशीलासाठी पहा अब्दुल अझीजची मनसबदारी पद्धत, सिलेक्टेड डॉक्सुमेंटस ऑफ शहाजहान्स रेंज पृ. ८०-८१. फर्हंग-इ-करदानी पृ. २१ए-२४ए. खुलासत-उस-सियाक पृ. ७६ए, ७७बी.

महाल म्हणत आणि हे जागीर[३१] म्हणून दिले जात. मनसबदारांचा पगार पैशाच्या रूपाने दिला जाई आणि ज्या मनसबदारांना पैशात पगार मिळे त्यांना नकदी[३२] म्हणत. ज्या तनख्यात परतफेड नसे आणि ज्यात मनसब वाढलेली दिसे अशा नेमणुकीस इनाम[३३] म्हणत.

मोगलांच्या कारकिर्दीत जागीरदारी पद्धती एक वेगळी संस्था म्हणून प्रगत झाली. तपशीलवार नियम व कायदेकानूंच्या साहाय्याने त्यांचा कारभार होत होता. या अपूर्व संस्थेचा पाया अकबराच्या कारकिर्दीत घातला गेला; परंतु शहाजहानने या साध्या संघटनेचे गुंतागुंतीच्या संस्थेत रूपांतर केले. क्रमशः ही संस्था मोंगलांच्या कारभारविषयक पद्धतीचे एक मोठेच वैशिष्ट्य म्हणून पुढे आली. प्रामुख्याने ही पद्धत लोकांच्याकडून कार्यक्षम व शिस्तशीर नोकरी घेण्यासाठी आणि सरकारवरील जमीनमहसूल कारभाराचे मोठे ओझे कमी करण्यासाठी तसेच ग्रामीण भागात कायदा व सुव्यवस्था निर्मिण्यासाठी प्रगत झाली. परंतु १७ व्या शतकाच्या अखेरीस तिने साम्राज्याच्या कारभारविषयक व आर्थिक स्थैर्यास धोका देण्यास सुरुवात केली. त्यामुळे या पद्धतीची वैशिष्ट्ये काय आहेत आणि तिचे स्वरूप व यंत्रणा कशी आहे याची बारकाईने चौकशी केली पाहिजे.

संस्थेचे स्वरूप

सतराव्या व अठराव्या शतकात प्रगत झालेली जागीरदारी ही संस्था गुंतागुंतीची आणि नित्य बदल होणारी दिसते. ती गुंतागुंतीची ह्या अर्थाने होती की, जागीर म्हणून दिलेल्या जमिनीवर राज्य व जागीरदार या दोघांचाही अधिकार असे. जागिरीच्या उत्पन्नाच्या अंदाजाचा महसूल मंत्रालय हिशेब करी, तर प्रत्यक्ष साराआकारणी आणि गोळा करणे हे जागीरदार किंवा त्यांच्या प्रतिनिधीकडून[३४] केले जाई. शिवाय व्यक्तिगत

---

३१. आमल-इ-सलीह, भा. ३ पृ. ६५, १४९, मिरात-इ-अहमदी.

३२. मिरात-इ अहमदी, भा. १ पृ. २२७, २२८, २२९. पैशाच्या रूपाने दिलेला पगाराचा हिशेब करण्यासाठी खुलासत-उस-सियाकमध्ये विस्तारीत नियम दिले आहेत. ७७बी -८३ए. फर्हंग-इ-करदानी पृ. २४एबी

३३. अलमगीरनाम्याचा लेखक म्हणतो की, मोगल साम्राज्यात राजघराण्यातील शहाजादे सोडून ७०००/७००० हा दर्जा कोणालाही देत नसत. सरदाराला मेहेरबानी व सहानुभूती म्हणून ७०००/७००० हा उच्च दर्जा आधीच मिळालेल्यास सम्राट पगार म्हणून आणखी जागीर देई. तिला इनाम म्हणत. अलमगिरनामा भा.१ पृ. ६१८ तसेच पहा अमल-इ-सलीह भा.-३ पृ. २०७. मिरात-इ-अहमदी, भा. १ पृ. २९१. ज्या जमिनीवर भाडे घेतले जात नसे, तिलाही इनाम असे म्हणत.

३४. अकबरनामा, भा. ३. निगरनामा-इ-मुन्शी पृ. २७. दस्तूर-उल-अमल-इ-बेकस पृ. ६१एबी, ७३एबी

जमिनीवर साराआकारणी करण्यात जागीरदाराला पूर्ण मोकळीक नव्हती. तर महसूल मंत्रालयाने मंजूर केलेल्या दरांनाच त्याला धरून रहावे लागे. जागिरी बदलण्याच्या पद्धतीमुळे जागिरीतील महसूल कारभाराचे काम अधिकच गुंतागुंतीचे झाले होते. जर जागीर वर्षाच्या मध्यात मूळ जागीरदार, सरकार आणि नेमून दिलेला नवा माणूस[३५] यात बदलली गेली तर गोळा केलेल्या साऱ्याचे विभाजन करण्यासाठी अचूक व तपशीलवार नियम केलेले होते. जामा व हाल-इ-हासील यांच्यातील तफावत भरून काढण्यासाठी केलेले अविरत प्रयत्न आणि हाल-इ-हासीलप्रमाणे आवश्यक असे कर्तव्याचे बंधन ठरविण्यासाठी झालेली नंतरची प्रगती जागीर कारभारातील गुंतागुंतीचा नमुना दाखवितात. अकबराच्या कारकिर्दीपासून संस्थेत बदल होत होते. आणि राजकीय कारभारविषयक आर्थिक बदल होणाच्या बाबतीत ती फार संवेदनक्षम होती. साम्राज्याचा विस्तार, केंद्रसत्तेचा दुबळेपणा, मनसबदारांच्या संख्येतील वाढ, दुष्काळ, शेतकरी व जमीनदारांची दुर्मिळता व दारिद्र्य यांनी जागीरदारी पद्धतीला गंभीर धोका निर्माण केला. या संस्थेचे मुख्य विशेष सांगून पुढे तिच्या अवनतीस १८व्या शतकाच्या मध्यात कारणीभूत झालेल्या बदलावर जोर देण्याचा इथे प्रयत्न केला आहे.

जहागिरीची अदलाबदल

मुळात जागिरीची पद्धत म्हणजे नेमणुकीच्या स्वरूपात पैसे देण्याची पद्धत होय. नेमून दिलेल्या महालातील सम्राटाच्या नोकरीसाठी केलेला खर्च देण्यासाठी आणि ठेवलेल्या शिपायांच्या खर्चासाठी महसूल गोळा करण्याचा अधिकार जागीरदाराला असे. पैसे देण्याचा एक प्रकार म्हणून नेमून दिलेल्या जागिरीत त्याचा अधिकार नेमलेल्या महालापुरताच मर्यादित असे. आणि ही गोष्ट नेमणूकपत्रात[३६] मुद्दाम नमूद केलेली असे. त्यात असेही ठरलेले होते की, जागिरदाराने कोणताही हक्क किंवा हुद्दा त्याला दिलेल्या महालातल्या जमिनीवर सांगू नये. तरीही साराआकारणीचा आणि विशिष्ट प्रदेशात बऱ्याच काळापुरता जमीनमहसूल गोळा करण्याचा हक्क त्याला मिळवता येई. त्या जमिनीवर एक प्रकारचा कायम हक्क मिळविणे किंवा स्थानिक

---

३५. खुलासत-उस-सियाक, पृ. ४८b. सियाकनामा. पृ. ४०-४८बी

३६. वजीर अफजलखानाने १९ मे १६३५ इ.स. काढलेल्या परवान्यात म्हटले आहे की, सय्यद अबदूल वहाब याला ३६, ६८, १०० दाम दर्यापूर परगण्यात साकर गावील सुबा बेरार देण्यात आले आहेत आणि देशमुख मुकादम व शेतकरी यांना सूचना देण्यात आली की त्याला त्या संख्येचा (पैशाच्या) जागीरदार मानण्यात यावे आणि त्याच्या प्रतिनिधींना जमीनमहसूल व इतर कर द्यावेत. सिलेक्टेड डाक्युमेंटस ऑफ शहाजहानस रेंज. पृ. ४,५ तसेच पहा पृ. १७,१८,२३,१४७.

संबंध जोडता येई. त्याचा उपयोग जमीन मालकीचा हक्क या किंवा त्या पात्रतेत मिळविण्यासाठी केला जाई. जागिरदार म्हणून बराच काळ राहिला तर अशा संभवनीय गोष्टी होत. मोगल सम्राटांनी ही जागीरदारी पद्धत साम्राज्याच्या सेवेसाठी कुशल व राजनिष्ठ माणसे मिळवून पुढे येणाऱ्या धोक्याला तोंड देण्यासाठी आवश्यक ती उपाययोजना केली. सतत जागिरीची बदली करण्याचा उद्योग सुरू करून त्यांनी हा उद्देश साधला. पंजाबातील[३७] अटकाखैलच्या जागिरी मुद्दाम बदलण्याची तसेच राज्यारोहणाच्या १३ व्या वर्षात निरनिराळ्या प्रांतात पर्यायी तनखे देण्याची योजना अकबराने आखली. अबूल फजलने या बाबतीत तपशीलवार काही करण्याचा प्रयत्न केला. जागीरदारांना आपल्या मर्यादेत ठेवायचे असेल आणि रयतेचे हितसंबंध रक्षण करावयाचे असतील तर जागीर बदलण्याची पद्धत अत्यंत उपयुक्त आहे. असे त्याचे मत होते. हे उद्देश साधण्यासाठी एकाच जागी केंद्रीभूत झालेले जागिरदार वेगवेगळ्या प्रदेशात ठेवले पाहिजेत, कारण अशानेच शांतता आणि स्थिरता[३८] मिळविता येईल. अकबराने सुरू केलेल्या पद्धतीने हळूहळू मूळ धरले. आणि ते मोगलांच्या जमीनमहसूल पद्धतीचे[३९] एक महत्त्वाचे अंग ठरले. आवश्यक त्या पुराव्यावरून दिसते की, जवळ जवळ मोठ्या प्रमाणावर ही पद्धती १८ व्या शतकाच्या पूर्वार्धात चालू होती. जशीजशी केंद्रीय सत्ता शतकाच्या द्वितीयार्धात कमी कमी होऊ लागली तशतश्या बदल्या क्वचित होऊ लागल्या आणि बऱ्याच ठिकाणी हुद्दे व जागिरी वंशपरंपरागत होऊ लागल्या.

या काळातील जागिरीच्या बदल्या आपल्या अभ्यास काळात चालू राहिल्या, हा तर्क महाल-इ-पायबाकीच्या[४०] आणि जागिरीच्या प्रत्यक्ष नोंदीच्या पुराव्यावर आधारित आहेत. सियाकनामामध्ये तुमूर-इ-महाल पायीबाकी या नावाचा दस्तऐवज किंवा वर्षाच्या मध्यात बदली झालेल्या जागिरीची भाडेपट्टी आहे. ते जागिरदार आणि राज्य यांचे योग्य प्रमाणात असलेले वाटे वर्षाच्या मध्यात बदली झालेल्या महसुलात दाखविलेले असत.[४१] ह्या पुस्तकात सामील केलेल्या अनेक बदललेल्या जागिरीच्या

---

३७. अकबरनामा, भाग २, पृ. ३३२, ३३३

३८. अकबरनामा, भाग २, पृ. ३३२, ३३३

३९. तुजुक-ई-जहांगिरी पृ. ४. सिलेक्टेड डॉक्युमेंटस ऑफ शहाजहान्स रेंज, पृ. १४७, १५०, १५१, ५८. निगरनामा-इ-नामाई. मुन्शी, पृ. २९, ३०, ४०. मिरात-इ-अहमदी भा. १ पृ. १८५ तसेच पहा : बर्निअर पृ. २३

४०. जागीर जमीन प्रत्यक्ष घेतलेली पण नेमून न दिलेली महाल-इ-पै-बाकी किंवा देण्यासाठी तयार असलेला महाल होई. काही काळापुरती ह्या महालाची व्यवस्था बादशाही अधिकारी करी.

४१. सियाकनामा, पृ. ४०-४८

तपशीलवार वर्णनावरून दिसते की, १८ वे शतक सुरू झाले तरी जागिरी बदलण्याची पद्धत सर्वत्र पसरलेली होती. अन्यत्र आपण वाचतो की, नासिरखानाची गुजरातमध्ये दिवाण आणि महाल-इ-पै-बाकीचा अमीन म्हणून ११३१मध्ये[४२] नेमणूक झाली होती. यानंतर हिजरी ११४६त महंमद मोमीनची सोरट सरकारच्या[४३] महाल-इ-पै-बाकी अधिकारावर नेमणूक झाली होती. तेव्हा सहज निष्कर्ष काढता येईल की, जागिरीची बदली चालूच राहिली आणि बदललेल्या जागिरीशी संबंधित असणारे अधिकारी प्रांतीय आणि सरकारी पातळीवर काम करीत राहिले. साम्राज्यात अन्यत्र झालेल्या जागिरीच्या बदल्यांच्या तात्कालिक पुराव्यावरून ह्या तर्काला पुष्टी मिळते.[४४]

कसेही असो, काही पुराव्यांवरून असे निदर्शनास येते की, १८ व्या शतकाच्या द्वितीयार्धात अधिकार व जागिरी दीर्घ काळपर्यंत दिल्या जात, इतकेच नव्हे तर वंशपरंपराही असत. रफी-उद्-दराजतच्या राज्यारोहणापासून राजा जरी बदलला तरी अनेक जागीरदारांच्या भवितव्याला त्यामुळे काही अपाय झाला नाही. त्यांच्याकडे जागिरी तशाच चालू राहिल्या आणि त्यांच्या नेमणुकापण कायम झाल्या. मिरात-इ-अहमदीमध्ये एका पाठोपाठ येणाऱ्या राज्यांच्या कारकिर्दीत साम्राज्याच्या दिवाणाला दिलेल्या हुकमाची नोंद आहे. ह्या हुकमान्वये जागीरदारांच्याकडे असलेले महाल आणि शाही मनसबदार आपापल्या जागी कायम करावयाचे होते. त्यांच्या जागिरी पूर्वीप्रमाणेच चालणार होत्या आणि दिवाणाने नवी सनद[४५] देण्याच्या नावाखाली त्यांच्यात ढवळाढवळ करावयाची नव्हती. अशा रीतीने कायम करावयाच्या एका पाठोपाठच्या आज्ञांवरून दिसते की, ह्या राज्यांच्या कारकिर्दीत बहुसंख्य जागीरदारांच्या बाबतीत बदली किंवा पूर्ववत काम चालू ठेवणे या गोष्टी घडून आल्या नाहीत. प्रत्यक्षपणे काही पुरावा दिसतो की, काही बाबतीत अधिकार व जागिरी वंशपरंपरा[४६] होऊ लागल्या होत्या. नादीरशहानंतर जे वाढते अराजक माजत गेले त्या वेळी अशी स्थिती आली की एखादे स्थान किंवा जागीर राखण्याची सक्ती व योग्यता ही नेमणुकीपेक्षा जास्त परिणामकारी झाली. या उलाढालीत बहुसंख्य जागीरदार नष्ट झालेले व अनेक छोटे प्रदेश पुढे आलेले

---

४२. मिरात-इ-अहमदी-भा. २. पृ. २६

४३. मिरात-इ-अहमदी-भा. २. पृ. १६५

४४. मुन्तखब-उल-लुबाब-भा. २ पृ. ८०१, ८०२. मिरात-इ-अहमदी-भा. २. पृ. ९९, १६५, १६६, २३९.

४५. मिरात-इ-अहमदी-भा. २. पृ. २२, २३, २७, ३०.

४६. मुआसिर-उल-उम्रा-भा. १, विभाग २, पृ. ५८ ६७, मिरात-इ-अहमदी-भा. २. पृ. १०३, ३८१.

आपल्याला दिसतात. ह्या नेमणुका व अधिकार असलेले लोक आपले हक्क, अधिकार व जागिरी कायम व वंशपरंपरागत समजू लागले.

साम्राज्याच्या अधिकाराची मर्यादा

आम्ही आधीच उल्लेख केलेला आहे की, शाही नोकरीत जागीरदाराला निश्चित स्थान असे. आणि त्याला त्याच्या दर्जाचा पगार देण्यासाठी नेमून दिलेला पैसा गोळा करण्यापुरताच त्याचा अधिकार मर्यादित असे. साम्राज्याच्या नियमाच्याविरुद्ध जातील असे अधिकार आणि विशेष हक्क जागीरदार म्हणून त्याला वापरता येत नसत. उलट जागिरीचा अंतर्गत कारभार सर्वच बाबतीत शाही नियमांच्या प्रमाणे चाले. त्यात जमीनमहसूल आणि जागिरीतील सर्वसाधारण कारभार असे असे पुरेशा पुराव्यावरून दिसते.

अकबर व औरंगजेबाच्या कारकिर्दीतील उपलब्ध पुराव्यावरून सरकारी नियंत्रणाचे स्वरूप काय असे ह्याच्या अंतर्भागाचा परिचय होतो. असे दिसते की जागीरदाराला दस्तूरप्रमाणे[४७] जमीनमहसूल आकारावा लागे आणि तो गोळा करताना बादशहाने पिकांना नुकसानी पोहोचल्याबद्दल सवलत दिलेली असेल तर गोळा केलेल्या काही भागांपैकी त्याला सूट द्यावी लागे.[४८] बादशहा गतवर्षाच्या बाकीचीसुद्धा कित्येकदा सूट देई आणि जागीरदाराला राजाज्ञेचे[४९] परिपालन करावे लागे. जमीनमहसूल सोडून इतरांना लागू होणारे बादशाही कायदेकानून जागीर जमिनीनाही[५०] तसेच लागू असत आणि

---

४७. अकबराच्या २७व्या राज्यारोहणाच्या वर्षीपर्यंत नियम होता की जागीरदाराने जमीनमहसूल व इतर कर दस्तूरप्रमाणे गोळा करावेत. पहा : अकबरनामा, भा. ३ पृ.३८१

४८. हिजरी ९९३ / सन १५८५, अकबराने अलाहाबाद, अवध व दिल्ली प्रांतांना सूट दिली. खालीसा जमिनीतील सुटीची रक्कम ७०, ७४, ७६२ दाम होती. अबुल फजल म्हणतो की इक्तामध्ये दिलेल्या सुटीचा हिशेबही ह्याप्रमाणेच होतो. (अकबरनामा भा. ३, पृ. ४६३. तसेच पहा : अकबरनामा भा. ३, पृ. ४९४ व ५३४)

४९. १०८८/ हिजरी / सन १६७२. औरंगजेबाने गुजरातच्या प्रांतीय दिवाणांना हुकूम सोडला की खालीसा आणि जागीर महालातील गतकालीन बाक्या सूट दिल्या आहेत म्हणून समजाव्या आणि बाकीसाठी रयतेला हैराण करू नये. (मिरात-इ-अहमदी-भा. १, पृ. २९०)

५०. हिजरी ९८९/ सन १५८१ जागीरदार व इतर सरकारी अधिकाऱ्यांनी आपल्या क्षेत्रातील खेड्यातील रहिवाशांचे नोंदणीपुस्तक ठेवावे व त्यात त्यांची नावे व व्यवसाय लिहावेत. त्यांना सूचना होत्या की, कुठल्या ना कुठल्यातरी व्यवसायात असल्याशिवाय कुणालाही तेथे राहू देऊ नये. पहा : अकबरनामा, भा. ३ पृ. ३४६-४७. अकबरनाम्यात आपल्याला अन्यत्र आढळते की जागीरदारांना जागीरदारीसंबंधी अहवाल द्यावा लागे. पहा : अकबरनामा भाग. ३, पृ. ३८१.

प्रांतीय दिवाण बादशाही हुकुमाचा मसुदा जागीरदार व त्यांचे प्रतिनिधी[५१] यांना देई.

जागिरीच्या अंतर्गत कारभारावर देखरेख आणि ताबा अनेक मार्गांनी होई. जागीरदारांच्यावर ताबा ठेवणारी महत्त्वाची संस्था म्हणजे सावनिह-निगर (*बातम्या लिहिणारे*) ते जागीरदारांच्याबद्दल आणि त्यांच्या जागिरीतील परिस्थितीबाबत[५२] अहवाल देत. जागीरदार जुलमी असेल किंवा शाही कानूनचे अवलंबन करण्यास तो असमर्थ असेल तर तो शिक्षेला[५३] पात्र असे. जागिरीची बदली किंवा जागीर परत घेणे किंवा दंड[५४] ही शिक्षा असे. खरे सांगायचे तर, जागीरदाराची सत्ता व अधिकार, जर त्याच्याकडे फौजदारी अधिकार नसेल तर, जमीनमहसुलाची साराआकारणी व महसूल गोळा करणे इतक्यापुरतीच मर्यादित असे. साराआकारणी व गोळा करणे हे शाही कायद्याप्रमाणे केले जाई. अठराव्या शतकाच्या प्रथमार्धातसुद्धा शाही नियम चालू होते, हे एका जागिरदाराने फौजदार व अमीनला दिलेल्या हुकुमावरून दिसून येते. त्या हुकुमात म्हटले होते की, दरबारने जे कर माफ केलेले आहेत ते ज्यांच्याकडे सारा गोळा करण्याचे काम आहे त्या फौजदार व अमीनने घेतले आहेत की काय ते पहावे.[५५]

याशिवाय जागिरीतील जमीनमहसूल कारभाराच्या कामावर स्थानिक कारभाराची संघटना दाब म्हणून राही. जमीनमहसूल आकारणे व गोळा करणे यांचा हक्क जागीरदाराकडे होता. तर अंमलबजावणीचा अधिकार फौजदाराकडे होता. जमीनमहसूल कारभाराशी तो संबंधित होता आणि जागिरीच्या[५६] कामावर तो सर्वसाधारण देखरेख करी. शिवाय तेथे आणखीही काही स्थानिक अधिकारी (*अहल-इ-खिदमत*) असत.

---

५१. सिलेक्टेड वाकाई ऑफ द डेक्कन, भा. १ पृ. ४६

५२. रुक्कात-इ-अलमगिरी, पृ. ११, १५, ३७.

५३. चकला कोराचा जागीरदार हसन बेग जुलमी होता आणि चकलाच्या रहिवाशांनी त्याच्या विरुद्ध सतत तक्रारी केल्या. औरंगजेबाने हुकूम सोडला की, दुसरी कोणतीही व्यवस्था न करता त्याची जागिरी परत घ्यावी. (पहा : रुक्कात-इ-अलमगिरी पृ. ४३) असे आढळून आले होते की, शहाबेगखानाने नियमाप्रमाणे शिपाई ठेवले नव्हते. शहाजहाँने औरंगजेबाला हुकूम सोडला की, शहाबेगखानाकडे तियुलमध्ये असलेले परगणे जप्त करावेत आणि त्याला दरबारात पाठवून द्यावे. (पहा : रुक्कात-इ-अलमगिरी पृ.९३)

५४. रुक्कात-इ-अलमगिरी, पृ. ३७

५५. दस्तूर-उल-अमल-इ-बेकस, पृ. ९ए

५६. पहा : ' मोंगलाच्या अमलातील फौजदार व फौजदारी पद्धत ' मेडिएवल इंडिया क्वार्टरली, भा. ४ पृ. २२-३५

त्यांची नेमणूक दरबार करी. त्यांच्या अधिकारात[५७] व्यत्यय आणणाऱ्या जागीरदारांच्या प्रतिनिधींच्या उद्योगासंबंधी त्यांना वर कळवावे लागे. अशा अधिकाऱ्यांत चौधरी, कानुंगो व काजी हे असत. त्यांच्या नेमणुका दरबारातून होत; विशेषत: जागिरीमध्ये, त्याच कारभाराच्या केंद्रात[५८] असत. ती केंद्रे फौजदारांच्या ताब्यात असत. या अधिकाऱ्यांच्या कामाचे परीक्षण केले तर असे दिसते की, प्रथमत: त्यांचा जागीरदारांच्या प्रतिनिधीवर ताबा असे आणि दुसरे महसूल मंत्रालयाला ते आवश्यक ती माहिती देत. त्यामुळे जागिरीतील जमीनमहसुलाच्या कारभाराच्या कामावर देखरेख ठेवण्यास त्यांना कुवत येई. काजी हा मुख्यत: न्यायखात्याचा नोकर होता तरी काही बाबतीत जमीनमहसूल कारभाराशी तो संबंधित होता. जमिनीच्या हस्तांतराच्या दस्तऐवजावर त्यांची सही लागे. याशिवाय महत्त्वाचे महसुलाचे हिशेब वरिष्ठ अधिकाऱ्यांना सादर करण्यापूर्वी किंवा स्थानिक दप्तरात[५९] ठेवण्यापूर्वी तपासून त्यावर त्याला सही करावी लागे. चौधरी आणि कानुंगो हे परगण्याचे अधिकारी असून जमीनमहसूल कारभाराशी प्रत्यक्ष संबंधित होते. परगण्यातील शेतीसंबंधी आवश्यक ती माहिती असणारे महत्त्वाचे कागदपत्र ते सांभाळीत. त्यात हक्कासंबंधीची नोंद व जमिनीचे हितसंबंध यांचीही नोंद असे.[६०] जागिरी बदलल्या जात किंवा खालीसा म्हणून परत घेतल्या जात. चौधरी आणि कानूंगो या जागा मात्र काहीही बदल न होता तशाच रहात. अशा रीतीने स्थानिक दप्तर ठेवण्याची परंपरा होती आणि जागिरीसंबंधी अद्ययावत माहिती मिळवण्यास नेमलेल्या अधिकाऱ्याला ते केंव्हाही उपलब्ध होत असे. शिवाय पूर्वापार रुजलेली एक पद्धती होती. ती म्हणजे जागीरदाराने प्रतिवर्षी सध्याचे वर्ष व पूर्वीच्या वर्षाचे हाल-इ-हासील[६१] चे आकडे सादर करावेत. त्यांनी दिलेले आकडे बरोबर आहेत याची त्यांना हमी द्यावी लागे. आणि जर त्यात काही तफावत आढळली[६२] तर त्याबद्दल त्यांना

---

५७. निगरनामा-इ-मुन्शी, पृ. १२७, पहा : दस्तूर-उल-अमल-इ-बेकस, पृ. ३७बी, ३८ए

५८. दस्तूर-उल-अमल-इ-बेकस, पृ. ३७बी, ३८ए, ४१बी, ४२ए, ४४एबी. पहा : निगरनामा-इ-मुन्शी, पृ. ८३, ९०, ९१, १४०.

५९. निगरनामा-इ-मुन्शी, पृ. २७

६०. दस्तूर-उल-अमल-इ-बेकस, पृ. ८ए. स्टडीज इन द हिस्ट्री ऑफ लँड रेव्हेन्यू इन बेंगाल, पृ. १६४, १६५. दस्तूर-उल-अमल-इ-महादी अलीखान पृ. ६६ए. अलाहाबाद डॉक्युमेंटस पृ. २२४, २२५, २२८, २२९

६१. हाल-इ-हसील. चालू वर्षाचा आकारलेला जमीनमहसूल.

६२. सिलेक्टेड डॉक्युमेंटस ऑफ शहाजहाँनस रेंज, पृ. ८८, ८९, ९०,१६ मिरात-इ-अहमदी, भा. १, पृ. ३२७.

जबाबदार धरले जाई. तसेच ते मुआझना-इ-दाहसाला[६३] पण सादर करीत. अशा रीतीने महसूल मंत्री अनेक मार्गांनी महसुलाचे निवेदन मिळवी आणि त्याच्या जागीर जमिनीत खरी परिस्थिती काय आहे ते त्याला कळे.

औरंगजेबाच्या कारकिर्दीत साम्राज्य प्रदेशातील मोठा भाग जागीर जमिनींचाच होता. तरी नेमणुकीच्या पद्धतीच्या स्वरूपात आणि व्यवहारात निश्चित बदल होत आहे याची चिन्हे दिसत होती. वस्तुत: श्रीमंत जागीरदारांची सत्ता व हक्क यांना आळा घालण्यासाठी आणि राज्यासाठी नेमणुकीच्या स्वरूपात दिली गेलेली कुशल शाही सेवा मिळविण्यासाठी ही पद्धत उत्क्रांत झालेली होती. सतराव्या शतकाच्या अखेरीस ही पद्धत नीट चालेनाशी झाली आणि स्थिरावलेल्या संस्थेच्या स्वरूपाची चिन्हे तिच्यात दिसू लागली; तसेच बदललेल्या राजकीय आणि शेतीविषयक परिस्थितीशी मिळते-जुळते घेण्यास ती अयशस्वी झाली. शाही नोकरीतील कुशलता कमी झाली. जागीरदारांना आर्थिक दुर्दशेला तोंड द्यावे लागले आणि ते असंतुष्ट झाले. नवीनच भरती[६४] केलेल्या मनसबदारांना जागिरी दिल्यामुळे साम्राज्याचे उत्पन्न जवळ जवळ संपत आले.

अशा रीतीने जेव्हा औरंगजेब मृत्यू पावला तेव्हा जागीरदारी संस्थेला अनंत घटनांना तोंड द्यावे लागले. त्यामुळे संस्थेच्या स्थिरतेला धोका निर्माण झाला. नेमणूक देण्याच्या पद्धतीत असलेल्या परस्परविरोधी गोष्टी प्रचंड प्रमाणात वाढलेल्या मनसबदारांच्या संख्येत पुढे आल्या. तसेच जुन्या नोकरांनी घेतलेल्या मनसबीतही वाढ झाली आणि त्याचबरोबर उपलब्ध नेमणुकींचा तुटवडाही पडला. प्रचंड वाढलेला जामा आणि जुन्या कुटुंबातील (*खानाजादन*) मनसबदारांची तीव्र स्पर्धा आणि मनसबी व जागिरी मागण्यास निर्माण झालेला नवा वर्ग हे तर्कदृष्ट्या पहिल्या दोन घटनांचेच परिणाम होते. औरंगजेबाच्या मृत्यूनंतर मोहंमदशहाच्या राज्यारोहणापर्यंतच्या दहाबारा वर्षांत जागीरदारी पद्धत मोडेल अशी भीती निर्माण करणाऱ्या प्रवृत्ती पूर्ण शक्तीने काम करू लागल्या व त्यात त्यांचा वेगही वाढला. दुबळ्या झालेल्या मध्यवर्ती सत्तेबरोबर या घटनांची ऱ्हासाची क्रिया सुरू झाली आणि नादीरशहाच्या स्वारीच्या वेळी, ती पद्धती पूर्णपणे कोसळून पडली. नावाला मनसबी जरी दिल्या जात होत्या तरी त्याच्याबरोबर आवश्यक

---

६३. मिरात-इ-अहमदी, भा. १, पृ. ३२७

६४. मुन्तखब-उल-लुबाब भा. २, पृ. ६०२, ६०३, ३९६, ४११, ४१२. पहा : रुक्कात-इ-अलमगिरी पृ. ७, पर्यायी नेमणुकीची विनंती केली असता सम्राटाने नजरेस आणले की, फारच थोड्या जागिरी देण्यासाठी उपलब्ध आहेत आणि जागिरी मागणारे मात्र खूपच आहेत. त्यामुळे पर्यायी नेमणुका देणे शक्य नाही.

असलेल्या नेमणुका क्वचित दिल्या जात होत्या. प्रत्यक्ष पैसे देऊन भरती करण्याची पद्धती अधिक अधिक वाढत होती. अशा रीतीने महान मोगलांच्या कारकिर्दीत वाढलेली जागिरीची पद्धत बंद पडली. सुधारलेल्या स्वरूपात ती चालू राहिली का ती दख्खन, बंगाल, बिहार आणि अवध यासारख्या नव्या प्रांतात व प्रदेशात तिने नव्याच एका संस्थेला जन्म दिला, हा प्रांतीय घराण्यात जमीनमहसूल कारभाराचे संशोधन करणाऱ्यांना उपयुक्त विषय आहे. सध्या तरी मोगलांच्या कारभाराचा शेवटचा टप्पा म्हणून पुराव्याचे परीक्षण करणे व ते आपल्या पूर्वोक्त तर्कांशी जुळते की नाही ते पाहणे पुरेसे आहे.

जवळ जवळ सन १६९१ पासून या पद्धतीत सतत वाढणाऱ्या मनसबदारांना जागिरी देण्याचा प्रश्न जागिरी थोड्या[६५] असल्यामुळे या पद्धतीपुढे उभा होता. जागीरदारी पद्धतीतील हा कठीण प्रसंग औरंगजेबाच्या उरलेल्या कारकिर्दीत अनिर्बंध चालू राहिला. इतकेच नव्हे तर त्याला वेगही आला. बहादूरशहाच्या राज्यारोहणाच्या वेळी सरदार आणि अमिरांच्या मोठ्या संख्येला तो जागिरी देऊ शकला नाही. या मुद्द्यावर आमचा तर्क आधारलेला आहे. दुर्दैवाने बेसुमार मनसबी देण्याचे त्याचे धोरण आणि वाढलेल्या मनसबी यामुळे आलेली बिकट परिस्थिती आणखीनच वाईट झाली. नुस्खा-इ-दिलखुशाचा लेखक बहादूरशहाच्या पहिल्या राज्यारोहण वर्षातील घटनांची नोंद करताना सांगतो की, औरंगजेबाच्या कारकिर्दीतील सर्व मनसबदारांना त्यांच्या कारकिर्दीत, त्यांच्या मनसबीत वाढ मिळाली आणि त्यांना हुद्देही मिळाले. बादशहाभोवती बरेच सैन्य जमा करण्यात आले होते. शहाजादे, खान-ई-खानान आणि काही अमीर यांना हिंदुस्थानात जहागिरी मिळाल्या होत्या; परंतु अमिरांच्या मोठ्या संख्येला जागिरी देणे अशक्य झाले. खान-इ-खानानी बादशहाला अर्ज केला की, रजपुतांची वतने साम्राज्याच्या कारभाराखाली घ्यावीत आणि अमिरांच्यात वाटावी. सम्राटाने या सूचना मान्य केल्या व तो बाह्यत: मुहीम-उद-दीन चिस्तीच्या दर्ग्याचे दर्शन घेण्यासाठी अजमीरला रवाना झाला; पण खरोखरी रजपुतांच्या जागिरीचा[६६] ताबा घेण्यासाठी गेला असे दिसते.

उपलब्ध पुराव्यावरून दिसते की ज्या प्रवृत्ती जागीरदारी पद्धतीला अपाय करीत होत्या त्या नव्या बादशहाच्या कारकिर्दीत अनिर्बंध चालू राहिल्या, इतकेच नव्हे तर समर्थही बनल्या. आपल्या अधिकारी लेखकांचे एकमत आहे, की बहादूरशहा स्वभावाने

---

६५. उपरोक्त

६६. मुशखा-इ-दिलकुशा पृ. १६९एबी, तसेच पहा: मुन्तखब-उल-लुबाब भा. २, पृ. ३९६, ३९७, ४११, ४१२

सौजन्यशील व उदार होता व कारभाराच्या[६७] रूक्ष तपशिलाची त्याला विशेष आवड नव्हती. त्याच्या कारकिर्दीची सुरुवातच मुळी भरमसाट मनसबी देण्यात आणि मनसबी वाढण्यात झाली. खालच्या आणि वरच्या दर्जाचे हिंदू आणि मुसलमानातील मनसबदार सहा ते सात हजाराच्या दर्जापर्यंत चढविले गेले. आणि त्यांना जंग, मलिक, शथ आणि राजा अशा किताबांनी सन्मानितही करण्यात आले. साहजिकच मनसबी आणि किताब ह्यांना काहीही अर्थ[६८] राहिला नाही.

नव्या बादशहाला भरमसाठ मनसबी देण्याच्या आपल्या धोरणाचा परिणामच ध्यानात आला नाही. खरोखरी जागीरदारी पद्धतीच्या विनाशाचे स्वयंचलित हत्यार तो बनला. कसेही असो, काही लोक असे होते की जे नव्या बादशहाच्या जागिरी उपलब्ध आहेत की नाही ह्याचा विचार न करता मनसबी देण्याच्या उदार धोरणाचे परिणाम जाणीत होते. परिस्थिती बदलण्यासाठी जर आवश्यक ती पावले टाकली गेली नाहीत तर ही सर्व पद्धतीच कोलमडणार आहे हे त्यांना स्पष्ट दिसत होते. बहादूरशहाच्या कारकिर्दीच्या पहिल्या वर्षातच ही अवनती थांबविण्यासाठी त्यांनी काही प्रयत्न केले; पण ते विफल झाले. हे प्रयत्न फसले असतील पण त्यांचे परीक्षण करणे आवश्यक आहे; कारण जागीरदारी पद्धतीची तत्कालीन परिस्थिती काय होती हे आपल्याला त्यावरून दिसते.

इखलासखान हा स्वतः सचोटीचा व कर्तबगार असल्यामुळे बादशहाच्या धोरणावर तो संपूर्णपणे असंतुष्ट होता. त्याच्याकडे अर्झी-मुकर्रर[६९] ह्या हुद्द्याचे काम

---

६७. मुन्तखब-उल-लुबाब, पृ. ६३०. खाफीखान सांगतो की बहादूरशहाइतका बेपर्वा व राज्यकारभाराविषयी अत्यंत कमी माहिती असलेला होता की काही अगावू माणसं त्याच्या राज्यारोहणाचा दिवस ' शहा-इ-बेखबर ' ह्या शब्दांनी किंवा माहिती नसलेला बादशहा म्हणून करीत.

६८. मुन्तखब-उल-लुबाब, भा. २, पृ. ६२८, ६२९, ६३०. सीयार-उल-मुताखखिरीन, भा. २ पृ. ३८० नख्शा-इ-दिलखुशा, पृ. १६९ए

अहवाल-उल-ख्वाकीनच्या लेखकाच्या मते बहादूरशहाच्या पूर्वजांच्या कारकिर्दीत आयुष्यभर शाही नोकरी करूनसुद्धा खान हा हुद्दा मिळत नसे. अनेक मनसबदार तो हुद्दा आपल्याला मिळेल अशा आशेतच मरून जात. पण बहादूरशहा इतका उदार होता की त्याने आपल्या मनसबदारांपैकी कोणालाही खान ह्या पदवीखेरीज ठेवले नाही. (अहवाल -उल-ख्वाकीन पृ. ४५एबी)

६९. मुन्तखब-उल-लुबाब, भा. २. पृ. ६२८, ६२९. इखलासखानाची नेमणूक हिजरी १११९ । सन १७०७ मध्ये झाली.

देण्यात आले होते. मनसबी देणे आणि मनसबीत वाढ करणे हे ज्यांना ती पदे मिळाली त्यांची योग्यता न पहाता करण्याचा बादशहाचा उदारपणा त्याने पाहिला. या धोरणाशी तो सहमत होऊ शकला नाही. आणि त्याने जमाल-उल-मुल्कला विनंती करून जागिरीच्या व्यवस्थेत काहीतरी शिस्त आणण्याचा प्रयत्न केला. सर्व गोष्टी व्यवस्थित करण्यासाठी जर काही प्रयत्न केले नाहीत तर आधीच कमी असलेले बादशहाचे उत्पन्न संपुष्टात आले असते. आणि राज्याचे जे जुने नोकर काही दर्जा व मान उपभोगत होते त्यांच्यापुढे बेकारी आ वासून उभी राहिली असती, म्हणून त्याने सुचविले की बादशहाकडे दुसऱ्यांदा याददास्त देण्यापूर्वी सहीसाठी ती वजिराकडे द्यावी आणि वजिराने त्याबाबतीतल्या उमेदवाराचे वय, जात, दर्जा आणि नैतिक व कायदेशीर स्थान ह्यांची चौकशी करून नंतर सही करावी. वजिराला मात्र अप्रिय व्हायचे नव्हते; साहजिकच इखलासखानाला आवश्यक ती चौकशी करण्याचे सांगण्यात आले. अशा तऱ्हेचे चौकशी करण्याचे त्याने नाकारले. शेवटी ठरले की, मुस्तादखान ऊर्फ महंमद साकी ह्याच्याकडे हे काम द्यावे. असे ठरले होते की बादशहाकडे दुसऱ्यांदा याददास्त देण्याच्यापूर्वी पुढील गोष्टींची खात्री करून घेण्यात यावी.

१) मनसबीसाठी प्रथमच अर्ज केलेला उमेदवार बादशाही नोकरी करण्यासाठी योग्य आहे की नाही.

२) मनसब देण्याची वा मनसबीत वाढ देण्याची कारणे.

३) शिफारसीचे स्वरूप व महत्त्व.

४) मनसबदाराला त्याच्या मनसबीमध्ये त्याच्या योग्यतेपेक्षा अधिक वाढ मिळाली की काय ?

असेही निश्चित करण्यात आले होते की, दर्जात वाढ करण्यासाठी, दर्जासाठी आवश्यक असणारा कालावधी त्याने पुरा केल्याशिवाय त्याची मनसब वाढवू नये. असे दिसू लागले की ह्या चौकशांसाठी बराच वेळ जाणार. चौकशी पुरी झाल्यावर मुस्तादखानाला सुव्यवस्थित अशी मनसब देण्यासाठी किंवा वाढविण्यासाठी याददास्तमध्ये[७०] लिहावे लागे.

वर दिलेल्या पुराव्याचे परीक्षण केल्यानंतर असे दिसते की संकल्पित सुधारणा मनसबी कमी कराव्या किंवा काही काळापुरती भरती स्थगित करावी हे सुचवीत नव्हत्या. कदाचित अशा मूलगामी सुधारणा सुचविणे कठीण होते; कारण ज्यांनी मूलत: राज्याची नोकरी करावी त्यांच्यावरच आता राज्याचे भवितव्य अवलंबून होते

---

७०. मुन्तखब-उल-लुबाब, भा. २ पृ. ६२८, ६२९.

असे सर्वेसर्वा असलेले मनसबदार दुरावले असते व रागावलेही असते. सुधारणांचे प्रयत्न नव्या भरतीवर विचारपूर्वक बंधने घालणाऱ्या योग्यता नसलेल्यांना अयोग्य ठरविणाऱ्या आणि वाढत्या मनसबींचा वेग कमी करणाऱ्या नियमांत सुधारणा करण्याच्या प्रयत्नांना मर्यादा पडत होत्या. पण सरकार इतके दुबळे झाले होते की; इतके सौम्य सुधारणांचे उपायसुद्धा अमलात आणणे त्यांना अशक्य होते. आपण पाहिलेच आहे की, ठरविलेल्या सुधारणा अमलात आणण्यात व्यक्तिश: वजीर कचरत होता. दुर्दैवाने दुसऱ्या काही शक्ती संकल्पित सुधारणांशी झगडत होत्या व त्यांचे पाठीराखेही प्रत्यक्ष राजवाड्यातच होते. मुस्तादखानाचा काही प्रभाव राहिला नाही आणि ठरविलेल्या सुधारणा तो कृतीत आणू शकला नाही. बऱ्याच वेळा आपणाला सांगितले जाते की, चौकशीचा विचारही न करता मुस्तादखान याददास्तवर सही करीत असे. बादशहाच्या बायका आणि दरबारी पित्ते यांनी वजन आणल्यामुळे तो पुरती चौकशीही करीत नसे. खाफीखान सांगतो की, अशा रीतीने कायद्याप्रमाणे राज्याचा कारभार चालत नव्हता आणि बादशहाच्या सहीलाही काही अर्थ[७१] उरलेला नव्हता.

आधी सांगितल्याप्रमाणे लवकरात लवकर बहादूरशहाच्या कारकिर्दीच्या पहिल्या वर्षापासून बहुसंख्य अमिरांना जागिरी उपलब्ध नव्हत्या. राजपुतान्यावरील स्वारी आणि राजपुताना जिंकणे हे वर वर तरी अमीरांच्या सोयीसाठी होते; पण ही योजना व्यवस्थितरित्या अंमलात आणली गेली नाही. मनसबदारांच्या संख्येत झालेली बेसुमार वाढ आणि त्याच प्रमाणात वाढलेल्या मनसबदारांना थांबविण्याच्या प्रयत्नांत पूर्णपणे अपयश आले. नव्या मनसबी देणे आणि असलेल्या मनसबीत वाढ करणे, तसेच जागिरी उपलब्ध आहेत किंवा नाहीत यांचा विचार न करता ती पद्धत चालू राहिली. अशा तऱ्हेच्या कारभारविषयक धोरणाचा परिणाम एकच होणे शक्य होते. बऱ्याच बाबतीत मनसब नावालाच होती. आणि त्याबरोबर दिलेल्या जागिरीशी तिचा थोडा किंवा जवळ जवळ काहीच संबंध नव्हता. जागीरदारी पद्धतीतील या स्थितीचा उल्लेख आपले अधिकारी लेखक कदाचित करतात; तेव्हा ते दर्जा आणि उपाधी यांना काहीही अर्थ उरला नाही असे नमूद करतात.

सरकारी तबेल्यातील प्राण्यांचा सांभाळ करण्याचे जागीरदारांनी बांधून घेतलेले बंधन औरंगजेबाच्या कारकिर्दीत फार जड झाले होते, असे दिसून येते. जागिरीचे सर्व उत्पन्न शाही तबेल्यातील प्राण्यांच्या चरितार्थासाठी लागणाऱ्या दोनतृतियांश किंवा अर्ध्या खर्चालासुद्धा पुरे पडत नव्हते. याचा परिणाम असा झाला की जागीरदार आणि

---

७१. मुन्तखब-उल-लुबाब, भा. २, पृ. ६२९.

त्यांचे प्रतिनिधी यांना अत्यंत कष्ट सहन करावे लागले. खान-इ-खानानच्या सूचनेनुसार शहाअलमच्या कारकिर्दीत असे ठरले की, भविष्यकाळात जेव्हा शाही तबेल्यातील प्राण्यांना चरितार्थ चालविण्यासाठी लागणारी रक्कम त्यांना नेमून दिलेल्या नेमणुकीतून अंदाज केलेल्या उत्पन्नातून निघणाऱ्या जामा किंवा दामातून घ्यावी. या सुधारणेमुळे आपल्याला सांगितले जाते की मनसबदारांना व त्यांच्या प्रतिनिधींना झालेले कष्ट दूर झाले. त्याचा अर्थ जागीरदारांना[७२] कर परत दिल्यासारखा झाला. प्रसंगवशात फुगलेल्या जाम्याला योग्य ती मान्यता मिळाली. त्यामुळे जाम्यातून कमी होणाऱ्या नामधारी रकमेचा जागीरदारांच्या उत्पन्नावर परिणाम झाला नाही, असे या संदर्भातील पुराव्यावरून दिसून येते.

फरुख सिअरचा दुबळा आणि धरसोडा स्वभाव, शाही गादीवर तो बसला त्या वेळची परिस्थिती आणि सय्यद बंधूंचा सत्तेबद्दलचा भयंकर लोभ यामुळे सरदार वर्गात भयंकर मत्सर माजला आणि बादशाही दरबारात कट आणि कारस्थानांचा बुजबुजाट झाला. जसजसा काळ जाऊ लागला तसतसा नवा बादशहा मोगल बादशहांच्या ओळीची अवनती होत पहिला नामधारी बादशहा बनला. कारस्थाने करणाऱ्या या किंवा त्या पक्षाच्या सरदारांच्या हातातील हत्यार तो बनला. कुतुब-उल-मुल्क अब्दुल्लाखान हा मूळचा शिपाई होता आणि वजिराच्या उच्च हुद्द्यासाठी त्याच्याजवळ काहीही गुण नव्हते. तो विलासी जीवन जगू लागला. कारभाराच्या तपशिलाबाबत त्याला फारच थोडी आस्था होती आणि राज्यकारभाराकडे त्याने दुर्लक्ष केले. हळूहळू लाचखाऊ दिवाण रतनचंदच्या हातात सत्ता गेली. अशा परिस्थितीत मनसब व जागिरी राजकीय विचारानेच देण्यात येऊ लागल्या आणि दिलेल्यांच्या बाबतीत कारभारविषयक जुळणी व गुणाप्रमाणे काम याचा विचारही बंद झाला. लाचलुचपत आणि वशिलेबाजी सर्वत्र राहिली. आणि जागिरी व मनसबा कधी गप्प ठेवण्याचा उपाय म्हणून किंवा लढणाऱ्या सापेक्ष पक्षात समतोलपणा रहावा म्हणून देण्यात येऊ लागल्या. या कारणामुळे औरंगजेबाच्या कारकिर्दीच्या अखेरच्या वर्षात सुरू झालेली जागीरदारीची अवनतीची पद्धती फरुखसिअरच्या कारकिर्दीत अधिक वेगवान व निश्चित झाली.

अहवाल-उल-ख्वाकीनच्या लेखकाच्या मते बहुसंख्य मनसबदारांना ज्यांची पाचशेची योग्यता नव्हती त्यांना पाच हजारी व असा दर्जा आणि प्रचंड जागिरी मिळाल्या. पण जर कठीण प्रसंगी त्यांना बोलावले तर सैनिकी नोकरीत ते अगदी निरुपयोगी ठरत. शिवाय जुन्या सरदारांचे वंशज खप्पा मर्जीमुळे अडचणीत पडले,

---

७२. मुन्तखब-उल-लुबाब, भा. २, पृ. ६०२, ६०३.

आणि त्यांना रोजचा खर्च[७३] भागविणेही परवडेना. जाता जाता आपल्याला असेही कळते की सर्व खालीसा जमिनी जागीर म्हणून दिल्या गेलेल्या होत्या. अशाच तऱ्हेच्या घटना तत्कालीन दुसरा ग्रंथ मुन्तखब-उल-लुबाब[७४] ह्यात नोंदलेल्या आहेत. खाफीरखान आपल्याला सांगतो की, हिंदू, ख्वाजासर आणि काश्मिरी ह्यांनी फार मोठ्या मनसबी बळाच्या आणि लबाडीच्या जोरावर मिळविलेल्या होत्या. इतर मनसबदार वर्गाची किंमत देऊन जास्तीतजास्त महसूल देणाऱ्या जागिरी मिळविण्यात ते यशस्वी झाले होते व त्यामुळे इतरांना जागिरी मिळणे मुश्कील झाले होते. इनायत उल्लाखानाने[७५] काही आवश्यक त्या सुधारणा करण्याचा प्रयत्न केला. त्याने बादशहाला अहवाल सादर केला, की अवरीजा[७६] आणि तौजीह[७७] ह्यांची पाहणी केल्यानंतर जे मनसबीच्या योग्यतेचे नाहीत अशा हिंदू आणि इतरांच्या मनसबी काढून घ्यावात. ज्यांना महसूल मंत्रालयात मोठे अधिकार होते अशा रतनचंद व इतरांनी ह्या संकल्पित सुधारणांच्या बाबतीत तीव्र असंतोष प्रगट केला. त्यांनी ह्या गोष्टी कुतूब-उल-मुल्कच्या कानावर घातल्या. त्याने ठरविलेल्या सुधारणा कृतीत आणावयाच्या नाहीत असे ठरविले. जीझिया परत लादल्यामुळे आणि मनसबी कमी करायचे ठरविल्यामुळे सर्व हिंदू इनायत-उल्लाखानाचे शत्रू बनले. ह्या भांडणांच्यामुळे कुतुब-उल-मुल्क व इनायत-उल्ला-खान ह्यांच्यात जो समझोता झाला होता तो कामास न येता ते एकमेकांचे कट्टर शत्रू बनले.

---

७३. अहवाल-उल-ख्वाकीन, पृ. १८२एबी, १८३ए. मोहंमदशहाच्या राज्यारोहणाच्या १ ल्या वर्षात निजाम-उल-मुल्कने वजिरीचा अधिकार ताब्यात घेण्या वेळी जे कागद तपासले त्यात ही परिस्थिती प्रकट झाली होती, अशी हा उतारा नोंद करतो. हे स्पष्ट आहे की ह्या घटना पूर्वीच्या कारकिर्दीत घडलेल्या असाव्यात. जहाँदरशहाची कारकीर्द अल्प होती आणि आपल्या प्रतिस्पर्ध्यांना बाजूला काढण्यात तो यशस्वी झाला नाही. त्यामुळे संदर्भातील पुरावा फरुख सिअरच्या कारकिर्दीला लावता येईल.

७४. मुन्तखब-उल-लुबाब, भा. २, पृ. ७७५.

७५. इनायत-उल्ला-खान दिवाण-इ-तान आणि खालीसा १२ एप्रिल १७१७ला नेमण्यात आला व त्याला ४००० जाट आणि ३००० स्वार हा दर्जा देण्यात आला. ' लेटर म्यूगल्स '-आयर्विन, भा. १ पृ. ३३४.

७६. जागिरीच्या आणि सुब्यातील इतर जमिनीच्या जमा आणि खर्चाचा साधारण हिशेब. त्यात सरकार आणि परगण्यातील एकूण उत्पन्न त्याचबरोबर प्रत्येक खेड्यांतील महसुलाचा तपशीलही दाखविलेला असतो.

७७. पगारासंबंधी भरलेल्या रकान्याची नोंद, त्याचप्रमाणे प्रत्येक महसुलाच्या देणेदाराचे नाव दाखविणारे महसुलाचे हिशेब, त्यात दिलेल्या रकमा आणि बाकीही दाखविलेली असते.

वर सारांशाने दिलेल्या पुराव्याचे बारकाईने परीक्षण करणे आवश्यक आहे; कारण जागीरदारी पद्धतीचे नाहीसे होणारे विशेष व राज्यावर मनसबदारांचे संपूर्ण प्रभुत्व ह्यांची त्यांत नोंद आहे. मनसबींची अभूतपूर्व वाढ[७८] त्याचबरोबर मनसबदारांचे कौशल्य व योग्यता यांची कमतरता आणि आपली कर्तव्ये पार पाडण्यात त्याची कुचराईही दिसून येते. दुसऱ्या अर्थाने जागीरदारांच्यावर जागिरीसाठी आवश्यक असणारी मुख्य अट म्हणजे अपेक्षित कामे पार पाडणे. ते त्यांना करण्यास लावावयाला राज्य

---

७८. मनसबींच्या संख्येत बेसुमार वाढ आणि मनसबींची खैरात हे बहादूरशहाच्या कारकीर्दीच्या सुरुवातीपासून मनसबदारी पद्धतीचे वैशिष्ट्य बनले, या आपल्या ग्रंथकाराच्या सर्वसाधारण विधानाला वैयक्तिक मनसबदारांच्या दर्जात वाढ झाल्यामुळे आधार मिळून बळकटी येते. बहादूरशहा (अ) मुनीरखानाला खान-इ-खानान बहादूरजफर जंग अशी उपाधी देण्यात येऊन सन १५९०मध्ये त्याचा दर्जा ७००० जात आणि ७०००स्वार वाढविण्यात आला. (' लेटर म्यूगल्स '-आयर्विन भा. २, पृ. ३६)

ब) आसदखानाला ८०० जात, ८००० स्वार दो-अस्पाह-सिह-अस्पाह हा हुद्दा देण्यात आला. त्याचा मुलगा झुल्फिकारखान ह्याला ७००० जात, ७००० स्वार हा दर्जा देण्यात आला. (लेटर म्यूगल्स, आयर्विन, भा. २ पृ. ३८, ३९)

क) निजाम-उल-मुल्कला खान-स-खानान बहादूर हुद्दा देण्यात येऊन ७००० जात, ७००० स्वार हा दर्जा देण्यात आला.

जहांदरशहाची कारकीर्द -

राईमन ह्या स्त्रीने जहांदरशहाच्या खुनाचा प्रयत्न झाला असता धोक्याची कल्पना दिली आणि हल्लेखोरांच्यावर हल्ला करून त्यांच्यापैकी एकाला ठार केले. तिच्या ह्या उत्तम सेवेबद्दल तिला राझा बहादूर रुस्तुम हिंद हुद्दा देण्यात येऊन ५००० जातीचा दर्जा देण्यात आला. (वरील ग्रंथ भाग१. पृ. २८१)

फरूख सियर - (अ) *महंमद मुरादखानाला मिर-तुझुक नेमण्यात येऊन त्याच्या दर्जात ५००ची वाढ झाली आणि जानेवारी १७१८त त्याचा दर्जा ३००० जातचा झाला. मार्च १७१८मध्ये त्याला ५००० जात व २००० स्वारचा दर्जा मिळाला. मे १७१८मध्ये त्याचा दर्जा ६००० जात ५००० स्वार झाला. डिसेंबर १७१८ मध्ये ७००० जात व ७००० स्वारचा दर्जा ब. ४००० दो-अस्पाह-सिह-अस्पाह करण्यात आला. गुजरात, दिल्ली व आग्रा प्रांतातील सर्वोत्तम जागिरी त्याला देण्यात आल्या. वरील ग्रंथ भाग १, पृ. ३४०, ३४४, ३६४)*

ब) सन १७१४त रतनचंदाला राजा करण्यात येऊन त्याचा दर्जा २००० जात करण्यात आला. (वरील ग्रंथ भाग १, पृ. २९१) १७२०च्या मेमध्ये त्याचा दर्जा ५००० जात, ५००० स्वार करण्यात आला. (' लेटर म्यूगल्स ' भाग २. पृ. १६)

जमीनमहसुलाचे विभाजन । १३५

असमर्थ होते. हे बहुसंख्य मनसबदारांना लागू होते. असे दिसते की, मनसबदारांच्या दर्जात एक नवाच वर्ग शिरलेला होता. त्यांच्यांत शिपायाचे कौशल्य व पराक्रम जवळ जवळ नव्हते. ते काश्मिरी, ख्वाजासर व हिंदू होते. बादशाही दरबारात मुत्सद्दी व कारकून म्हणून काम करून कारस्थानांनी व वशिल्याने उच्च मनसबी आणि श्रीमंत जागिरी त्यांनी मिळविलेल्या होत्या. ही घटना दुर्दैवी होती; कारण ह्या मनसबदारांच्या जवळ आवश्यक ते गुण नव्हते किंवा सैनिकी बंधन पुरे करण्याची त्यांना इच्छाही नव्हती. वस्तुत: राज्याकडून जबरीने घेतलेल्या पैशाच्या बदली अगदी थोडे किंवा जवळ जवळ काहीही न करणारे मोकाट मनसबदार व जागीरदार म्हणून यांचे बरोबर वर्णन करता येईल. तिसरे म्हणजे मोगल साम्राज्याचे जुन्या नोकरांचे जे वंशज होते, ज्यांचा युद्ध-शास्त्रात पराक्रम व कौशल्याच्या बाबतीत श्रेष्ठपणा नोंदवला होता, तसेच ज्यांनी राज्याची स्वामिनिष्ठ नोकरी केल्याचीही स्तुत्य नोंद होती त्याची किंमत देऊन नव्या वर्गाने मनसबी व जागिरी मिळविल्या होत्या. तीव्र स्पर्धेमध्ये जुन्या मनसबदारांचे वंशज आपली सत्ता व सन्मान नवागतांना गमावून बसले. त्यांच्याजवळ मनसबी व जागिरी न राहिल्यामुळे ते अत्यंत दरिद्री बनले. ज्या लोकांना साम्राज्याची सेवा करावयाची होती आणि जे समर्थ होते अशा लोकांत त्यामुळे नैसर्गिकच असंतोष पसरला. आपण अशीही नोंद करू शकतो की, या स्थितीतही सुधारणेचा प्रयत्न झाला; पण त्याचीही तीच गत झाली, आणि त्या सुधारणा अमलात येऊ शकल्या नाहीत.

पण सर्वांत महत्त्वाची घटना म्हणजे खालीसा जमिनीची जागीर म्हणून देणगी. खरोखरी काय घडले त्याची कल्पना करता येते. सरदार वर्ग व मुत्सद्दी यांचे सामर्थ्य व दर्जात वाढ झाल्यामुळे त्यांची जागिरीची मागणीही अधिक जोरात झाली. नामधारी मनसबींच्या नेमणुकींनी संतुष्ट राहण्यास त्यांनी नकार दिला कारण ते बहुधा बहादूरशहाच्या कारकिर्दीत होते. त्यांना मिळालेल्या मनसबींच्या ऐवजी ते जागिरीची आरडाओरडा करून मागणी करू लागले. पण जागिरी तर उपलब्ध नव्हत्या. खालीसा जमिनीची नेमणूक करावी अशी चतुर योजना मांडली गेली. एका किंवा दुसऱ्या पक्षांच्या हातातील बाहुले बनलेल्या दुबळ्या बादशहाने त्यांच्या मागण्यांना शेवटी रुकार दिला. मनसबदारांचे हक्क मानण्यासाठी बादशहाने खालीसा म्हणून बाजूला ठेवलेल्या महालावर नेमणुका देण्यास सुरुवात केली. आणि थोड्याच काळात सर्व खालीसा जमिनी जागीरदारांच्या हातात गेल्या. मोगल साम्राज्याच्या कारभारविषयक इतिहासात ही अघटित घटना होती आणि त्याचे पर्यवसान राज्याच्या हक्कांना मनसबदारांच्यापुढे प्रत्यक्षात शरणागती स्वीकारण्यात झाले. अशा रीतीने जो वर्ग राज्याची सेवा करावी व राज्याला आधार म्हणून निर्माण झाला तोच आता भयंकर आणि अहितकारक ओझे होऊन बसला आणि त्याने राज्याचा हक्कही हिरावून घेतला. मनसबदारी पद्धतीतील

अंतर्भूत असलेल्या परस्परविरोधी गोष्टी पुढे आल्या. ज्या राज्यांनी ही पद्धत सुरू केली त्यांच्याच नाशाला ती कारणीभूत झाली.

वाढलेली मनसबदारीची संख्या आणि जागिरीचा तुटवडा यांचा प्रश्न खालीसा जमिनीचे जागिरीत रूपांतर करून सुटू शकला नाही. ज्या मनसबदारांना प्रत्यक्ष सम्राटाकडे नोकरी करावयाची होती, त्यांची साहजिकच जागिरी उपलब्ध होईपर्यंत प्रत्यक्ष पगारावर भरती झाली. असे ऐकतो की, लुत्फ-उल्ला सादिकच्या[७९] सांगण्यावरून बादशहा फरुख सिअरने हुकूम काढला की, ज्या पादशाही मनसबदारांच्याकडे[८०] वीस ते नऊशेचा दर्जा आहे आणि वालाशाही मनसबदारांच्याकडे[८१] सात ते आठ हजारांचा दर्जा आहे, त्यांना दरमहा ५० रुपये दराने जागीर मिळेपर्यंत द्यावेत. ज्या वालाशाही मनसबदारांनी आपली स्वामिनिष्ठा व पराक्रम दाखवून दिला होता, त्यांना १० ते १२ महिने पैसे मिळालेले नव्हते. त्यांच्यातले बरेचजण जागिरी मिळतील ह्या आशेने नोकरी करीत होते. एकाएकी त्यांना काढून टाकण्याचा हुकूम निघाला. बक्षींनी त्यांना सांगितले की; त्यांच्या नोकऱ्या संपल्या आहेत.[८२]

ही पद्धत संपूर्ण मोडून पडण्यापूर्वी तिला वाचविण्याचा अखेरचा प्रयत्न १७२१ च्या ऑक्टोबरमध्ये निजाम-उल-मुल्कने वजिरी स्वीकारली तेव्हा करण्यात आला. महसूल मंत्रालयातील दप्तरे व कागद त्याने तपासले आणि त्याला जे सत्य दिसले त्यामुळे त्याला धक्का बसला. चौकशीतील निष्कर्ष बादशहाच्या नजरेस आणण्यात आले आणि बादशहाने जागीर जमिनीच्या कारभारात सुव्यवस्था निर्माण करण्यासाठी पावले उचलण्याकरिता त्याला अधिकार दिला. सुधारणेसाठी निजाम-

---

७९. बहादूरशहाच्या कारकिर्दीत त्याने शाही नोकरी धरली पण जहांदरशहाच्या कारकिर्दीत तो मर्जीतून उतरला. फरुख सियरच्या काळात त्याला दिवाणी खालीसा म्हणून नेमण्यात आले. महंमदशहाच्या कारकिर्दीत तो खान-ई-सामान होता आणि अहमदशाहाच्या कारकिर्दीत तो मेला. (मुआसिर-उल-उमरा, भाग३, विभाग१, पृष्ठ.१७८)

८०. सध्या राज्य करीत असलेल्या बादशहाच्या नंतर ज्यांनी शाही नोकरी पत्करली ते मनसबदार.

८१. बादशहाचे अत्यंत विश्वासू शिपाई जे व्यक्तिशः त्याच्या नोकरीत असत आणि तो राजपुत्र असल्यापासून त्याच्या हाताखाली काम करीत.

८२. मुन्तखब-उल-लुबाब-भाग२, पृष्ठ ७६९. सियार-उल-मुताखखिरीन-भाग२, पृ. ४०५. सियार-उल-मुताखखिरीनच्या लेखकाच्या मताने भरतीचा हुकूम ५ व्या राज्या- रोहणवर्षात निघाला. बहुसंख्य भरती झालेल्यांचा दर्जा २०ते९०० होता. पादशाही आणि वालाशाही मनसबदार ते वेगवेगळे दाखवत नाहीत.

उल-मुल्कने केलेल्या सूचनांचा सारांश पुढीलप्रमाणे : -

१) जुन्या सरदारवर्गांचा दर्जा वाढविला पाहिजे.

२) ज्या लोकांनी मनसबी व्यक्तिगत गुणावर मिळविलेल्या नाहीत त्या कमी कराव्यात.

३) खालीसा म्हणून पूर्वीच्या कारकिर्दीत निवडलेले महाल परत करावेत.

४) ज्या जागिरीत सारा गोळा करणे बळ किंवा बळाची दमदाटी करून केले जाते त्या जागिरी सामर्थ्यवान सरदारांना नेमून द्याव्यात आणि ज्यात काहीही अडचणी- शिवाय महसूल गोळा करता येतो त्या तियूल जागिरी लहान आणि दुबळ्या मनसबदारांना[८३] द्याव्यात.

काही भागात[८४] ह्या अपेक्षित सुधारणांनी उदात्त आशा निर्माण केल्या आणि औरंगेबाच्या मृत्यूपासून कारभारातील स्थैर्य खालावले होते ते पूर्ववत येईल अशी अपेक्षा करू लागले. पण ह्या आशा लवकरच खोट्या ठरल्या आणि वजीराला समसाम-उद्-दौला आणि हैदर-कुली-खान अशा व्यक्तींकडून तीव्र विरोध सुरू झाला. ज्यांचे लागेबांधे होते ते व दरबारातील सराईत कारस्थानी ह्यांनी कर्तबगार आणि सरळमार्गी वजीराला बादशहापासून दूर केला. बादशहाला निजाम-उल-मुल्कला कमी लेखण्याचा मोह झाला आणि डिसेंबर १७२३मध्ये त्याला दिल्ली सोडणे भाग पडले. आणि थोड्याच महिन्यांत तो माळव्यात[८५] पोहोचला. जागिरदारी पद्धत व साम्राज्य वाचविण्याचा अखेरचा प्रयत्न फसला आणि अपरिहार्य तेच घडले. १८ व्या शतकाच्या मध्यात ही पद्धती जिंवत संघटना म्हणून राहिली नाही. आनंदराव मुखलीसकडून आपल्याला सांगितले जाते की, क्वचितच कोणाला नेमणूक मिळे आणि जरी नेमणूक मिळाली तरी जागिरीचा ताबा त्याला मिळाला नाही.

❖

---

८३. अहवाल-उल-ख्वाकीन, पृ. १८२एबी; १८३ए. शहनामा-इ-मुन्नवर-उल-कलम, पृ. ३बीए

८४. तजकिरात-उल-मुल्क, पृ. १३१एबी

८५. अहवाल-उल-ख्वाकीन, पृ. १८३ए. सियार-उल-मुताखखिरीन भा. २ पृ. ४५६ ' लेटर म्यूगल्स '- आयर्विन-भा. २ पृ. १३१, १३२, १३४, १३६, १३७.

भाग ३

मदादमाश जमिनी

भारतातल्या मुसलमान राज्यकर्त्यांनी धर्मशील व विद्वान माणसांना करमुक्त जमिनी दिल्या. तसेच ज्या सरदार वर्गातील कुटुंबांना उपजीविकेचे साधन नव्हते.[८६] त्यांनाही दिल्या. मोगलांनी उपजीविकेचे साधन म्हणून धर्मशील, विद्वान, गरीब आणि गरजू तसेच शेख, सय्यद आणि इराणी व तुराणी बायका[८७] ह्यांना उपजीविकेचा भत्ता म्हणून देण्याची पद्धत सुरू केली. अशा तऱ्हेचा उपजीविकेचा भत्ता पैशाच्या रूपाने किंवा जमिनीच्या रूपाने दिला जाई. जमीनरूपाने दिल्या जाणाऱ्या उपजीविकेच्या भत्त्याला मदादमाश किंवा दूध[८८] म्हणत. ह्या दोन्ही तऱ्हेच्या नेमणुकींना सियुरधल[८९] अशी सर्वसाधारण संज्ञा होती.

अशा रीतीने मदादमाश ही गरज धर्मशीलता, विद्वत्ता, कुटुंब (*विशेषत: शेख किंवा सय्यद*) यांना दिलेली जमीन असे.[९०] अबुल फजलच्या म्हणण्यांप्रमाणे जे लोक या चार वर्गात असत ते मदादमाश जमीन देण्याच्या योग्यतेचे असत. पहिले सत्याच्या मागे जाणारे आणि ज्यांनी संसार सोडला आहे ते; दुसरे ज्यांनी वैषयिक व इंद्रियविषयक इच्छा दाबलेली आहे आणि आत्मत्यागाचा मार्ग अनुसरला आहे. तिसरे गरीब व गरजू ज्यांना स्वत:च्या उपजीविकेचे, शारीरिक दुबळेपणामुळे किंवा आर्थिक असहाय्यतेमुळे साधन नाही आणि शेवटी उच्चकुळात जन्मलेले, ज्यांना मूर्खपणाने व्यापार किंवा धंदा करण्यास सामाजिकदृष्ट्या कमीपणाचे वाटते.

नेमणुकीचे स्वरूप

असे दिसते की; नेमणुका करण्याचे, त्यांचे पुनरुज्जीवन करण्याचे, वाढविण्याचे, कमी करण्याचे आणि थांबविण्याचे ही सर्व कामे बादशहाच्या मर्जीने[९१] होत. पण प्रत्यक्षपणे स्थावर जंगमाचे वंशपरंपरागत हक्क नियमित काळाने ताडून पाहून किंवा

---

८६. मिरात-उल-इस्तीलाह-पृष्ठ, ६४बी

८७. ऐन-इ-अकबरी, भा.१. पृ.१४१

८८. ऐन-इ-अकबरी, भा.१. पृ.१४८

८९. ऐन-इ-अकबरी, भा.१. पृ.१४०. 'सियुरधल' हा शब्द मूळ मोगल असून त्याचा शब्दश: अर्थ मेहेरबानी किंवा नेमणूक. मूळ अर्थाने ज्याने तियूलची नेमणूक होई त्यासंबंधीचे कागदपत्र असा अर्थ होतो. (एन्सायक्लोपीडीया ऑफ इस्लाम खंड ४ पृ. ८००)

९०. ऐन-इ-अकबरी, भाग १. पृष्ठे १४०,१४१.

९१. ऐन-इ-अकबरी, भाग १. पृष्ठे १४०,१४१.

पुनरुज्जीवन करून नेमणूक दिलेल्याच्या वंशजांना[१२] दिले जात. नेमणूक ज्याला द्यायची त्याला आणि त्याच्या वंशजांना[१३] दिली आहे असे काही फर्मानातून मुद्दाम उल्लेखिलेले असते. असे दिसते की पडताळा पाहणे किंवा कायम करणे हे दरवर्षी होत नसे तर ठराविक वेळेला[१४] होई. ह्या नेमणुकींचे आणखी एक महत्त्वाचे वैशिषट्य म्हणजे बहुसंख्य नेमणुकींच्या बाबतीत नेमणुकी माफीच्या स्वरूपात असत. म्हणजे जमीनमहसूल व इतर कर ज्यांना हुकुक्व-इ-दिवाणी आणि अवारिझत-इ -सुलतानी[१५]ही माफ असत. अशा रीतीने मदादमाश नेमणुका बहुधा करमुक्त असत आणि नेमणूक दिलेला माणूस जमिनीचे उत्पन्न व त्या जमिनीवरील कर घेऊन जमीन भाडेपट्टीने शेतकऱ्याला देई. परंतु मदादमाश जमिनीची करआकारणी होतच नव्हती असे नाही. आपल्याजवळ प्रत्यक्षात पुरावा आहे की, मदादमाश जमिनीची साराआकारणी होई. सर्वात जुना मदादमाश जमिनीच्या साराआकारणीचा पुरावा शहाजहाँनच्या कारकिर्दीत हिजरी १०५८ / सन १६४८-४९ पर्यंत मागे जातो. अलाहाबादेच्या उत्तर प्रदेश दप्तरखान्यात सुरक्षित असलेल्या एका कागदावरून आपल्याला कळते की, शहाजहाँच्या कारकिर्दीच्या सुरुवातीस नऊशे बिघे जमीन एका बेगम बिर्लासला देण्यात आली. हिजरी १०५८ / सन १६४८त लागवडीस आणण्यासारख्या ४७६ बिघे एक बिस्वा जमिनीवर एका बिघ्याला आठ आणे हा जो परगण्यातील परंपरागत दर होता त्या दराने करआकारणी करण्यात आली. नंतर ५६ रुपये सूट म्हणून परत देण्याचा एक परवाना काढण्यात आला. महसुलाच्या मागणीतील उरलेली बाकी १८८ रुपये ६ आ. हिजरी १०६० / सन १६४९-५० मध्ये देण्यात आली.

---

१२) 'अलाहाबाद डॉक्यूमेंटस' १६७, १६९, १७३, १७५,१५४.

१३) 'अलाहाबाद डॉक्यूमेंटस' पृ.९, १६५, १७२, १७४, १७६, १७८.

१४) 'अलाहाबाद डॉक्यूमेंटस', पृष्ठ १६१.

१५) फर्हंग-इ-कर्दानी-पृ. ३९बी

दिलेल्या करांची यादी अलाहाबाद डॉक्युमेंटस क्र.७ मध्ये आणि अलीगढ विद्यापीठातल्या इतिहास विभागाच्या संशोधन ग्रंथालयात सुरक्षित असलेल्या अकबराच्या फर्मानात दिलेली आहे. त्यात गुणलिघा (शुल्क), पेशकाश (भेटी), जरीबाना (जमीन मोजण्याबद्दल लादलेला दर), झबीताना (महसूल गोळा करणाऱ्याला दिलेले शुल्क), मोहरीआना (दस्तऐवज सील करण्याबद्दल शुल्क), दरोघाना (देखरेखीबद्दल पैसा), बेगार (पैसे न देता नेमलेला) शिकार (मृगयेबद्दल शुल्क), दाहनिमी (५% कर) कानूगोई (जमीनमहसुलाच्यावरील अधिकाऱ्यांना शुल्क), जप्त-ई-हारसाला (वर्षाचा महसूल खर्च), तसेच पहा : सिलेक्टेड डॉक्युमेंटस ऑफ शहाजहानस रेंज पृ.१९०.

संक्षिप्त केलेल्या आत्ताच्या या पुराव्यावर थोडासा विचार करणे जरूरी आहे. जी विशेष परिस्थिती मदादमाश जमिनीची साराआकारणी करण्यास कारणीभूत होती ती आपल्याला माहीत नाही. शिवाय नंतर अर्धवट किंवा पूर्ण परत दिलेले पैसे नोंदलेले नाहीत. पण पुरावा निश्चित एक तत्त्व मानतो की, संदर्भात दिलेल्या कागदात जरी त्याचा उल्लेख नसला तरी विशिष्ट परिस्थितीत करमुक्त जमिनीवर अर्धवट सारा-आकारणी केली जाई. आणि ज्या ज्या वेळी परिस्थिती अनुकूल असे तेव्हा पैसे परत दिले जात.

त्याच कारकिर्दीतील दुसऱ्या एका दस्तऐवजावरून आपल्या ध्यानात येते की, पुसरा खेडे आणि हैबतपूर खेडे यांच्यातील आयमा जमिनीवर अनुक्रमे रुपये २५ आणि रुपये पाच कर लादला गेला.[१६] अन्यत्र आपल्याला कळते की, अमेथीच्या आयमादारांना परंपरागत जमीनमहसुल[१७] रुपये १००१५ /- भरावे लागले. हैदरगड, सतरख, इब्राहिमपूर आणि अंबोला परगण्यातील आयामदारांनासुद्धा ठरीव जमीनमहसूल[१८] द्यावा लागे. असे दिसते की, सबंध परगणेच मदादमाश म्हणून दिले जात. आणि अशा जमिनी जमीनमहसूल देण्यास पात्र असत. आपण असाही तर्क करू शकतो की; काही प्रकारच्या मदादमाश जमिनींनी कमीजास्त प्रमाणात जवळ जवळ जमीनदारी जमिनींचेच स्वरूप धारण केले होते. पण अजूनही त्या मदादमाश किंवा आयमा जमिनी म्हणून उल्लेखिल्या जात होत्या. हा मुद्दाच सुचवितो की, अशा जमिनींच्यावरील साराआकारणीचा दर बहुधा जमीनदारी जमिनीच्यापेक्षा कमी होता. या तर्काला वस्तुत: आत्ताच उल्लेखिलेल्या पुराव्याचा आधार आहे. पूर्वी उल्लेख केलाच आहे की, सर्व खेड्यांचा सारा रुपये २५ आकारला गेला तर दुसऱ्या जमिनींच्या मालकाला जमीनमहसूल म्हणून पाच रुपये द्यावे लागले. शिवाय असे दिसते की, सर्व अमेथी परगण्याची साराआकारणी रु. १०,०००/- झाली होती. ही परगण्याची जमीनमहसुलाची नेहमीची रक्कम क्वचितच असू शकेल.

अखेरीस हे लक्षात ठेवले पाहिजे की, मदादमाश जमिनीच्या मालकांना जमीनदारांच्याप्रमाणेच देणगी म्हणून जमीन विकण्याचा किंवा बदलण्याचा हक्क असे. हा तर्क औरंगजेबाची कारकीर्द व नंतरचा काळ यातील पुराव्यावर अवलंबून आहे. आपण असे निश्चितपणे गृहीत धरू शकत नाही की मदादमाश जमिनीच्या मालकांना अकबर आणि त्याच्या नंतरचे दोन बादशाह यांच्या कारकिर्दीप्रमाणेच जमीन विकण्याचे

---

१६. *'अलाहाबाद डॉक्युमेंटस', क्र. १*

१७. *'अलाहाबाद डॉक्युमेंटस', क्र. २१८. ता. हिजरी ११७९/ इ.स. १७६४.*

१८. *'अलाहाबाद डॉक्युमेंटस', क्र. २१८. ता. हिजरी ११७९/ इ.स. १७६४.*

किंवा बदलण्याचे हक्क होते. अशा रीतीने प्रत्यक्षात मदादमाश जमिनीच्या मालकांना दिलेल्या जमिनीचे ते मालक होते आणि जमिनीतील त्यांचे हक्क व हितसंबंध या दृष्टीने ते छोट्या जमीनदारांच्यापेक्षा कमी नव्हते. तरीही बहुसंख्य मदादमाश जमीनधारी सर्व तऱ्हेच्या करांच्यापासून एक अपूर्व आर्थिक मुक्तता उपभोगीत होते. असे दिसले की, जमीन दिलेल्या बऱ्यांच लोकांना जमीनदारांच्याप्रमाणेच जमीनमहसूल द्यावा लागे, व तरीही त्याचा उपयोग त्यांना विशेष वागणूक देण्यात येऊन त्यांच्या जमिनीवर हलके दर आकारले जात.

मदादमाश म्हणून दिल्या जाणाऱ्या जमिनींचे प्रकार

मदादमाश जमिनी जागिरीच्या क्षेत्रांत[९९] दिल्या जात. खालीसा[१००] म्हणून काही महाल बाजूला ठेवले जात किंवा जामा[१०१] जमिनीतून अंतर्भाव न केलेली जिला पडीक जमीन म्हणून म्हणत तिच्यातून देत. मदादमाश जमिनी खालीसा आणि जागीर महालापासून वेगळ्या करावयाच्या ही एक ठरून गेलेली पद्धत होती. आणि मोजणीच्या[१०२] वेळी वाद होऊ नये म्हणून त्या एकत्र करीत असत. मदादमाश जमिनी खालीसा आणि जागिरी महालापासून वेगळ्या[१०३] करण्याची कल्पना अगदी प्रथम अकबराने मांडली.[१०४] खालीसा आणि जागीर जमिनीतील मदादमाश जमिनीची नेमणूक क्वचित असे. अगदी थोडे दस्तऐवज दाखवितात की, मदादमाश जमिनीची नेमणूक विशेषत: अकबराच्या[१०५] कारकिर्दीत खालीसा जमिनीतून होई. अकबराच्या कारकिर्दीत लागवडीस आणलेली आणि लागवडीस आणण्यासारखी जमीन मदादमाश म्हणून दिली जाई आणि त्याचे प्रमाण[१०६] १:१ असे होते. असे दिसते की, आईनमध्ये दर्शविलेले प्रमाण केवळ आदर्श म्हणून होते. पक्का नियम म्हणून नव्हते. आणि स्थानिक परिस्थितीप्रमाणे त्यात

---

९९. दस्तूर-उल-अमल-इ-बेकस, पृ.४० एबी

१००. अकबराचे फर्मान (हि.९८६) अलाहाबाद डॉक्यूमेंटस् क्र.३,१५६,१५७,१६२.

१०१. अलाहाबाद डॉक्युमेंटस क्र.१५६,१५७,१५९,१६०,१६२.

१०२. अलाहाबाद डॉक्युमेंटस क्र.१०,१८०,१६०.

१०३. अलाहाबाद डॉक्युमेंटस क्र.२४.

१०४. हिजरी ९८६मधील अकबराचे फर्मान स्पष्ट करते की, जामात जमा केलेल्या सर्व उपजाऊ जमिनीतून नेमणूक केलेली होती. शेतकऱ्यांनी मशागत केलेली जमीन आणि त्यांना जमीन देणाऱ्यांनी स्वत: केलेली जमीन फर्मानात दाखवलेली असे. कधी कधी परगण्यातील अनेक खेडी आयमा खेडी म्हणून वेगळी केलेली असत आणि त्यांना जामा लावला जात नसे. (पहा- सियाकनामा पृ.३३-३९)

१०५. उपरोक्त

१०६. ऐन-इ-अकबरी, भाग१. पृ.१४१.

आवश्यक ते बदल[१०७] केले जात. एका फर्मानाप्रमाणे मदादमाशच्या नेमणुकीचे क्षेत्र १५ बिघ्यापासून ४००० बिघ्यापर्यंत[१०८] बदलत राही. बहुधा मदादमाश जमिनीच्या मोठ्या नेमणुका ५०० ते १००० बिघ्यापर्यंत असत. पण १००० बिघ्यावरील जमिनीवर काही विद्वान सांगतात त्याप्रमाणे बंदी होती, असे गृहीत धरले तर ते चुकीचे होईल. खरोखरी एका फर्मानाने दिलेली नेमणूक ४००० बिघ्यापेक्षा[१०९] अधिक नाही, असे एका पुराव्यावरून दिसते.

नेमणूक देण्याची पद्धती

अलाहाबादच्या उत्तर प्रदेश दप्तरखान्यांत व फर्हंग-इ-कर्दानीतील[११०] सुरक्षित असलेल्या काही कागदातून[१११] मदादमाश जमिनी देण्याची प्रक्रिया अभ्यासता येते. असे दिसते की, प्रथमत: फर्द-इ-हकीकत[११२] हा अहवाल ज्यात योग्य ते प्रकरण आवश्यक त्या शिफारसीसह शाही दरबाराला दिलेले असते. दरबारात ते आल्यानंतर सियाहामध्ये[११३] त्याची नोंद होते आणि नंतर ते बादशहाला सादर केले जाते. अहवालात दिलेली शिफारस जर बादशहाने मान्य केली तर मदादमाश जमीन देण्याचा तोंडी हुकूम तो देत असे. नेमणुकीचे तपशील, सद्रचे नाव व वाकीया निगारचे नाव ह्याची नोंद याददास्त-इ-वाकीयामध्ये केली जाते. हे रकाने भरल्यानंतर सद्र सूचना देतो, की याददास्त पुन्हा बादशहाला सादर करावी. ह्या प्रक्रियेला अर्ज-इ -मुकर्रर असे

---

१०७. ' अलाहाबाद डॉक्युमेंटस ' क्र.१६२. या दस्तऐवजावर तारीख जहाँगिरच्या कारकिर्दीचे १४ वे वर्ष आहे . २९६ क्रमांकाचा डॉक्युमेंट हिजरी १००४चा. ३९बिघे, २०बिघे, लागवडीस आणलेली व ९बिघे ओसाड अशी नोंद करतो.

१०८. अलाहाबाद डॉक्युमेंटस् क्र.५४,१०९. अलाहाबाद डॉक्यूमेंटस् क्र.१५४ ता. शहाजहाँनचे १२वे राज्यारोहणवर्ष हिजरी १०४९। इ.स. १६३९-४०. शिवाय पहा- अलाहाबाद डॉक्युमेंटस् क्र.१४४,१८०, १९९ हे १५६२ बिघे, ३०३९बिघे आणि २२२० बिघे. अनुक्रमे नेमणुकी नोंदतात.

१०९. अलाहाबाद डॉक्युमेंटस् १५४. ता. शहाजहाँनचे १२वे राज्या रोहण वर्ष- हिजरी १०४९। इ.स. १६३९-४०. शिवाय पहा : अलाहाबाद डॉक्युमेंटस् क्र. १४४,१८०,१९९. हे १५६२ बिघे, ३०३९ बिघे आणि २२२० बिघे अनुक्रमे नेमणुकी नोंदतात.

११०. ' अलाहाबाद डॉक्यूमेंटस् ' क्र.२२०,२२६.

१११. फर्हंग-इ-करदानी, पृ.३९ए.

११२. फर्हंग-इ-करदानी, पृ.३९ए.

११३. बहुधा याचा संदर्भ सियाहा-इ-वाकाई किंवा दरबारच्या घटना व कारभाराची नोंद.

म्हणतात. हे विधी पुरे झाल्यानंतर बादशहाने मान्य केलेल्या मदादमाश जमिनीच्या नेमणुकीबद्दल फर्मान तयार करण्यासाठी सद्र एक हुकूम काढी. फर्मानामध्ये मदादमाश म्हणून दिलेल्या जमिनीचा विशेष, ज्याला दिले त्याचे नाव आणि फर्मानातील सूचना ध्यानात घेण्यासाठी संबंधित अधिकाऱ्यांना सूचना; तसेच फर्मानात उल्लेखिलेल्या जमिनीचा ताबा ग्राहकाला देण्याबद्दल सूचना असत. दरबारात पुऱ्या केलेल्या विविध विधींचा अहवाल आणि मदादमाश[११४] जमीन म्हणून दिलेल्या क्षेत्राचे तपशील फर्मानाच्या मागील बाजूस नोंद करीत. त्याला झिम्न असे म्हणत. फर्मानातील तपशिलाचा थोडक्यात सारांश सद्रचे खाते परवान्यामध्ये काढी आणि त्याच्यावर स्वत:चा शिक्का लावी. फर्मानातील केलेल्या वर्णनाचा उल्लेख ज्या तारखेला प्रतिनिधीला ते दिले ह्याचा परवान्यांत उल्लेख करीत आणि प्रतिनिधी[११५] व करौरी ह्यांना बादशाही हुकूम मान्य करण्यास लावीत.

पडताळा पहाणे; कायम करणे आणि नूतनीकरण करणे

मदादमाश म्हणून दिलेली जमीन काही काळाने खरीखोटी पहावी लागे आणि नंतर कायम करण्याचे काम सद्रची कचेरी करी. जमीन दिलेल्यांचे कर्तव्य असे की त्यांनी स्थानिक सद्रच्या कचेरीत येऊन विश्वसनीय साक्षीदार देऊन, त्यांना निश्चित सांगावे लागे की अजूनही ते जिवंत आहेत. आणि त्यांना दिलेल्या जमिनीचे मालकही तेच असून जमीन त्यांच्या वापरात आहे. जर सद्रचेही त्या मुद्द्यावर समाधान झाले तर जमीन घेणारांना नवीन सनद देत.[११६] ती त्यांना दिलेल्या जमिनीचे[११७] ताबा व उपभोग कायम करीत. ह्या कारभारविषयक पद्धतीला तशीहा[११८] म्हणत. जमीन दिलेल्याचा मृत्यू झाल्यास त्याचे किंवा तिचे वारस देणगीचे नूतनीकरण आणि कायम करणे ह्याबद्दल अर्ज करीत. दिलेल्या जमिनीवरील आपले हक्क साक्षीदार आणून त्यांना कायम करावे लागत. ह्याशिवाय साक्षीदार पुढील दस्तऐवजावर सह्या करीत.

१. की हक्क मागणारे जिवंत आहेत. आणि मृत माणसाची जमीन ह्यांच्या ताब्यात आहे व ते तिचा उपभोग घेत आहेत.

---

११४. असे दिसते की अकबराच्या कारकिर्दीत सन ९८६ पर्यंत मदादमाश म्हणून दिलेल्या जमिनीचा तपशील फर्मानाच्या लिखाणात सामील केलेला असतो. पहा- अकबराचे फर्मान हिजरी ९८६। सन १५७८ इतिहास विभाग, मुस्लीम विद्यापीठ, अलीगढ.

११५. घुमास्ता - प्रतिनिधी.

११६. सनद - हुकूम किंवा मक्ता.

११७. 'अलाहाबाद डॉक्युमेंटस्' क्र. २, १६५, १६८, १७४, १७६, १७८.

११८. 'अलाहाबाद डॉक्युमेंटस्' क्र. १६८, १७१, १७५.

२. की त्यांना दुसरे कोणतेही उपजीविकेचे साधन नाही.

३. त्यांच्याजवळ पूर्वीच्या सद्रने तपासणी केलेले व कायम केलेले कागद आहेत.

४. ह्या मुद्द्यावर सद्रचे समाधान झाले तर मृतांच्या वारसांच्या नावावर नेमणुकीचे नूतनीकरण करावे व कायम करावे अशी शिफारस करी. दिलेल्या जमिनीचे हसब-उल-हुकमच्या[११९] सहाय्याने नूतनीकरण व कायम करणे ह्या क्रिया होत.

सद्रचा विभाग

मदादमाश जमिनींचा कारभार सद्र किंवा सद्र-उस-सुदूर ह्याच्या वेगळ्या खात्याकडे सोपविलेला असे. अकबराच्या वेळी फारसा तपशीलवार होता असे दिसत नाही; पण तो सुसंघटित होता आणि त्यात तीन महत्त्वाचे अधिकारी काम करीत होते. उदा. बितिकची किंवा विशेष कर्तृत्वाचा चिटणीस त्याला दिवाण-इ-सादात म्हणत; काजी आणि मिर अदूल हे असत. काही गुणांच्या पायावर सद्रची मदत होई. स्पष्ट विचार करण्याची कुवत आणि उदारमतवादी दृष्टी त्याच्याकडून अपेक्षित असत. त्यामुळे वंश किंवा धर्म ह्यांच्या पायावर तो तारतम्य पहाणार नाही. दयाळू स्वभाव आणि उद्योगी प्रवृत्ती हे आणखी दोन गुण सद्रची निवड[१२०] करण्यास आवश्यक असत.

सद्रचे अधिकार व कार्ये

सद्रचे सर्वात महत्त्वाचे काम म्हणजे लोकस्थितीची चौकशी करणे आणि त्यांच्या गरजांचा अंदाज करून त्यांना काय भत्ते देता येतील ते पहाणे. शिवाय केंद्रामध्ये आणि प्रांतात[१२१] आपला विभाग त्याला संघटित करून चालवावा लागे. मदादमाश जमिनी देण्याच्या बाबतीत बादशहा त्यांचा सल्ला घेई आणि फर्मानाच्या

---

११९. प्रस्तुत लेखकाने मृत माणसांच्या वंशजांना नेमणूक देण्याच्या प्रकरणांचे नूतनीकरण व कायम करणे ह्यांची सुमारे १० प्रकरणे तपासली आहेत. ह्यापैकी नऊचे नूतनीकरण होऊन ती हस्ब-उल-हुक्मप्रमाणे कायमही झाली. फक्त एकाच बाबतीत दिल्याची सनद होती. त्या फर्मानात मदादमाश म्हणून दिलेल्या जमिनीचे क्षेत्र ४००० बिघ्यापेक्षा अधिक होते. (अलाहाबाद डॉक्युमेंटस क्र.१५४७) असे दिसते की बहुधा फर्मानान्वये नूतनीकरण व कायम करणे हे विशेष प्रकरण म्हणून समजले जाई, कारण मदादमाश म्हणून दिलेली जमीन खूपच मोठी असे. हसब-उल-हुक्मप्रमाणे ज्या प्रकरणांचे नूतनीकरण व कायम करणे झाले आहे त्याबद्दल पहा-' अलाहाबाद डाक्युमेंटस् ' क्र. २,१६६,१६८,१६९,१७०,१७१,१७३,१७५.

१२०. ऐन-इ-अकबरी, भा. १ पृ. १४०

१२१. ऐन-इ-अकबरी, भा. १ पृ. १४१

मागे[१२२] त्याची नोंद केली जाई. मदादमाश जमिनी देण्यासंबंधीच्या प्रत्येक महत्त्वाच्या कागदावर त्यांचा शिक्का असे. असे दिसते की, काजी, प्रांताचे सद्र आणि मुफ्त हे त्यांच्या शिफारस आणि संमतीने[१२३] नेमले जात. सद्र नेहमी एक परवाना काढी. त्यात त्याच्या खात्यातील नेमणुकांना मदादमाश जमिनी देण्यास नूतनीकरणास व दिलेल्या[१२४] जमिनी कायम करण्यास त्याची संमती असे.

दर्जा

अकबराच्या कारकिर्दीच्या सुरुवातीच्या काळात नेमलेल्या सद्रांचा दर्जा महत्त्वाचा होता आणि ते मदादमाश जमिनींची देणगी देण्यात मोठी तारतम्य बुद्धी वापरत. तरीही खात्यातील भ्रष्टाचार आणि वशिलेबाजी यांच्यामुळे सद्रची सत्ता आणि स्थिती यासंबंधीच्या अकबराच्या भूमिकेत फरक पडला. खात्याच्या कारभारात तो व्यक्तिशः सहभाग घेऊ लागला. आणि परिणामतः तो उपभोगीत असलेले बरेचसे अधिकार त्यांच्याजवळून हिरावले गेले. असे ठरले होते की, ५०० बिघ्यावरील जमिनीच्या देणग्या बादशहाच्या नजरेस आणाव्या आणि बादशहा त्या मान्य करीपर्यंत जमिनीच्या देणग्या देऊ नयेत. काही कालावधीनंतर दुसरा एक नियम आला. त्या नियमान्वये १०० बिघ्यावरील फर्मानामध्ये मुद्दाम न उल्लेखिलेल्या जमिनीच्या देणग्या मूळ क्षेत्राच्या $\frac{२}{५}$ कमी कराव्यात. आणि त्याची $\frac{३}{५}$ बाकी खालीसा म्हणून परत घेतली जावी. एक किंवा अधिक व्यक्तीला दिलेल्या जमिनीच्या बाबतीत जमीन मिळालेला एखादा मृत्यू पावल्यास दिलेल्या जमिनीचे विभाजन करण्यास सद्रला अधिकार होता. वारसदार बादशहाच्या पुढे सादर केले जाईपर्यंत मृत माणसांचा हिस्सा खालीसा म्हणून घेतला जाई. बादशहाच्या पूर्व परवानगीवाचून फक्त १५ बिघे जमीन देण्याचे बंधन सद्रवर होते. दिलेल्या जुन्या जमिनीच्या[१२५] नेमणुकी तपासून पहाणे, कायम करणे, आणि नूतनीकरण करणे याची सत्ता सद्रला होती. जहाँगिरच्या कारकिर्दीच्या सुरुवातीच्या वर्षात सद्रचे पूर्वीचे अधिकार व हक्क पुन्हा देण्यात आले. पण हे काही फार काळ टिकले नाहीत. आणि बादशहाच्या १७व्या राज्यारोहण वर्षात आपल्या अधिकारात[१२६] (*जमिनीची*) देणगी देण्याची सद्रची सत्ता हिरावून घेण्यात आली. शहाजहाँनच्या कारकिर्दीत तत्त्वतः त्याची स्थिती तशीच राहिली. पण मुस्वैखान सद्र होता. त्याने

---

१२२. अकबराचे फर्मान हिजरी, ९८६

१२३. मिरात-इ-अहमदी, पुरवणी, पृष्ठ. १७३

१२४. मिरात-इ-अहमदी, पृ. १७३, ' अलाहाबाद डाक्यूमेंटस् क्र. ५५

१२५. ऐन-इ-अकबरी, भा. १ पृ. १४१

१२६. ' सेंट्रल स्ट्रक्चर ऑफ द मुगल एम्पायर ' इब्न-इ-हसल , पृ. २७२-७३

आपल्या अधिकाराच्या मर्यादा ओलांडल्या. मदादमाश जमिनी आणि वजिफा त्याने बादशहाला न कळविता नालायक माणसांना दिल्या असा त्याच्यावर आरोप होता. शहाजहाँनने या बाबतीत गंभीरपणे दखल घेतली आणि सद्रला त्याच्या अधिकारावरून[१२७] काढून टाकले.

१८ व्या शतकाच्या पहिल्या अर्ध्यात सद्र-उस-सुदूरचा हुद्दा चालूच राहिला. असे दिसते की, या खात्यातील नेमणुका त्याच्या शिफारसीने होत आणि नेमणुकीच्या हुकमावर त्याचा शिक्का[१२८] असे. मुन्तखब-उल-लुबाबमधील एका उताऱ्यावरून दिसते की, सय्यद बंधूंच्या हुकूमशाहीत मीरजुलमाकडे सदरत-इ-कूलचा अधिकार होता. पण आपली सत्ता आणि अधिकार तो मोठ्या प्रमाणावर गमावून बसला होता. पवित्र कायद्यासंबंधीच्या बाबतीतही रतनचंदाने अनिर्बंध सत्ता गाजवली. कायदा आणि न्याय खात्यातील काजी व इतर अधिकाऱ्यांच्या नेमणुकासुद्धा[१२९] त्याने केल्या.

प्रांताचा सद्र

सद्र-उस्-सुदूरची सत्ता कमी करण्याचा आणि खात्यात बुजबुजाट झालेल्या भ्रष्टाचाराला थांबविण्याचा अकबराने प्रयत्न केला. प्रांतीय आणि परगणा पातळीवर खात्याच्या संघटनेकडेही त्याने पुरेसे लक्ष दिले. खालीसा आणि जागिरी जमिनीपासून मदादमाश जमिनी वेगळ्या करण्यात आल्या. त्यांच्यावर प्रत्यक्षपणे प्रांतीय किंवा प्रादेशिक सद्र आणि परगण्याचे काजी कारभार करू लागले. असे दिसते की, काही काळ सद्र-उस्-सुदूरचा अधिकार नष्ट झाला आणि मदादमाश जमिनीचा कारभार प्रादेशिक आणि प्रांतीय सद्रकडे[१३०] सोपविण्यात आला. कसेही असो, सद्र-उस् - सुदूरच्या जागेचे पुढे पुनरुज्जीवन झाले आणि प्रांतीय सद्र संपूर्ण १७ व्या आणि १८व्या शतकाच्या पूर्वार्धात आपली कामे करीत राहिला. महान मोगलांच्या कारकिर्दीत प्रांतीय सद्रची कामे व कर्तव्ये काय होती हे आपल्याला ठाऊक नाही. तरीही प्रांतीय सद्रच्या अधिकाराला जोडलेली कामे आणि कर्तव्ये १८व्या शतकाच्या पूर्वार्धात होती. ती मिरात-इ-अहमदीमध्ये[१३१] वर्णन केलेली आहेत. प्रांतीय सद्रची नेमणूक सद्र-उस्-

---

१२७. ' सेंट्रल स्ट्रक्चर ऑफ द मुगल एम्पायर ' इब्न-इ-हसल, पृ. २७५. बादशहानामा भा. २, पृ. ३६५, ३६६

१२८. मिरात-इ-अहमदी, पुरवणी, पृ. १७३

१२९. मुन्तखब-उल-लुबाब, भा. २ पृ. ८४३

१३०. अकबरनामा भा. ३ पृ. ३७२

१३१. मिरात-इ-अहमदी, पुरवणी पृ. १७३

सुदूरचा शिक्का असलेल्या सनदेने होई. त्याच्याकडे जात आणि सवाराचा दर्जा (*मनसब*) असे. काही अटींसह बरोबर पन्नास जात व दहा सवार यांचा दर्जा ह्या अधिकाऱ्याला असे. काजी, मुहतसीब,[१३५] इमाम,[१३३] थडग्यांचे मुतवल्ली[१३२] आणि मुआझिन[१३४] हे त्याच्या हाताखाली काम करीत आणि त्यांच्या नेमणुकीची पत्रे या कचेरीतून त्यांना मिळत. मदादमाश, वजिफा, आणि रोझीनासंबंधीच्या सनदा तपासण्यासाठी व कायम करण्यासाठी त्याला सादर करीत. मदादमाश जमिनी परत घेण्याच्या संबंधीच्या कागदावर त्याचा शिक्का व सही असे.

मुतवल्ली

परागणा पातळीवरील मदादमाश जमिनीचा कारभार मुतवल्ली[१३६] करी. १८व्या शतकाच्या पूर्वार्धात मुतवल्लीचा मोठ्या प्रमाणावर मदादमाश जमिनीच्या कारभाराशी संबंध होता असे दिसते. दस्तूर-उल-अमल-इ-बेकसमधील एका दस्तऐवजावरून आपल्याला कळते की, परगण्याच्या मुतवल्लीची नेमणूक बादशहाच्या हुकुमाने होई. आणि तो सद्रच्या हाताखाली काम करी. मदादमाश जमिनी असलेल्या व नगद भत्ते मिळणाऱ्या परिस्थितीची तो चौकशी करी व सद्रच्या कचेरीला त्याला नियमित अहवाल पाठवावा लागे. मदादमाश जमिनींची नेमणूक व नगद भत्ते[१३७] ह्यासंबंधीच्या कागदावर त्याचा शिक्का असे.

सियूरघल किंवा मदादमाश जमिनी ह्या संस्थेने मोंगलांच्या शेतीपद्धतीत एक महत्त्वाचे स्थान मिळविले होते. सहज नजर टाकली तर ही संस्था दयेपोटी चुकीच्या मार्गाने निर्माण झाली होती. तिने परावलंबी लोकांचा एक वर्ग निर्माण केला. त्याने

---

१३२. मुतवल्ली - एखाद्या धार्मिक संस्थेचा व्यवस्थापक किंवा फिर्यादी.

१३३. इमाम - प्रार्थना पुरस्कृत करणारा.

१३४. मुआझिन - मशिदीच्या मिनारवरून बांग देऊन लोकांना प्रार्थनेला बोलावणारा.

१३५. मुहतसीब - वजने, मापे व खाद्यपदार्थ तपासणारा आणि जुगार व दारूला आळा घालणारा.

१३६. १०१९ हिजरी । सन १६१० मधील एका दस्तऐवजात मुतवल्लीचा उल्लेख चकनाम्यावर एक सही करणारा म्हणून आलेला आहे. नंतरच्या एका दस्तऐवजावरून आपल्याला कळते की परगणापातळीवरील मदादमाश जमिनीच्या कारभाराशी संबंधित असलेला तो एक अधिकारी होता. (दस्तूर-उल-अमल-इ-बेकस, पृ. ३८, ३९) अशी शक्यता आहे की मुतवल्ली हा हुद्दा फार पूर्वी जरी नाही तरी जहाँगीरच्या कारकिर्दीपर्यंत मागे आढळून येतो.

१३७. दस्तूर-उल-अमल-इ-बेकस, पृ. ३८, ३९

देशाच्या राजकीय आणि आर्थिक जीवनात विशेष काही केले नाही. उलट सार्वजनिक तिजोरीवर एक कायमचा बाहेर जाणारा प्रवाहच निर्माण केला होता. ह्या संस्थेचे बारकाईने परीक्षण केले तर ह्या मताचा फोलपणा लक्षात येऊन देशातील शेतीच्या उभारणीत ह्या संस्थेचे स्वरूप व कामे यांचे अंतर्गत दर्शन आपल्याला दिसेल. वस्तुतः देशाच्या राजकीय, आर्थिक व सामाजिक जीवनावर तिचा महत्त्वाचा परिणाम झालेला होता. आणि मोंगल साम्राज्याच्या कारभारविषयक उभारणीत तिला विशेष स्थान होते.

सर्वसाधारणपणे बोलताना ज्यांनी केवळ राजकीय व कारभारविषयक ध्येयात काहीही केलेले नाही अशा खुशामत्या किंवा दुसऱ्याच्या श्रमावर जगणाऱ्यांना पोसण्यासाठी सार्वजनिक पैसा व्यर्थ न घालविण्याइतके मोगल बादशहा ऐहिक होते. मध्ययुगीन भारतीय इतिहासाच्या विद्यार्थ्याला मान्य होईल की, त्या काळातील राजकीय आणि शेतीविषयक परिस्थिती बादशाही कायदे हिंदुस्थानातील प्रचंड साम्राज्यात यशस्वीरित्या अमलात आणण्यास पोषक नव्हती. चिवट जमीनदारांच्यापैकी प्रचंड बहुसंख्या हिंदूंची असून देशाच्या तत्कालीन राजकीय व शेतीविषयक जीवनात ते आसासारखे होते. आणि राज्याच्या अधिकाऱ्यांचा ज्या ज्या वेळी शक्य असे त्या त्या वेळी आज्ञाभंग करण्यास ते नेहमी तयार असत. खरोखरी मध्ययुगात एखाद्या वर्गयुद्धाची अवशेषरूपी खूण, चिन्ह पहावयाचे असेल तर राज्य व छोटे संस्थानिक किंवा त्यांचे अनेक वंशज यांच्यात पहावे लागेल. ज्यांचे फारसी व हिंदुस्थानी इतिहासकाराने जमीनदार म्हणून वर्णन केलेले आहे त्यांच्यात पहावे लागेल. हा संघर्ष न संपणारा होता. कधी प्रच्छन्न, कधी स्पष्ट त्यात जमीनदार तात्पुरते दडपले जात. परंतु शाही सत्तेला शरण जाण्यात त्यांनी समझोता केला नाही. अशा रीतीने राज्याशी असलेली जमीनदारांची वागणूक कारभारविषयक केंद्रापासून दूर असणाऱ्या साम्राज्याच्या विशाल क्षेत्रात कायदा व सुव्यवस्था वाढविण्यात अडचणी वाढवीत होती. ज्या ठिकाणी व जेव्हा जमीनदार महसूल अधिकाऱ्यांना सहकार्य देत नसत त्या ठिकाणी व तेव्हा जमीनमहसूल गोळा करणे कठीण होत असे. अशा परिस्थितीत राजकीय व कारभारविषयक आवश्यकता म्हणून ज्यांच्यावर राज्याच्या स्वामिनिष्ठ नोकरीसाठी निर्धास्त राहता येईल असे स्थानिक वजनाचे कप्पे निर्माण करणे आवश्यक होते. बुद्धिमान व धूर्त मुसलमानांना देशाच्या अंतर्भागात स्थिर होण्यास प्रलोभन दाखविले, तसेच त्यांच्या उपजीविकेची महसूलमुक्त जमिनीच्या द्वारा राजाने खात्री दिली तरच हे शक्य होते. ज्यांना लढावू व्यवसाय आवडत नसे व कुटुंबाचा अभिमान व परंपरा ह्यामुळे व्यापार व उद्योगाचा जे तिरस्कार करीत अशा अनेक मुसलमानी कुटुंबांना मदादमाश जमिनीची करमुक्त देणगी शक्तिमान, उत्तेजक होते. अशा रीतीने जवळजवळ प्रत्येक परगण्यात मोगली राज्य मुसलमानी लोकवस्तीचे छोटे कप्पे निर्मिण्यात अनेक खेड्यांतून गुंतले होते. ह्या

जमीनमहसुलाचे विभाजन । १४९

कामासाठी निवडलेली माणसे म्हणजे शेख आणि सय्यद.[१३८] ते नुसतेच धर्मनिष्ठ आणि विद्वान होते असे नव्हे तर कसबी आणि हुशार होते. दूरच्या खेड्यांत अंतर्भागात ते स्थायिक झाले आणि स्थानिक लोकांत त्यांनी स्वत:साठी मानसन्मानाचे स्थान निर्माण केले. मूळच्या देणगी मिळालेल्या लोकांनी सहानुभूती व उदार दृष्टीने अत्यंत हवे असलेले मियाँपद मिळवले. त्यांचे सद्‌गुण दया आणि सालसता ह्यामुळे त्यांनी लोकांचा आदर संपादन केला आणि हे सर्व मियाँपदात सामावलेले होते. मदादमाश नेमणूक मिळालेल्यांना लोकांनी जी वागणूक दिली त्यावरून सिद्ध होते की हिंदू लोकसंख्येचा विश्वास ते संपादन करू शकत होते व स्थानिक अधिकाऱ्यांच्यावर वजन आणून स्थानिक हिंदूंचे संरक्षण करणे आणि अन्यायी कर किंवा जुलूम ह्यांच्यापासून त्यांना ते वाचवू शकत होते. स्थानिक लोकांचे हक्क व आवडी रक्षण करण्यात ते यशस्वी होत होते तर राज्यातील ग्रामीण हिंदूंच्या मनात अप्रत्यक्षपणे त्यांनी विश्वास संपादन केला होता. ह्याच्या उलट सरकारी अधिकाऱ्यांना विशिष्ट ठिकाणची राजकीय आणि कारभारविषयक विश्वसनीय माहिती ते पुरवत होते आणि स्थानिक दंगेधोपे थांबविण्यासाठी आणीबाणीच्या प्रसंगी ते सरकारी सेनेत भरती होऊ शकत होते. आर्थिकदृष्ट्या ह्या पद्धतीने उपजीविकेसाठी जमिनीवर अवलंबून असलेला सर्व उत्तर हिंदुस्थानात पसरलेला असा एक मोठा वर्ग निर्माण केला, त्यांना जमीनदार म्हणत नसत; पण व्यवहारातल्या सर्व कामासाठी त्यांना तितकीच रुची होती. आणि जमिनीच्या बाबतीत जमीनदार असाच हुद्दा त्यांना होता. त्यांच्या जमिनी करमुक्त असल्यामुळे त्यांना एक प्रकारचे आर्थिक सरंक्षण मिळालेले होते. पण त्यांना दिलेल्या (जमिनीच्या) देणग्या बहुधा लहान १०० ते १००० बिघ्यापर्यंतच्या असत. त्यामुळे त्यांची स्थिती ग्रामीण जनतेपेक्षा फारशी बरी नसे. अशा रीतीने मदादमाश जमिनी देण्याच्या पद्धतीने मुस्लीम ग्रामीण जमीनदारांचा वर्ग निर्माण केला. पुढे त्यांनी प्रत्यक्षपणे जमीनदारीचे हक्क[१३९] मिळविले आणि पुढे वंशपरंपरागत जमीनदारांच्या-प्रमाणे किंवा ज्यांनी जमीनदारी हक्क विकत घेतलेले आहेत त्यांच्याप्रमाणे ठरलेला

---

१३८. अकबराच्या कारकिर्दीत बिगर मुस्लीमांना काही देणग्या दिल्या गेल्या. ज्यांना दिल्या जात त्यात कैकूबात नावाचा एक पारसी आणि गोकुळ येथील हिंदू पुजारी होता. पारश्याला दिलेली नेमणूक मदादमाश होती तर गोकुळाला दिलेल्या खेड्याच्या फर्मानात असे म्हटले आहे की; मंदिराचा खर्च भागविण्यासाठी सदरहू खेडे त्याला दिले असून जमीनमहसुलासकट सर्व कर माफ केले आहेत. पहा : पारसीस ॲट द कोर्ट ऑफ अकबर, पृ. ११९, १९३. शाही फर्माने क्र. ५, क्र. ७.

१३९. 'अलाहाबाद डॉक्यूमेंटस्' क्र. ४३९

जमीनमहसूलही त्यांना भरावा लागे. अर्थात पुढील मोगल काळातील मुसलमान जमीनदार हे जुन्या जमिनीच्या मालकांचे वंशज होते की निरपवादपणे मूळ जमिनीचे मालक होते ते सुचविलेले नाही. मुसलमानांनी जमीनदारी हक्क विकत घेतलेले होते आणि कित्येकदा इजारा जमिनीच त्यांनी जमिनदाऱ्यांमध्ये बदलून घेतल्या होत्या. अठराव्या शतकाच्या पूर्वार्धात मदादमाश जमिनींची देणगी सर्व व्यवहारांत मोकळेपणाने जमीनदारी जमीन मानली जाई. आणि ज्या जमीनदाराने विकत घेऊन जमिनीचे हक्क मिळविले आहेत आणि जमीन दिलेल्यांचा वंशज म्हणून ज्याला वंशपरंपरागत हक्क मिळालेला आहे, अशा दोघांत क्वचितच फरक केला जाई, हे नोंदणे महत्त्वाचे आहे.

सामाजिकदृष्ट्या ही संस्था हिंदुस्थानातल्या ग्रामीण जनतेत धार्मिक सहिष्णुतेचा विचार फैलावण्यास कारणीभूत झाली. जे मुसलमान खेड्यांत स्थायिक झाले होते. त्यांचा शहरीयांच्याशी प्रत्यक्ष संबंध होता. अशा रीतीने ते देशाच्या दूरच्या अंतर्भागात मुसलमानी शहरी (संस्कृती आणि प्रांताचे किंवा जिल्हाचे मुख्य शहर) संस्कृती नेण्यात यशस्वी झाले होते. त्यांना भोवती नवे आणि अपरिचित वातावरण दिसले पण त्यांना संस्कृतीची दीर्घ परंपरा असल्यामुळे आणि प्रांतीय राजधानी किंवा केंद्रीय राजधानी यांच्याशी त्यांचे संबंध असल्यामुळे बहुसंख्य लोकांची स्थानिक संस्कृती त्यांनी अंगीकारली नाही. आणि आपल्या धर्मावरील विश्वास, रितीभाती आणि रूढीही त्यांनी सांभाळली होती. कसेही असो, स्थानिक रूढींचा त्यांच्यावर फार मोठा प्रभाव होता आणि त्यापैकी काही त्यांनी आपल्या संस्कृतीत सामावून घेतल्या होत्या. जसजसा काळ जाऊ लागला तसतसा ते स्थानिक उत्सवात भाग घेऊ लागले. त्यांच्या वैचारिक पायात त्यांनी स्वतःला गुरफटून घेतले होते म्हणून नव्हे, परंतु परंपरागत सामाजिक वागणुकीने तसेच ग्रामीण जीवनातील सामान्य प्रश्नांना तोड देण्यात त्यांचे जीवनसाथी असलेल्यांच्या बरोबर जरी निराळ्या धर्माचे आचरण करीत होते तरी परस्परांत आनंदोत्सव विभागून मानण्याची संधी दिली म्हणून ते भाग घेत होते. त्याचप्रमाणे खेड्यातील सरळ मनाच्या हिंदूंना मुसलमानी धर्माची व संस्कृतीची त्यांच्या दैनंदिन जीवनातील माहिती झाली व ती त्यांनी समजून घेतली. आपले पूर्वजांनी मुसलमान म्हणजे तुर्क, म्लेंच्छ, जुलमी आणि घाणेरडा माणूस असे गैरसमज करून दिले होते, तितका काही मुसलमान अपवित्र नाही हे क्रमशः त्यांच्या लक्षात आले. मुसलमानांच्या बरोबर हिंदूंचे सतत व जिव्हाळ्याचे संबंध असल्यामुळे अत्यंत तिरस्कार वाटणाऱ्या तुर्कांच्याबद्दल सहिष्णुतेची वृत्ती त्यांच्यांत निर्माण झाली. द्वेषजनक आणि तुच्छ अशी तुर्क ही संज्ञा जाऊन तिच्याजागी प्रेमळ व मानाची अशी मियाँ ही उपाधी आली. अत्यंत गरीब व मूळ खानदानी घराण्यातील माणूस असा तिचा अर्थ होता.

लोकसंख्येतील ह्या दोन गटांचा एकमेकावर किती परिणाम झाला आणि एकमेकांच्या कोणत्या रितीभाती आणि रिवाज त्यांच्या जीवनांत शिरले याची अचूक कल्पना करणे कठीण आहे. पण ज्या ठिकाणी संमिश्र लोकसंख्या आहे, अशा क्षेत्रातील तसेच काही ज्या थोड्या खेड्यातून मुसलमान लोकसंख्या अधिक आहे, अशा ग्रामीण जीवनाशी परिचित असलेला प्रस्तुत लेखकाप्रमाणे मान्य करील की, ग्रामीण क्षेत्रात स्थायिक झालेल्या मुसलमान कुटुंबांचा भारतीय खेडुतांच्या कल्पना आणि वृत्तीवर फार मोठा परिणाम झालेला होता. हिंदू आणि मुसलमान खेडुतांनी धार्मिक सहिष्णुतेचे खोल गेलेल्या मुळासकट वर्धन केलेले आहे. ते खेड्यांच्या मर्यादित व छोट्या वातावरणात सामान्य गरजा आणि प्रश्न यांच्या बाबतीत अनुभवास आलेले आहे. जीवनभरचे प्रत्यक्ष वैयक्तिक संबंध पिढ्यान् पिढ्या चालू राहिले. त्यांनी ग्रामीण लोकसंख्येत दोन्ही विभागात समजदारपणाची वाढ केली आणि एकमेकांबद्दल असलेले पूर्वदूषित ग्रह दुबळे केले. धार्मिक सहिष्णुतेचा परिणाम हिंदू किंवा मुसलमान निरक्षर ग्रामीण खेडुतांवर इतका झाला आहे की धार्मिक सहिष्णुतेवर त्यांचा विश्वासच आहे असे नव्हे तर तो पूर्णपणे अंमलात आणतो आणि अन्य धर्मियांच्या भावना तो ज्याने दुखावल्या जातील अशी कामे तो करीत नाही. अशा रीतीने करमुक्त जमिनी जरी बंद झाल्या असल्या आणि जमीन दिलेल्यांचे वंशज आपल्या पूर्वजांची घरे सोडून गेलेले असले तरी ही मदादमाश नेमणुकीच्या संस्थेची अजूनही हवी असणारी महत्त्वपूर्ण गोष्ट म्हणजे धार्मिक सहिष्णुतेची ग्रामीण भारतातील देणगी आहे.

सारांश आणि निष्कर्ष

औरंगजेबाचा मृत्यू आणि नादीरशहाची स्वारी यांच्यामधील तीन दशकांचा काल हा मोगल साम्राज्याच्या राजकीय आणि कारभारविषयक ऱ्हासाचा काल होय. सन १७०७मध्ये त्याने परमसीमा गाठली. औरंगजेबाकडून मराठ्यांचा पराभव झाल्यानंतर साम्राज्यांतर्गत बंडाळ्या आणि परकीय आक्रमण यापासून साम्राज्य सुरक्षित झाल्यासारखे दिसू लागले. कसेही असो, औरंगजेबाच्या मृत्यूनंतर थोड्याच वर्षात त्याच्या वंशजाला शीख, जाट व रजपूत यांच्या बंडाळीला तोंड द्यावे लागले. मराठ्यांनी फार आश्चर्यकारक रीतीने आणि अनपेक्षित धैर्याने स्वत:ला सावरले आणि मोगल साम्राज्याला पुन्हा एकदा गंभीर आव्हान दिले. हा काळ मोगल दरबारात पक्षोपपक्षांची भयंकर भांडणे यांनी निराळा दाखविता येतो. त्यांनी सैनिकी सत्तेला आणि राज्याच्या कारभारविषयक स्थैर्याला गंभीर धोका निर्माण केला. सन १७३९मध्ये नादीरशहा पंजाबमध्ये आला आणि इराण्यांना मोगल सैन्यावर सहज विजय मिळाला. इराणी विजयाने मोगल सत्तेच्या (केंद्रापासून दूर जाणाऱ्या) शक्ती मोकाट सुटल्या आणि त्यांनी साम्राज्याची जलद अवनती घडविण्यास अधिक मदत केली.

कारभारविषयक संस्थांत असलेली कीड साम्राज्याचे जीवन सतराव्या शतकाच्या उत्तरार्धापासून धोक्यात आणत होती. अठराव्या शतकाचा पूर्वार्ध थोडा सुरू झाल्याबरोबर शेती आणि कारभारविषयक पेचप्रसंग, स्थानिक बंडे, धार्मिक झगडे, दरबारातील पक्षभेद आणि राज्यकर्त्यांची अवनती यात प्रकट होऊ लागले. उत्तरोत्तर हा पेचप्रसंग अधिक अधिक गुंतागुंतीचा व तीव्र होऊ लागला आणि अखेरीस त्याचा शेवट साम्राज्य मोडण्यात झाला. जमीन महसुलाच्या कारभाराच्या अभ्यासामुळे अठराव्या शतकाच्या पूर्वार्धात मोगल साम्राज्यात कारभारविषयक पेचप्रसंग निर्माण झाला. तसेच शेती व कारभारविषयक पेचप्रसंग आणि राजकीय अवनती यांच्यातील संबंध उघड होऊ लागले.

सतरावे शतक संपत असताना जागीरदारी संस्था बदललेल्या राजकीय व शेतीविषयक परिस्थितीशी मिळते घेण्यात पराभूत झाली. अखत्यारी पद्धतीतील भडक विरोध, मनसबदारांच्या संख्येत आणि दर्जात भरमसाट वाढ आणि नेमून दिलेल्या जागिरीत त्या मानाने घट अशा स्वरूपात प्रगट झाले. जामाला आलेला प्रचंड फुगवटा आणि जुन्या साम्राज्याच्या नोकरांच्या वंशजामधील व जागिरी आणि मनसबी यांचे नवे

वारसदार यांच्यामधील तीव्र स्पर्धा हे नव्या घटनांचे प्रत्यक्ष परिणाम होते. जागीरदारी पद्धतीतील या प्रवृत्ती वाढत चालल्या आणि औरंगजेबाच्या मृत्यूनंतरच्या वर्षात त्यांनी वेग घेतला. औरंगजेबाच्या मृत्यूनंतरची सर्वात महत्त्वाची घटना म्हणजे खालीसा जमिनीचा मुख्य भाग हा जागिरीत बदलला गेला. पण यानेही परिस्थिती सौम्य झाली नाही. मधून मधून आणीबाणीच्या प्रसंगी प्रत्यक्ष पैसा देऊन सैन्यात भरती करण्यावरून दिसून आले की, एकतर मध्यवर्ती सरकार जागीरदारांच्यावर ताबा ठेवू शकत नव्हते किंवा भयंकर फुगलेल्या जामाच्या आकड्यांनी बहुसंख्य मनसबदारांना अशा आर्थिक दु:खात लोटले होते की, त्यांच्याकडून अपेक्षित असलेल्या मनसबी व जागिरीइतकी सेना ते ठेवू शकत नव्हते. उलट अशी लक्षणे दिसत होती की; परंपरागत हक्क भोगणाऱ्या कित्येक मनसबदारांनी उच्च मनसबी आणि संपन्न जागिरी मिळविल्या होत्या. पण त्यांच्याकडून अपेक्षित असलेले घोडेस्वार ते ठेवू शकत नव्हते. आणि राज्याच्या सैन्यदलात त्यांचा उपयोग करून घेणे शक्य नव्हते. या घटनांचा एकूण परिणाम म्हणजे जागीरदारी पद्धत राज्याला सामर्थ्यशाली आणि कुशल सैनिकी सेवा देण्यात अयशस्वी ठरली.

जागीरदारी पद्धतीतील पेचप्रसंगाचा परिणाम राज्यकारभाराच्या पद्धतीवर विविध पातळ्यांवर झाला; कारण ठाणादार, फौजदार आणि सुभेदार हे जागिरीपासून अत्यंत थोडे उत्पन्न येऊ लागल्यामुळे प्रचंड आर्थिक दैन्यावस्थेत होते. असमाधानी आणि वैफल्य आलेल्या जागीरदारांच्याकडून अंमलबजावणी किंवा सैनिकी सेवा कुशलपणे केली जाण्याची अपेक्षा करणे शक्य नव्हते; कारण आवश्यक ते सैन्य ते उभे करू शकत नव्हते किंवा पुरेशा अधिकाऱ्यांनाही ते पोसू शकत नव्हते.

शिवाय जागीरदारी पद्धतीतील पेचप्रसंगाने शेतकरी वर्गाची पिळवणूक होऊ लागली. जाम्याच्या प्रचंड फुगलेल्या आकड्यांनी जागीरदाराला आपल्या जागिरीतील जाम्यासाठी करआकारणी करावी लागली, परंतु ती जमीनदारांच्याकडून वसूल करणे शक्य नव्हते. जमीनदारांनीही वाढलेला जमीनमहसूल देण्यास नकार दिला किंवा ते महसुलाचे ओझे त्यांनी शेतकऱ्यावर लोटले. जमीनमहसूल देण्यास ज्या वेळी ते नकार देत तेव्हा मध्यस्थ म्हणून इजारादार येण्याची परिस्थिती निर्माण होई आणि त्यामुळे शेतकऱ्यांची पिळवणूक अधिकच तीव्र झाली.

जागीरदारी पद्धतीचा ऱ्हास तिच्या जन्मापासून तिच्यात असलेल्या परस्परविरोधी गोष्टीत शोधता येतो. ही पद्धत मुख्यत: नगद पैशात निश्चित झालेल्या नेमणुकीत होती. अशा पद्धतीत साम्राज्याच्या उत्पन्नाचा अंदाज करणे, ज्याला तांत्रिकदृष्ट्या जामा म्हणतात, आवश्यक होते. मोगल कालात जी शेतीविषयक परिस्थिती होती तीत जामा, हाल-इ-हासील आणि उत्पन्न यांच्यातील तफावत नेहमीच समस्या निर्माण

करी. अकबराच्या १५ व्या राज्यारोहणवर्षात हा प्रश्न प्रकर्षाने पुढे आला. जामा-इ-रकामी कलामी हा अत्यंत फुगलेला जामा ठरला. त्यात जामा किंवा मोल ठरविणे आणि हाल-इ-हासील किंवा आकारलेला जमीनमहसूल आणि प्रत्यक्ष गोळा झालेला जमीनमहसूल यातील फरक फार मोठा होता. परंतु फुगलेला जामा तयार करणे ही कारभारविषयक गरज होती; कारण नेमणुकीच्या स्वरूपात अकबराला मनसबदारांच्या मोठ्या संख्येला थोड्या असल्या तरी प्रत्यक्ष नेमणुका घ्याव्या लागत. तेव्हा जामा फुगण्याची प्रवृत्ती टाळणे आणि एका बाजूस जागिरीच्या उत्पन्नाचा अंदाज आणि त्यांच्यापासून आकारलेला जमीनमहसूल घेणे आणि आकारलेला जमीनमहसूल आणि मनसबदारांची एकूण संख्या आणि शाही नोकरीत घेतलेले घोडेस्वार दुसऱ्या बाजूस यांच्यात कामचलाऊ संबंध निर्माण करणे हा मुख्य प्रश्न होता.

जामा आणि हाल-इ-हासील यांच्यातील तफावत कमी करण्याचे जोरदार प्रयत्न अकबराच्या कारकिर्दीत झाले. तसेच अकबराच्या कारकिर्दीत विविध जामांची जी तयारी झाली त्यावरून दिसते की अकबराच्या कारकिर्दीत ही तफावत भरून काढण्यात त्याला यश आले. जहाँगीरच्या कारकिर्दीत मात्र जामाचे आकडे बरेच फुगले होते. शहाजहानच्या कारकिर्दीत जागीरदारी पद्धतीची स्थिती फार चिंताजनक झाली होती. आणि त्याला मनसबदारी व जागीरदारी पद्धतीत काही जोरदार सुधारणा सुरू कराव्या लागल्या. जो मासिक श्रेणी आणि मासिक प्रमाण म्हणून वर्णन करता येईल आणि ज्याचे मनसबदारांचे हक्क व कर्तव्ये त्यांच्या नेमणुकीच्या आकारलेल्या महसुलाच्या प्रमाणात होती असे त्याने नियम सुरू केले. ह्या कायद्यांचा एकूण परिणाम मनसबदारांचे पगार प्रमाण कमी होण्यात झाला आणि त्याचबरोबर त्यांनी ठेवलेल्या घोडेस्वारांच्या संख्येतही कपात झाली. फुगलेल्या जामाची वाईट गोष्ट मुळातच उखडून काढण्याचा प्रयत्न अप्रत्यक्ष आणि गुंतागुंतीचा होता. मोठी मनसब व जाम्याचे प्रचंड आकडे ह्यांची दंतकथा तशीच चालू राहिली आणि दिलेल्या जमिनीपासून खरोखरी किती उत्पन्न येते त्याचा अंदाज करणे कठीण होऊ लागले. हाल-इ-हासीलचे आकडे हा महसूल मंत्रालय आणि जागीरदार ह्यांच्यातील एक वादाचा विषय झाला होता. औरंगजेबाला त्याच्या कारकिर्दीच्या उत्तरार्धात कारभाराच्या तपशिलाकडे पुरेसे लक्ष देता आले नाही. कारण त्याचा सर्व वेळ व प्रयत्न मराठ्यांच्या पाडावाकडे केंद्रित झाले होते. बहादूरशहाच्या कारकिर्दीत सुधारणेचे प्रयत्न झाले पण ते अर्धवट होते. बादशहाचे दुर्लक्ष आणि दरबारातील चहात्यांची कारस्थाने यामुळे ते प्रयत्न फोल झाले. निजाम-उल-मुल्कने उशिरा केलेल्या सुधारणांचे भवितव्यही तसेच झाले. त्याचा परिणाम असा झाला की १८ व्या शतकाच्या पूर्वार्धात फुगलेल्या जाम्याची प्रवृत्ती चालूच राहिली.

जागिरी सतत बदलण्याची पूर्वीपासून असलेली पद्धती हे जागीरदारी पद्धतीच्या अनिश्चिततेचे आणखी एक कारण होते. त्यामुळे जमीनदारांना आणि शेतकऱ्यांना अपाय तर झालाच आणि लागवडपण खालावली. परंतु अप्रत्यक्षपणे मनसबदारांच्या वाढीसही ती कारणीभूत झाली. बहुधा जागिरीची जप्ती आणि त्याच्या बदली दुसरी जागीर देणे ह्यांच्यामध्ये बराच काळ जाई. मध्यंतरीच्या काळात जप्त केलेल्या जागिरीचा राज्याच्या महाल-इ-पै-बाकीशी संबंधित असणारे अधिकारी कारभार बघत. कोणत्याही वेळी राज्याच्या पगार देण्याच्या यादीत असलेले अनेक मनसबदार प्रत्यक्ष जागिरीचे मालक नसत. हे खरे आहे की योग्य कालानंतर त्याच्या अधिकाऱ्यांची सोय करण्यात आली. परंतु तपासणीच्या व हिशेबजुळणीच्या प्रक्रियेत बेसुमार उशीर झाल्यामुळे सरकारला मनसबदारांचे पगार अडवून ठेवण्याची संधी मिळाली. अशा रीतीने जागिरी बदलण्याच्या पद्धतीने सरकारला विशिष्ट वेळी काही मनसबदार नेमता आले. त्यांच्यासाठी पुरेसा पैसा उपलब्ध नव्हता परंतु सरकार निर्देश नसलेल्या कालात त्यांचे हक्क मान्य करण्यास बांधलेले होते. अशा व्यवस्थेमुळे सरकारी तिजोरीवर फार भार पडला. मनसबदारांत असुरक्षिततेची भावना निर्माण झाली आणि शाही सेनेची कुशलता कमी झाली.

योग्य रीतीने असे विचारले जाईल की; मनसबदारांची निश्चित संख्या मोजून घेण्याचे प्रयत्न का झाले नाहीत ? आणि शिपायांचे पगार जागिरीच्या उपलब्ध उत्पन्नातून पुरते का दिले गेले नाहीत ? आणि मनसबदारांची संख्या सतत वाढविण्याची प्रवृत्ती का कमी केली गेली नाही ? या प्रश्नांची उत्तरे इराण आणि तुराणमधल्या स्थलांतरितांचा सतत प्रवाह, मध्ययुगीन भारतातील राजकीय परिस्थिती आणि मनसबदारी पद्धतीत चालू असणारी सरंजामी पद्धती यात सापडेल. मोंगलाच्या राजकीय इतिहासाच्या परीक्षणावरून आपल्याला दिसून येईल की, थोडा काळ सोडून मोगल सेना एक तर नवा प्रदेश जिंकण्यात सतत उपयोगिली जात होती किंवा साम्राज्याच्या अंतर्गत शक्तिमान बंडाळ्या दडपण्यात वापरली जात होती. अशा मध्यंतरीच्या परिस्थितीत मनसबदारांच्या संख्येवर आणि त्यांच्या तैनातीवर बंधन घालणे शक्य नव्हते. मनसबदारांची संख्या वाढण्यास कारणीभूत झालेला दुसरा मुद्दा म्हणजे मनसबदारीचे अर्धवट सरंजामी स्वरूप. बाह्यत: मनसबदारी पद्धत म्हणजे सरदारवर्गाची शक्ती व हक्क कमी करणारी नोकरशाही अशी भासत होती. नोकरभरतीचे नियम व कायदे, मनसबदारांचे हक्क व कर्तव्ये (*वारस नसल्याने मालमत्ता जप्त करण्याचा*), सरंजाम जप्तीचा कायदा आणि उत्तम पाया घातलेली सतत जागिरी बदलण्याची पद्धत यांनी एका तर्काला चांगला आधार मिळतो. तो हा की, उमराववर्गाची सत्ता व हक्क व्यवस्थितरित्या कापले गेले होते आणि सर्वांना शाही सैनिकी दलांत नोकऱ्या मिळाल्या होत्या.

तत्त्वदृष्ट्या मनसबीत कोणतेही वंशपरंपरागत हक्क नव्हते, परंतु नोकरशाहीच्या देखाव्याखाली सरंजामशाही[१] प्रवृत्ती जोर धरीत होत्या. प्रत्यक्ष व्यवहारात वंशपरंपरागत हक्कांची दखल घेतली जाई आणि बहुसंख्य प्रकरणात मनसबदारांची मुले व वंशज यांना मनसबी दिल्या जात. वस्तुत: असे दिसते की बराच काळ जुन्या मनसबदारांच्या वंशजांच्या हक्काला - ज्यांना खानाजादन म्हणत- सम्राटाच्याकडून विशेष काळजीने व लक्षपूर्वक पाहिले जाई आणि अशा व्यक्ती बहुधा आपली वहिवाट उच्च मनसबींनी सुरू करीत. पुन: जमिनीचे मालक असलेला देशातील उमराव वर्ग, रजपूत, अफगाण, दख्खनी मुसलमान, हे कसेबसे मनसबदारीच्या चौकटीमध्ये बसवले गेले होते. त्यात मराठ्यांनाही बसविण्याचा प्रयत्न झाला पण तो पूर्णपणे यशस्वी झाला नाही. जसजसा काळ गेला तसतशी मनसब आणि जागिरीबद्दलच्या मागणीचा विस्तार आणि तीव्रता वाढली आणि सरदारवर्गाकडून येणारा दबाव राज्य थांबवू शकले नाही. सतराव्या शतकाच्या शेवटच्या चतुर्थाचा आणि अठराव्या शतकाच्या पूर्वार्धाचा राजकीय आणि कारभारविषयक इतिहास म्हणजे मनसब आणि जागिरी मिळविण्याकरता होत असलेल्या तीव्र स्पर्धेचे त्या काळाचे वैशिष्ठ्य होते. जाट व मराठ्यांचा उदय, बुंदेलखंड व राजपुतान्यातील अशांतता आणि मधून मधून होणाऱ्या बंडाळ्या, दरबारातील पक्षवाद यांच्यामागे हे निर्माण होण्यास राजकीय, धार्मिक व व्यक्तिगत हेतू असतील पण त्या सर्वांच्या मुळाशी जमीन आणि प्रदेशाची भूक होती. तिने जमीन व जागिरीच्या मालकांना आर्थिक स्थैर्य दिले होते. ते अन्यथा अशक्य होते. राज्यकर्त्या वर्गाच्या सतत वाढणाऱ्या दाबाखाली राज्य अखेर नमले आणि अधिकात अधिक खालीसा जमिनी जागिरी म्हणून दिल्या गेल्या. या घटनांचा परिणाम साम्राज्याच्या ऱ्हासात झाला आणि त्याचा अखेरचा अपरिहार्य परिणाम म्हणजे जागीरदार वर्गाचा नाश. तरीही काही शक्तिमान मनसबदारांनी एकतर आपले स्वातंत्र्य मिळवले किंवा त्यांनी स्वत:साठी स्वतंत्र प्रदेश निर्माण केले. जे रजपूत नेते बळजबरीने जागीरदार केले गेले होते त्यांनी आपले गुलामीचे जू झुगारून दिले, आणि ते स्वतंत्र झाले. अवध, बंगाल आणि दक्षिणेत शक्तिमान सरदारांनी स्वत:साठी स्वतंत्र राज्य निर्माण केले.

जहाँगीरच्या कारकिर्दीत जुन्या इजारा पद्धतीचे पुनरागमन झाले आणि सतराव्या

---

१. सरंजामी येथे काही मनसबदारी पद्धतीची वैशिष्ट्ये दाखविते.

अ. नेमणूक म्हणून असलेल्या स्वरूपात मनसबदारी दिली जाई. त्यांना जमिनीत काहीसा जिव्हाळा होता आणि जे जादा मिळे ते घेऊन आपली उपजीविका चालवीत.

ब. प्रत्यक्ष व्यवहारात ही पद्धती सरदारवर्गाचे आणि जमीन मालक असलेल्या उमरावांचे वंशपरंपरागत हक्क मनसबदारीपेक्षा मानी.

शतकात ती अधिक अधिक पुढे गेली. जागीर जमिनीत जरी ही गोष्ट सामान्य असली तरी खालीसा जमिनीत ती मर्यादित होती आणि केवळ विशेष परिस्थितीतच तिला परवानगी दिली जाई. बहादूरशहाच्या मृत्यूनंतर खालीसामध्ये व जागीर जमिनीत या पद्धतीचा विस्तार झाला. या घटनेने जमीनमहसूल कारभारावर विपरीत परिणाम झाला आणि तिचे स्थैर्य अधिकच दुबळे झाले. जागीर जमिनीत फुगलेल्या जाम्याचा तो प्रत्यक्ष परिणाम होता. तो सामान्यपणे अजमावता आला नसता. स्वत: जागिरीची व्यवस्था पहाणे, यात बराच वेळ आणि पैसे घालविणे आणि जागिरीपासून पूर्ण वसुली होण्याची खात्री नसणे यापेक्षा जागीरदाराला इजारादाराकडून मर्यादित व खात्रीची रक्कम मिळविणे अधिक बरे वाटले. अशा तऱ्हेच्या व्यवस्थेचा परिणाम जमीनदार व शेतकऱ्यांच्यावर हानिकारक झाला. महसुली शेतीने सावकारांचा व खटपट्यांचा वर्ग निर्माण केला. त्यांनी यात पैसे गुंतवून वंशपरंपरा जमीनदारांच्या ऐवजी मध्यस्थ वर्ग निर्माण केला. नव्या वर्गाच्या निर्मितीने जमीनमहसुलाच्या मागणीसाठी तीव्र स्पर्धेत कृत्रिम परिस्थिती निर्माण केली. ती मूळ जाम्याच्या पलीकडे गेली. त्या ठिकाणी वंशपरंपरागत जमीनदाराला कठीण समस्येला तोंड द्यावे लागले. इजारादारावर त्यांनी जरी मात केली किंवा स्पर्धेतून माघार घेतली तरी तो नाश वाचवू शकला. या पद्धतीचा मोठ्या प्रमाणावर झालेला परिणाम म्हणजे वंशपरंपरागत जमीनदारांचा मोठ्या प्रमाणावरील नाश. जुन्या वर्गाला एकतर शेजारच्या शक्तिमान जमीनदारांनी बाजूला सारले, त्यांनी जुन्या जमीनदारांचा[२] बळी देऊन तालुकदाऱ्या मिळविल्या किंवा अनुपस्थित मालक म्हणून पुढे आलेल्या शहर आणि नगरातील श्रीमंत सावकारांनी त्यांना हुसकले.

जागीर जमिनीच्या संदर्भात इजाऱ्याची पद्धत जागीरदारी पद्धतीतील पेच-प्रसंगाशी निगडित होती. त्या काळची राजकीय व कारभारविषयक परिस्थितीच अशी होती की, महसूल मंत्रालय जागीरदाराच्या विरुद्ध कोणतीही कृति करू शकत नव्हते. पण खालीसा जमिनीत ही पद्धत तात्पुरता उपाय म्हणून वापरली गेली आणि संबंधित सावकारांना आणि स्वार्थासाठी त्यांना आश्रय देणाऱ्यांना ती उपयोगी पडली. ही पद्धत रद्द करण्याच्या प्रयत्नांना संबंधितांकडून - ज्यांचे नेतृत्व दरबारी चाहत्यांकडे होते - तीव्र विरोध झाला. दुबळे सम्राट त्यांच्या दबावाखाली पडले आणि सुधारणांचे सर्व प्रयत्न सोडून द्यावे लागले. मोगलांच्या साम्राज्यात खेड्यांतील जमीनमहसूल देणारे जमीनदार जवळ जवळ सर्व महालातून होते. ह्याचा विचार अन्यत्र केलेला आहे. ह्या जमीनदारांच्याजवळ असलेली जमीन, मग ती खालीसामध्ये असो किंवा जागिरीत

---

२. ब्रिटिश दप्तराचा अभ्यास केल्यानंतर सहजच तर्क होतो की, अवधमधील बहुसंख्य तालुकादार हे मूळचे इजारदार होते.

असो, महसूलमंत्रालयाच्या नियमानुसार व कायद्यानुसार तिची सविस्तर साराआकारणी केली जाई. जमीनमहसूल गोळा करणे व देणे ह्याकरता हे जमीनदार मध्यस्थ म्हणून रहात पण ते मोगल इतिहासकारांनी जमीनदार म्हणून उल्लेख केलेल्या गुलाम प्रमुखापेक्षा वेगळे होते. ते कायम खंडणी देत किंवा त्यांना जमीनदाऱ्या नेमून दिलेल्या असत. जमीनमहसूल देणाऱ्या जमीनदारांना आपली संपत्ती बदलण्याचे अधिकार असत. १७ व १८व्या शतकातील शेतकरी जमातीत त्यांची स्थिती समान होती. तरीही नस्कची पद्धत व समुहाची साराआकारणी एकदम करणे त्यामुळे परगण्यातील काही जमीनदारांची स्थिती बळकट झाली. त्यांना गोळा केलेला परगण्यातील जामा छोट्या जमीनदारांच्या मालकीच्या जमिनीवर वाटण्याची सवलत होती. ही पद्धत स्वतःच्या फायद्यासाठी ते वापरीत आणि छोट्या जमीनदारांचे मात्र त्यामुळे नुकसान होई. पण महसुली शेतीच्या सर्वदूर पसरलेल्या शेतीने नस्क व्यवस्थेपासून जो फायदा त्यांना मिळायचा तो मिळेनासा झाला. म्हणून महसुली शेतीची पद्धत ग्रामीण जमीनदारांच्या स्वार्थावर विपरीत परिणाम करणारी झाली आणि चिन्हे अशी दिसत होती की; सामान्य जाम्यापेक्षा अधिक जमीनमहसूल मिळविण्यासाठी इजारादार व जमीनदार यांच्यातील स्पर्धा जुन्या वंशपरंपरागत जमीनदार कुटुंबाच्या नाशाला कारणीभूत झाली. जमीनदारी हक्कांची अलाहाबाद येथील संयुक्त प्रांताच्या दप्तरखान्यांत असलेली अनेक खरेदीपत्रे दाखवितात की १८ व्या शतकाच्या पूर्वार्धात मोठ्या प्रमाणावर जमीनदारी हक्क विकले जात होते. त्यामुळे इजाराची पद्धत जमीनदारांच्या नाशाला कारणीभूत झालेली होती हा तर्क खरा ठरतो. मोठ्या आणि शक्तिमान जमीनदारांच्या बाबतीत ही गोष्ट वेगळी होती, स्थानिक अधिकाऱ्यांच्याकडे कुशल व सामर्थ्यवान स्थानिक पोलिस व शिपाई जमीनमहसूल गोळा करण्याच्या कामास ठेवण्यास पुरेसा पैसा नसल्यामुळे एखादा शक्तिमान जमीनदार स्थानिक अधिकाऱ्यांचा हुकूम मानेनासा झाला तर त्या अधिकाऱ्याला सामान्य जामासुद्धा गोळा करणे कठीण पडे. उपलब्ध असलेल्या राजकीय आणि कारभारविषयक परिस्थितीत केंद्राकडून कोणतीही मदत अपेक्षिणे शक्य नव्हते आणि स्थानिक अधिकाऱ्याला त्याच्या ताब्यात असलेल्या अगदी जवळच्या साधनांच्यावर अवलंबून राहून परिस्थितीला तोंड द्यावे लागे. अशा परिस्थितीत शक्तिमान जमीनदारावर दबाव आणण्याऐवजी स्थानिक अधिकारी ' सुसरबाई, तुझी पाठ मऊ ' ह्या वृत्तीने वागे. शहरातील इजारादार किंवा जवळचा जमीनदार जमीनदारी व इजारा हक्क घेण्यास धजत नसे. उलट एखादा शक्तिमान जमीनदार छोट्या जमीनदारांची तेथील इजारा हक्कासह खेडी घेई. आणि कधी कधी त्यांच्या मूळ किंमतीपेक्षाही कमी किंमत देऊन ती विकत घेण्याचा यत्न करी.

मदादमाश जमिनीच्या संस्थेमुळे ग्रामीण भारताच्या सामाजिक व राजकीय

आणि आर्थिक जीवनावर महत्त्वाचे परिणाम झाले. मुसलमान विशेषत: शेख आणि सय्यद ह्यांना करमुक्त जमिनी देण्याच्या पद्धतीमागे ज्यांच्यावर राज्याची निष्ठापूर्वक सेवा करण्याच्या बाबतीत अवलंबून राहता येईल असे स्थानिक वजनाचे काही कप्पे निर्माण करावेत, अशा हेतूची प्रेरणा होती. दूरच्या खेड्यात असलेल्या करमुक्त जमिनीच्या मुसलमान ग्राहकांनी आपल्या हुशारीमुळे आणि बुद्धिमत्तेमुळे तेथील हिंदू जनतेचा आदर व विश्वास संपादन केला. एका बाजूला असे दिसते की स्थानिक हिंदूंच्या अन्यायकारक जुलूम यापासून संरक्षणासाठी ते स्थानिक अधिकाऱ्यांच्यावर वजन आणीत आणि दुसऱ्या बाजूस सरकारी अधिकाऱ्यांना स्थानिक, राजकीय व सामाजिक परिस्थितीची विश्वसनीय माहिती पुरवीत. आर्थिकदृष्ट्या तिने सर्व देशभर असा एक वर्ग निर्माण केला की जो जमीनदारांच्याप्रमाणे जगण्यासाठी जमिनीच्या जादा उत्पन्नावर अवलंबून राहू लागला. बहुधा मदादमाश जमीनधारी करापासून मुक्त होते. पण त्यांच्या नेमणुका लहान असल्यामुळे त्यांची स्थिती ग्रामीण जमीनदारांपेक्षा चांगली नव्हती. अशी चिन्हे दिसतात की १८ व्या शतकाच्या पूर्वार्धात मदादमाश जमिनीच्या मालकांना जमीनदारांच्याप्रमाणेच जमीन विकण्याचा किंवा देणगी म्हणून जमीन बदलण्याचा अधिकार असे. मदादमाश जमिनीचे हक्क बहुधा वंशपरंपरागत असत. अट इतकीच असे की त्याचे नूतनीकरण व कायम करण्याची क्रिया झाली पाहिजे. अठराव्या शतकाच्या पूर्वार्धात मात्र असे दिसते की, काही पद्धतीच्या मदादमाश जमिनींनी कमीजास्त प्रमाणात जमीनदारी जमिनीप्रमाणेच स्वरूप धारण केलेले आहे; आणि त्यांची साराआकारणीसुद्धा होई. अशा रीतीने ही संस्था थोडीफार जमीनदारी संस्थेत विलीन झाली. ह्यावरून असे दिसत नाही की १८ व्या शतकातील मुसलमान जमीनदार हे मूळचे नेमून दिलेल्या जमिनीचे मालक किंवा त्यांचे वंशज होते. मुसलमानांना अर्थातच जमीनदारीचे हक्क खरेदीने मिळत आणि काही वेळेस इजारा हक्क जमीनदारीत बदलून घेत. १८ व्या शतकाच्या मध्यात मदादमाश नेमणुकी मुक्तपणे जमीनदारी जमिनीचे व्यवहार म्हणून मानले जात. आणि जमीनदार व मदादमाश जमिनीचा ग्राहक ह्यांच्यात क्वचितच फरक केला जाई, याची नोंद घेणे महत्त्वाचे आहे.

सामाजिकरित्या ग्रामीण जनतेत ह्या संस्थेने धार्मिक सहिष्णुता वाढविली. मुसलमान अंतर्भागात येऊन स्थायिक झाले आणि ग्रामीण हिंदू लोकसंख्येशी त्यांचा प्रत्यक्ष संबंध आला. या मुसलमानांना आपल्या धर्माच्या श्रद्धा व रितीभाती यांचे महत्त्व राखण्यात यश आले. तरीही स्थानिक रितीभातींचे त्यांच्यावर बरेच वजन असे. ते स्थानिक उत्सवात भाग घेत. त्यांना त्यांची तत्त्वज्ञानाची बैठक पसंत होती म्हणून नव्हे तर अशा तऱ्हेने भाग घेण्यात आनंद वाटून घेण्याची संधी त्यांना मिळे. त्यांचा धर्म

वेगळा असूनसुद्धा ग्रामीण समस्या सोडविण्यात त्यांचे ते जीवनभराचे साथी होते. त्याचप्रमाणे खेड्यातील सनातनी हिंदू मुसलमानी धर्म व संस्कृती त्यांच्या दैनंदिन जीवनावरून व कृतीवरून समजू शकले. क्रमश: हिंदूंनाही कळले की त्यांना वाटत होते तितके मुसलमान अपवित्र नाहीत. त्यांच्या पूर्वजांनी मुसलमान म्हणजेच तुर्क, म्हणजेच म्लेंच्छ ह्या पूर्वदूषित ग्रहामुळे त्यांची तशी समजूत करून दिली होती. परिणाम असा झाला की ग्रामीण हिंदू व मुसलमान ह्यांनी एकमेकांबद्दल धार्मिक सहिष्णुतेची तीव्र प्रवृत्ती वाढीस लावली. खेड्याच्या संकुचित वातावरणात सामान्य गरजा भागविण्यासाठी आणि मर्यादित क्षेत्रातील प्रश्न सोडविण्यासाठी ती निर्माण झाली होती. मदादमाश नेमणुकीच्या संस्थेच्यामुळे निर्माण झालेली ग्रामीण भारतातील धार्मिक सहिष्णुतेची देणगी ही अजूनही बाळगण्यासारखी ठेव आहे.

औरंगजेबाच्या कारकिर्दीत जमीनमहसूल आकारणीची सर्वसाधारण पद्धत सामुदायिक साराआकारणीच्या स्वरूपाची बनली होती. १८ व्या शतकाच्या पूर्वार्धातही ती तशीच चालू राहिली. या व्यवस्थेमध्ये साराआकारणीचे केंद्र एका शेतकऱ्याची जमीन नसून सर्व खेडे, टप्पा किंवा परगणा यातील जमीन त्यात येई. अशा व्यवस्थेत आकारलेल्या जाम्याची वाटणी जे सारा गोळा करणे आणि जमीनमहसूल देणे याच्याशी संबंधित होते, असे मोठे जमीनदार किंवा तालुकदार यांच्या हातात होती. त्यामुळे मोठ्या जमीनदाराला किंवा शेतकऱ्याला लहान जमीनदारांचे विरुद्ध महसूल मागणी करण्यास आवश्यक ती संधी आणि शक्ती मिळाली. छोट्या जमीनदारांनी हे ओझे शेतकऱ्यांच्या गळ्यात घातले. शेतकऱ्याच्या जमिनीवर सामान्यपणे जी आकारणी झाली असती तिच्यापेक्षा परिणामत: त्याला अधिक द्यावे लागले.

जप्तकडून नस्ककडे साराआकारणीची महत्त्वाची पद्धत म्हणून झालेल्या बदलाने कारभारविषयक यंत्रणेची दुर्बलता विविध पातळीवर दिसून येते. जप्त व्यवस्थेत मोजण्याच्या क्रियेवर मोठा खर्च होतो आणि शिवाय तिला मोठा आणि कुशल असा अधिकारीवर्गही लागे. निष्ठावंत माणसे जर उपलब्ध नसतील तर जप्तव्यवस्था बऱ्याच लाचलुचपतीला परवानगी देई. त्यामुळे सर्व पक्षांची गैरसोय होई. आणि त्यामुळे लोक तिचा तिरस्कार करीत. नस्कची व्यवस्था ही पूर्वीच्या साधनावर अवलंबून असल्यामुळे अधिक साधी होती. तिला विशेषसा खर्चही लागत नसे. कारभार ढिला झाल्यानंतर आवश्यक ती जागरूकता दाखविणे अशक्य झाले. सहजच साराआकारणीची पद्धत म्हणून नस्क हीच अत्यंत सोयीची म्हणून अंगीकारली गेली. राज्याचा तोटा करून मध्यस्थांना व व्यक्तिगत जमीनदारांनाही ती फायद्याचीच होती. वर्ग म्हणून मध्यस्थांनी स्वत:च्या फायद्यासाठी नस्कची पसंती केली; तर अधिकाऱ्यांनी अर्धवट ती स्वीकारली. कारण मोजणीची प्रक्रिया करण्यास ते नाखूष होते. शिवाय

मध्यस्थांचेही तिच्यावर वजन होते म्हणून तेही क्रमाने नसककडे वळले.

उपलब्ध पुरावा महसूलमंत्रालयाने मंजूर केलेल्या जमीनमहसूल मागणीच्या आकारमानात वाढ दाखवीत नाही. एकंदर पिकाच्या $\frac{१}{२}$ किंवा $\frac{१}{४}$ यांच्यामध्ये तो १७व्या शतकात होता. तरीही तत्कालीन कारभारविषयक नसकसारख्या सामूहिक साराआकारणीच्या आणि महसूलशेतीच्या बरोबर कारभारविषयक यंत्रणा विविध पातळीवर दुबळी करीत. त्यामुळे विशेषत: रैयाती महालातील शेतकऱ्यांच्यावर एकूण ओझे वाढतच गेले.

परिशिष्ट अ
खेड्यांचे वर्गीकरण

अठराव्या शतकातील खेड्यांचे वर्गीकरण दोन विभागांत केलेले होते. एका बाजूला असली दखली आणि दुसऱ्या बाजूला रैयाती व तालुका. या दोन्हीही संज्ञांचे स्पष्टीकरण पहिल्या प्रकरणात दिलेले आहे. येथे रैयाती आणि तालुका संज्ञांवर प्रकाश टाकणारा पुरावा तपासण्याचा आमचा विचार आहे.

फत्तेपूर परगण्यातील सतरा खेड्यांत आठ रैयाती होती आणि नऊ तालुका खेडी होती. असे सियाकनामामध्ये असलेल्या संबंधित पुराव्यावरून दिसते. आठापैकी दोन ऐमा हक्कावर घेतलेली होती. दोन ओसाड होती. आणि फक्त चार असली आणि दखली खेड्यांत रुपये ६५९/- जामा आकारला गेला होता. या असली आणि रैयाती खेड्यांची नावे गणेशपूर व भवानीपूर[१] अशी दिली गेली आहेत. आपल्याला हे ठाऊक आहे की, गणेशपूरची आकारणी जब्तप्रमाणे झाली होती आणि रामचंदने भवानीपूरची जमीन महसूल जबाबदारी घेतली होती. दुसऱ्या शब्दांत रैयाती खेड्यांत एक किंवा अनेक व्यक्ती जमीनमहसुलाची जबाबदारी घेत. त्याच अधिकारातील दुसरा एक दस्तऐवज गणेशपूर खेड्यातील जामा गोळा केलेला दर आणि बाक्या यांची माहिती देतो. एका कलमाचे नाव मीनझालीक असून त्याचा हिशेबातील अर्थ प्रत्यक्ष जमलेला सारा, जमायला हवा होता तो सारा, परंतु तो करोरी किंवा फोतादार यांच्याकडे जमा झाला नाही तर कोणीतरी दलाली किंवा वेतन म्हणून तो वापरला. मीनझालीकखाली रुपये १०४ /- ची रक्कम दाखविली आहे. आणि तिचा हिशेब पुढीलप्रमाणे दाखविला आहे.

---

१. *सियाकनामा, पृष्ठ ३८.*

अ. फोतादाराच्या ताब्यात असलेली रक्कम	रु. ८४/-
ब. नानकार भत्ता (जाम्यातून दिलेला)	रु. २०/-
एकूण कापलेले पैसे	**रु. १०४/-**

प्रस्तुत चर्चेसाठी महत्त्वाचा मुद्दा म्हणजे रैयाती खेड्यांतसुद्धा असे काही लोक होते की, जे नानकार घेऊ शकत आणि त्यांची स्थिती सामान्य शेतकऱ्यांपेक्षा वेगळी असे. त्यांना जाम्यातून किंवा उत्पन्नाच्या सरकारी वाट्यातून पैसा दिला जाई. जामा दाखविणाऱ्या पटवारीच्या लेख असणाऱ्या कागदाचे भाषांतर किंवा गणेशपूरची जमीनमहसूल जमा झालेली रक्कम व बाकी दाखविते की; खेड्याच्या नावावर रु. ८४/- ७/- बाकी होती. ह्या रकमेतील ४/७/- खुराक-इ-मुकादमन किंवा मुकादमाचा[२] रोजचा भत्ता म्हणून दाखविला आहे. सर्व मुद्दे एकत्र केल्यानंतर आपल्याला कळते की गणेशपूर खेड्यांत - ते रैयाती खेडे होते - एकापेक्षा अधिक मुकादम होते. आणि हिशेबात न दाखविलेल्या काही व्यक्तींना नानकार भत्ता मिळत होता. शिवाय एकापेक्षा अधिक माणसे खेड्यांतील जमीनमहसूल मोजण्याच्या कामात गुंतलेली होती. सध्यातरी ज्यांना नानकार मिळत होता त्यांना व मुकादमांना आपण एक समजू शकत नाही. पण दुसऱ्या एका साधनातील[३] पुराव्यावरून एका तर्काला जोरदार आधार मिळतो की मुकादमांना व जमीनदारांना जमीन लागवडीस आणण्यासाठी साराआकारणी व जमीनमहसूल गोळा करण्यासाठी केलेल्या सेवेसाठी नानकार दिला जात असे. अशा रीतीने रैयाती खेड्यात जमीनदाराची उपस्थिती दाखविली जाते.

हिदायत-उल-कवाईद ह्या बहुधा बिहारमध्ये लिहिल्या गेलेल्या कारभारविषयक संहितेतील आवश्यक त्या पुराव्याने समर्थन होऊन हा तर्क निश्चित झालेला आहे. हा पुरावा दोन वेगळ्या उताऱ्यात - एक जागीर देण्यासंबंधीचा आणि दुसरा[४] रैयाती जमीनदारांच्या क्षेत्रात असलेल्या शेतीविषयक परिस्थितीचा - उपलब्ध आहे. ह्या उताऱ्यावरून आपल्याला कळते की जागिरी देण्यासाठी शाही प्रदेशाचे वर्गीकरण तीन प्रमुख गटात केले होते. उदा. महल-इ-झरतलब, महल-इ-औसत; महल-इ-रैयाती. मनसबदारांचेही वर्गीकरण तीन वर्गात केले आहे. १) नजीम, २) दिवाण, बक्षी आणि

---

२. *सियाकनामा, पृष्ठ ७९*

३. *पुरवणी ६६०३, पृ. ७९बी, पुरवणी पृ. १००ए दस्तूर-उल-अमल-इ-बेकस पृ. ५०ए, ५२बी,*

४. *हिदायत-उल-कवायद, पृ. ७ए-९बी*

इतर उच्च मनसबदार. ३) छोटे मनसबदार संदर्भातील पुराव्यांचे परीक्षण केल्यानंतर असे दिसते की, विशिष्ट प्रदेशात असलेली शेतीविषयक परिस्थिती आणि असे प्रदेश विविध दर्जाच्या अधिकाऱ्यांना नेमून देणे ह्यांच्यात निश्चित काहीतरी संबंध होता. मनसबदारांच्याकडे लक्षणीय सैनिकी सत्ता असल्यामुळे ज्या ठिकाणी प्रत्यक्ष बळाच्या वापराची आवश्यकता आहे व जमीनमहसूल गोळा करण्यासाठी जेथे नित्य सैनिक लागतात, असे महाल त्यांना नेमून दिले जात. अशा प्रदेशाला झतरलब[५] आणि औसत म्हणत. बऱ्याचशा छोट्या मनसबदारांना असे प्रदेश किंवा महाल देण्यात आले होते. तेथे प्रबळ सैनिकांच्या मदतीशिवाय जमीनमहसूल गोळा केला जाई. अशा तऱ्हेचे सैनिकी दल उभे करण्याचे सामर्थ्य त्यांच्यात नव्हते. अशा प्रदेशाला रैयाती म्हणत. शाही प्रदेशाचे या गटात वर्गीकरण करण्यास परस्पर महत्त्वाचे खालील मुद्दे होते -

१) जमीनमहसूल गोळा करणाऱ्या लोकांचा प्रकार.

२) जमीनमहसुलाची पद्धत : (तपशीलवार साराआकारणी करून किंवा ठरलेल्या रकमेत)

३) खेड्यांची संख्या. ज्यात एक किंवा अनेक व्यक्ती नेमलेल्या आहेत.

४) वांशिक स्वरूप

५) सरकारी व स्थानिक अधिकाऱ्यांशी लोकांची सर्वसाधारण वागणूक.

ह्या मुद्द्यांचा विचार करून जेथे छोटे मनसबदार बळाचा वापर न करता जमीनमहसूल गोळा करतात ते रैयाती प्रदेश होत. ह्या प्रदेशातील जमीनमहसूल देणारी माणसे बळ व संपत्तीने कमी असून छोट्या जागीरदारांचे प्रतिनिधी किंवा अधिकारी ह्यांचा आज्ञाभंग करण्याच्या स्थितीत नसत.

रैयाती खेड्यांतून जमीनमहसूल देणारे कोण लोक होते हे आपल्याला शोधायला हवे. तपशीलवार साराआकारणीच्या पायावर जमीनमहसूल भरणारे ते सामान्य शेतकरी किंवा असामी किंवा विशिष्ट पद्धतीचे जमीनदार होते काय ? ‘ जमीनदारी मार्ग ’ असा ‘ हिदायत-उल-कवायद ’मधील एका उताऱ्यावरून आपल्याला ह्या प्रश्नांचे उत्तर मिळते. ह्या उताऱ्यावरून १८ व्या शतकाच्या पूर्वार्धात रैय्याती व झरतलब प्रदेशातील शेतीविषयक परिस्थितीचा अहवाल मिळतो. महत्त्वाच्या जागा मनसबदारांना दिल्या जात. त्यांना छोटे अधिकार होते आणि जमीनमहसूल गोळा करण्यासाठी थोडेसे शिपाई

---

५. या संदर्भात झरतलब म्हणजे जेथे बळाचा वापर किंवा प्रदर्शन आवश्यक होते असा प्रदेश. औसतचा शब्दशः अर्थ सरासरी असा आहे. ह्या ठिकाणी महाल-इ-औसत दाखविते की ते झरलब नाही व रैयातीपण नाही. थोडक्यात, या प्रदेशात शेतीविषयक परिस्थिती अशी होती की बळाच्या वापराचे प्रदर्शन सतत तेथे लागे.

लावून घेण्याची त्यांना परवानगी होती. बंड करणाऱ्या आणि जमीनमहसूल देण्यास नकार देणाऱ्या आणि ज्यांना दम देऊन किंवा प्रत्यक्ष बळाचा वापर करून वठणीवर आणता येणे शक्य होते असे मर्यादित संख्येतले शिपाई असमर्थ ठरले. हे अधिकारी वैयक्तिक बढती मिळविण्यासाठी वाढलेला जामा दाखविण्यास तत्पर असत. परिणाम असा झाला की (*छोट्या*) जमीनदारांच्या मालकीच्या स्थावर संपत्तीची मोजदाद त्यांनी केली व त्याची डोईजड साराआकारणी केली. हा भार पुढे जमीनदारांनी रयतेवर भिरकावला आणि रयत तक्रार करू लागली. अतिरेक होऊन रयतेने मुल्क-इ-रैय्याती सोडला आणि झरतलब जमीनदारांच्या प्रदेशात (*मुल्क*) जाऊन ते स्थायिक झाले. ह्याचा परिणाम असा झाला की झरतलब जमीनदारांच्या प्रदेशात (*मूळ*) लोकसंख्या वाढू लागली. त्यांची भरभराट झाली आणि ते सामर्थ्यवान झाले. उलटपक्षी लहान रैयाती जमीनदार दरिद्री झाले. ते जमीनमहसूल देऊ शकत नव्हते. त्यामुळे जमीनदारीचा व्यवसाय बदनाम[६] झाला.

पुराव्यांचा अभ्यास दाखवितो की, मुल्क-इ-रैय्याती आणि महाल-इ-रैयाती ह्या खेड्यांच्या गटात छोटे जमीनदार तपशीलवार साराआकारणीच्या पायावर जमीनमहसूल देत. झरतलब जमीनदार जेव्हा बळाचे प्रदर्शन व उपयोग केला जाई तेव्हाच महसूल देत. त्यांच्या विरुद्ध रैयाती जमीनदार होते. असे सुचविले जाई की ह्या जमीनदारांच्याकडे साहजिकच मोठ्या संख्येत खेडी, परगणा किंवा परगण्यापेक्षा अधिक भाग असे. असेही शक्य आहे की त्यांच्यापैकी काही जमीनदार होते जे मालवाजीब किंवा जमीनमहसुलाऐवजी ठरीव रक्कम (*पेशकाश*) देत. जवळ असलेल्या पुराव्यांच्या परीक्षणानंतर आपण असा तर्क करू शकतो की रैयाती खेड्यांत शेतकरी किंवा रयत जमीनमहसूल देत नसे. उत्पन्नातील वाटा किंवा निश्चित रक्कम जी आपल्या लागवडीस आणलेल्या जमिनीच्या बदली ते देत ते व त्यांचे जमीनदार ह्यांच्यातील करारावर अवलंबून असे. जमीनमहसुलात वाढ होवो किंवा घट होवो त्याचा संबंध जमीनदारांशी असे.

आता मिरात-इ-अहमदी आणि तिची पुरवणी[७] ह्यात या प्रश्नासंबंधी असलेली महत्त्वाची माहिती आपण तपासू या.

---

६. हिदायत-उल-कवायत - पृ. ६४बी-६६बी. बर्नीयर, पृ. २०५ ' कधी कधी (मोगलांच्या प्रदेशात) त्रासून गेलेले शेतकरी एखाद्या राजाच्या प्रदेशात पळून जात. कारण तेथे जुलूम कमी असे आणि सुख अधिक असे. '

७. मिरात-इ-अहमदी, खंड १, पृ. २१, २२, १७३, १७४. मिरात पुरवणी, पृ. २२८, २२९.

त्यात केलेल्या विधानावरून एक गोष्ट स्पष्ट होते की सर्वसाधारणपणे गुजरातमध्ये खेड्यांचे तीन समूह होते. जे तालुका किंवा इस्मीची जमीनदारी किंवा उमदा जमीनदार ज्यांच्याकडे एक किंवा एकापेक्षा अनेक परगणे असत. ही घैर अमली खेडी किंवा ज्या ठिकाणी मोगल सरकारकडून खेड्यांतील जमिनीवर प्रत्यक्षपणे जमीनमहसूल आकारला जात नसे. ह्या जमीनदारांना निश्चित पेशकाश द्यावा लागे. किंवा पेशकाशच्या बदली सैनिकी नोकरी करावी लागे. दुसरे, तालुक्यातील जमीनदार; ज्यांच्याकडे जमिनी बंथ मालक म्हणून होत्या. त्यात कोळी किंवा रजपूत जमीनदार $\frac{१}{४}$ जमिनीवर हक्क सांगत. (*किंवा क्वचित $\frac{१}{४}$ महसुलावरसुद्धा*) परंतु पुढे अशा जमिनी किंवा खेडी नावाला सलामीसारख्या कर किंवा पेशकाश देत. या तालुक्यांच्या बाहेर काही जमिनी व खेडी होती. त्यांचे वर्णन अनुक्रमे तलपद आणि देहात-इ-रैयाती असे केलेले आहे. अशा जमिनी व खेडी सरकारने परत घेतली. थोडक्यात, ते असे प्रदेश किंवा खेडी होती जिथे साराआकारणी व गोळा करणे या संबंधीचे शाही नियम पूर्णपणे अमलात आणले गेले होते. ज्यांच्या मालकीच्या जमिनी असत त्यांना किंवा ज्यांना मलिक म्हणत ह्यांच्याशी सरकारी अधिकारी व्यवहार करीत. मिरात-इ-अहमदीमध्ये दिलेल्या एका फर्मानात स्पष्टपणे ज्यांचा उल्लेख केलेला आहे असे जमीनमहसूल आकारणे आणि गोळा करणे यांच्याशी संबंधित असलेले मलीक कोण आहेत याची चौकशी करण्यापूर्वी एक महत्त्वाची गोष्ट लक्षात ठेवली पाहिजे ती ही की बहुधा तलपद जमिनी रैयाती खेड्यांत असत पण ही शक्यता नाकारता येत नाही की; काही तलपद जमिनी बंथ मालकीच्या खेड्यात असल्यामुळे रैयाती खेडी म्हणून त्यांचे वर्णन देता येत नाही.

यावरून असे दिसते की, गुजराथेतील रैयाती खेडी कुठल्या ना कुठल्या पद्धतीच्या जमीनदारांच्या तालुक्याच्या बाहेर होती आणि अशा खेड्यांना जमिनीच्या साराआकारणीचे आणि गोळा करण्याचे शाही नियम लागू होते. खेड्यांत असलेल्या अंतर्गत परिस्थितीसंबंधी तसेच जमीन लागवडीस आणणाऱ्या लोकांचे प्रकार, खेड्यांतील जमीन कसणारे लोक एक किंवा अनेक वर्गाचे आहेत. शेती करणाऱ्या जमातीच्या काही सभासदांना संपत्तीचे जमिनीतील इतरांपेक्षा श्रेष्ठ अधिकार आहेत, आणि जमीनमहसूल देणारा सामान्य शेतकरी, कास्तकार किंवा असामी या अर्थी आहे, अथवा ज्याला जमिनीच्या संपत्तीसंबंधीचे श्रेष्ठ अधिकार आहेत यासंबंधी अजून आपण परीक्षण केलेले नाही. या प्रश्नांसंबंधी चौकशी करताना रैयाती खेड्यांचे स्वरूप स्पष्ट होणार आहे. आणि मोगल कालातील जमिनीचे संबंधी असलेल्या संबंधाचे आपले ज्ञान स्पष्ट होणार आहे.

सुदैवाने मिरात-इ-अहमदीमध्ये[८] असलेल्या औरंगजेबाच्या एका फर्मानावरून रैयाती खेड्यांचे अंतर्गत कार्य कसे होते याचा अभ्यास करण्यासाठी आवश्यक ती माहिती मिळते.

फर्मानाच्या काही आवश्यक विभागांचे परीक्षण केल्यानंतर दिसते की तिथे खेड्यातील शेती करणाऱ्या लोकांचे कमीत कमी दोन वर्ग होते. ते म्हणजे राया, जे सामान्य शेतकरी दिसतात. किंवा ज्यांना उत्तर भारतात आसामी किंवा कास्तकार

---

८) पुराव्याचा महत्त्वाचा विचार करून त्याचे स्वरूप आणि मर्यादा यासंबंधीची काही निरीक्षणे करणे आवश्यक आहे. फर्मान गुजराथ प्रांताचा दिवाण महंमद हशीम याला हिजरी १०७९ / इ. स. १६६९-७०त दिलेले असून खरज किंवा जमीनमहसुलासंबंधीचे फर्मान असे म्हटले आहे. जमीनमहसुलाची आकारणी व कर गोळाकरणी यासंबंधीची एकूण १८ कलमे त्यात आहेत. व त्यात वेळोवेळी विविध परिस्थितीत कसे वागावे याच्या सूचना आहेत. हे नियम सर्वसाधारण स्वरूपांत मुसलमानी फिकमध्ये सांगितले असून या कारणासाठी काही वेळा मुसलमानी कायद्याचे हे तात्त्विक स्वरूप आहे म्हणून बाजूला सारले जातात. महसूल अधिकाऱ्यांना त्यांच्या रोजच्या कामांत साराआकारणीत व गोळा करण्यात मार्गदर्शन करणारे प्रत्यक्ष कायदे नाहीत. इतरांनी त्याला प्रत्यक्ष इस्लामी कायद्याच्या भाषेत नियम मानून गुजरातमधील कारभारांत काम करणाऱ्या अधिकाऱ्यांनी त्याचा केव्हाही उपयुक्त उपयोग करावा असे सुचविले आहे.

जे लोक इस्लामी कायद्याचे तात्त्विक विवेचन आहे असे म्हणून सोडून देतात त्यांच्याशी प्रस्तुत लेखक सहमत नाहीत. खरोखरी जमीनमहसूल अधिकाऱ्यांना सर्वसाधारण मार्गदर्शन करणारे हे कायदे होते. आणि त्यांचा वापर साम्राज्याच्या कानाकोपऱ्यांत फर्मानाच्या प्रस्तावनेत म्हटल्याप्रमाणे होणार होता. ते केवळ गुजराथसाठीच होते असे धरून चालणे चुकीचे आहे. पुढे मूळ भारतीय असलेल्या जमीनमहसूल काराभाराशी संबंधित शब्दरचना व शब्द प्रयत्नपूर्वक सोडून देण्यात आले. तत्कालिन जमीनमहसुलाच्या साहित्याशी ज्यांचा निकट परिचय आहे त्यांना ताबडतोब मान्य होईल की एका प्रांतांत वापरल्या जाणाऱ्या बऱ्याचशा महसुलाच्या संज्ञा दुसऱ्या प्रांतात अज्ञात होत्या किंवा साम्राज्याच्या विविध भागात त्याच संज्ञा वेगवेगळ्या अर्थाने वापरण्यात येत होत्या. अशा परिस्थितीत ज्या फर्मानात सर्वसाधारण महसूल अधिकाऱ्यांना मार्गदर्शन करणारे नियम दिलेले आहेत त्यांत काही सर्वसाधारण व नकारार्थी संज्ञा असणे अपरिहार्य आहे. त्याचे स्पष्टीकरण असे देता येईल की साम्राज्याच्या विविध भागात वेळोवेळी उपस्थित झालेली परस्परविरोधी परिस्थिती, प्रस्तुत चर्चेसाठी फर्मानातील संज्ञांचा अर्थ लावणे, गुजराथमधील शेतीविषयक इतिहासाच्या वस्तुस्थितीवर अवलंबून ठेवता कामा नये तर असा अर्थ लावणे साम्राज्याच्या अन्य भागातील शेतीविषयक इतिहासाच्या वस्तुस्थितीशी संबंधित असले पाहिजे.

म्हणतात ते. ते जमीन कसत आणि बहुधा त्यांना जमिनीची स्थावर संपत्ती बदलण्याचा अधिकार नसे. निदान कायदे तरी अशा हक्काचा उल्लेख करीत नाहीत. फर्मानात असबाब-इ-झिराअतचाही उल्लेख आहे. ज्याचा शब्दशः अर्थ आहे लागवडीचे मालक किंवा जमीन कसणारे. या लोकांचे हक्क अर्थातच स्पष्ट केलेले नाहीत. ही संज्ञा सर्वसाधारणपणे शेतकऱ्यांसाठी वापरलेली दिसते. मग ते राया (*सामान्य शेतकरी*) असोत वा शेतकरी आहेत आणि त्याच वेळी जमिनीच्या स्थावर संपत्तीत हक्काची मागणी करीत. दुसऱ्या एका शेती करणाऱ्या समूहाचा उल्लेख मलीक आणि अरबाब-इ-जमीन म्हणजे जमिनीचे मालक असा केलेला आहे. आवश्यक त्या पुराव्याच्या परीक्षणावरून आपणास स्पष्ट दिसते की दोन्ही शब्द एकाच अर्थाने वापरलेले आहेत.

मलीकला पुढील फायद्याच्या गोष्टी व जमिनीचे हक्क होते.

१. त्याने जमीन लागवडीस आणली नाही तरी किंवा मलीक म्हणून त्याच्या नावावर नोंदविलेल्या जमिनीची साराआकारणी त्याने करून दिली नाही तरी निघालेल्या उत्पन्नात त्याचा हक्क राही. अशा परिस्थितीत त्याचा वाटा मलीकच्या उत्पन्नातील मूळ वाटा आणि जमीनमहसूल म्हणून सरकारला दिलेली रक्कम ह्यांच्यामधील फरक राही.

२. काही काळ जरी त्याने जमीनमहसूल दिला नाही तरी जमीन पुनः लागवडीस आणण्याचा त्याच्या व्यवस्थापनाचा हक्क त्याच्याकडे राही.

३. स्वतःची जमीन किंवा मलीकाना हक्क त्याला विकता येत असत.

४. आपली जमीन तो गहाण ठेवू शकत असे.

५. मलीकाना हक्क वंशपरंपरागत होते.

वर दिलेल्या पुराव्याच्या सारांशाच्या परीक्षणानंतर असे दिसते की, मलीकला जमिनीतील संपत्ती बदलण्याचे तसेच जमीनमहसूल देण्याचे हक्क होते. पुढे ही संज्ञा शेतकऱ्यांमधील विशिष्ट वर्गालाच लावण्यात येऊ लागली. ह्या तर्कांना प्रत्यक्षपणे दोन बाजूंनी आधार मिळाला आहे. एक : स्वतंत्र कागदपत्रांचा पुरावा जो साम्राज्याच्या विविध भागातून आला होता. उदा. दिल्ली, अजमेर, अवध, बिहार व बंगाल. आणि दुसरा बखरींनी (*अहवाल*) दिलेला पुरावा. जमीनदार व जमीनदारी ह्यावरील प्रकरणात आम्ही हा पुरावा सविस्तर तपासलेला आहे. येथे इतकेच नोंदणे पुरेसे आहे की, जमीन बदलण्याचे हक्क जे कागदपत्रात आले आहेत त्यांचा उल्लेख अनेक पद्धतींनी आला आहे. उदा. बिसवाई, सतरही, मिल्कियत, जमीनदारी, मलिकाना आणि मुकद्दमी; यात जमीन महसूल देण्याचा हक्क असे आणि ज्यांच्याजवळ हे हक्क असत त्यांना जमीनदार म्हणत. जरी त्यांनी जमीनमहसूल दिला नाही तरी किंवा काही काळ जमीन कसली नाही तरीही ह्या जमीनदारांना आपण पाहिलेल्या फर्मानात उल्लेख केल्याप्रमाणे

मलीकाना मिळण्याचा हक्क असे. हे मुद्दे एकत्र वाचल्यानंतर आपण एकाच निर्णयाकडे येतो. फर्मानाने मलीकला दिलेले हक्क जमीनदार म्हणून वर्णन केलेल्या वर्गाशीच संबंधित असलेल्या हक्काप्रमाणेच होते. ह्या जमीनदारांना जमिनीची मालकी बदलण्याचे हक्क होते. त्यात पुरी साराआकारणी करून सारावसुली करण्याचेही हक्क होते. आपल्याला माहीत आहे की मलीकांच्या मालकीच्या असलेल्या जमिनीचीसुद्धा अशा तऱ्हेची तपशीलवार साराआकारणी करावी लागे. अशा रीतीने मलीक आणि जमीनदार एक समजण्यात आणि मलीक हेच जमीनदारांचे दुसरे नाव होते असे म्हणण्यात काही तरी अर्थ दिसतो. आम्ही अर्थात अशा अर्थावर भर देत नाही. कारण मलीक ही संज्ञा अधिक सर्वसाधारण आणि जमीनदारपेक्षा व्यापक अर्थाची आहे. शिवाय एका विशिष्ठ प्रकारच्या जमीनदाराशी संबंधित असलेल्या सर्व गोष्टी त्यात येतात. त्यात इतरही माणसे होती. त्यांना जमीनदारांशी संबंधित असलेले सर्व हक्क होते; पण त्यांचा वेगळ्या नावाने उल्लेख करीत. उदा. राजपुतान्यातील पटवत आणि गिराशिया आणि दक्षिणेतील पाळेगार हे विशेषेकरून वेगवेगळ्या नावांचे जमीनदार होते. गुजरातमध्ये स्थावर संपत्तीचे मलीकाचे हक्क असणाऱ्यांना जमीनदार म्हणत की, अन्य काही म्हणत हे आपल्याला माहीत नाही. दप्तरांमध्ये याचे उत्तर देणारी काहीही नोंद नाही. स्थानिक संशोधन कदाचित उपयुक्त आणि मनोरंजक माहिती पुरवी. नवा पुरावा उपलब्ध होईपर्यंत हा प्रश्न खुलाच राहील. आतापुरता वरील चर्चेचा निष्कर्ष उपलब्ध पुराव्याचे निरीक्षण केल्यानंतर थोडक्यात पुढीलप्रमाणे सांगता येईल-

१) रैयाती खेडी पेशकाश देणाऱ्या किंवा बंथ म्हणून तालुका संभाळणाऱ्या जमीनदारांच्या तालुक्याबाहेर होती.

२) ह्या रैयाती खेड्यांत जमीनमहसूलआकारणीचे व गोळा करण्याचे कायदे कडकपणे लावले जात.

३) ह्या खेड्यांत शेती करण्याऱ्यांचा एक वर्ग होता. त्यांच्या जमिनींच्या मालकीचे बदलणारे हक्क होते. त्यात जमीनमहसूल घेणे हा होता. राया म्हणून उल्लेख केलेल्या दुसऱ्या शेती करणाऱ्या समूहाकडे हे हक्क नव्हते. साम्राज्याच्या विविध भागातील विविध प्रकारची साधने, दस्तऐवज, बखरी, कारभारविषयक संहिता याचे आपण सविस्तर बारकाईने परीक्षण केले आहे. ते एकमेकाला बळकटी आणतात आणि रैयाती खेडे काय होते ह्याची तात्पुरती कल्पना आपल्याला देतात; कारण ते खोडणारा किंवा समर्थन करणारा निश्चित पुरावा अजून उपलब्ध झालेला नाही. रैय्याती खेड्यांची मुख्य वैशिष्ठ्ये तात्पुरती पुढीलप्रमाणे सारांशाने सांगता येतील.

१. मुल्क-इ-रैयाती, महाल-इ-रैयाती आणि देहात-इ-रैय्याती हे असे प्रदेश

किंवा खेड्यांचे समूह होते. तेथे विशिष्ट प्रकारचे जमीनदार जमिनीची मालकी बदलण्याचे हक्क, तसेच जमीनदारीचे तपशीलवार साराआकारणीवर आधारित सारा गोळा करण्याचा हक्कही असे.

२) हिदायत उल-कवायद ह्या तत्कालीन फारसी साधनात त्यांचा उल्लेख रैय्याती जमीनदार म्हणून केलेला आहे.

३) रैय्याती खेड्यांत सामान्य शेतकऱ्याला जमीन मालकी बदलण्याचे व महसूल घेण्याचे हक्क होते असा तर्क करण्याची संधी रैय्याती खेडे ह्या संज्ञेचा उपयोग आपल्याला देत नाही.

पूर्वोक्त चर्चेच्या क्रमात आधी दाखविले गेले आहे की गुजरातमध्ये तालुका शब्द, रैय्याती नसलेल्या परंतु जमीनदाराकडे असलेल्या खेडयांना तसेच पेशकाश देणाऱ्या किंवा मोगल सरकारच्या सैनिकी नोकरीच्या बदली जागीर म्हणून मिळालेल्या खेड्यांना लावला गेला आहे. बंथ म्हणून जो खेड्यांचा समूह होता, त्यांना जमीनमहसूल माफ असे किंवा ज्यात $\frac{१}{४}$ जमीन बंथवाल्याकडे असे, जे जमिनीवर नाममात्र पेशकाश पैसा देत, त्यांनाही ही संज्ञा लावली जाई. सियाकनामामध्ये वापरलेली तालुका संज्ञा परगण्यातील १७ खेडी दाखविते. त्यातील आठ खेडी रैय्याती व ९ खेडी तालुका असत. ह्या दोन्हीही समूहांशी संबंधित असलेली काही थोडी खेडी आयमा हक्काखाली होती. ९ तालुका खेड्यांपैकी ४ आयमा हक्काखाली होती. आणि फक्त पाचाची रुपये १६००/- जाम्यात आकारणी झाली होती. जे जमीनदार पेशकाश देत किंवा बंथ मालक होते अशा जमीनदारांच्याकडे तालुका खेडी होती याबाबत काही चिन्ह दिसून येत नाही; उलट असे स्पष्ट दिसत आहे की रैयाती खेड्यांप्रमाणे ह्या खेड्यांचीही पुरती साराआकारणी होई. आणि त्या काळाच्या साराआकारणीचे कागद अमीन सांभाळी. आता प्रश्न असा निर्माण होईल की, सिआयकनामामध्ये तालुका म्हणजे नेमके काय म्हटले आहे ? एकोणिसाव्या शतकात संकलित केलेले फारसी साधन पाहिले असता आपल्याला दिसते की, मोगलांच्या काळात तपशीलवार साराआकारणी निश्चित केली जात होती. आणि अशा तालुक्यांचे प्रकार[१] एकापेक्षा अनेक होते.

या ग्रंथात तालुक्याची व्याख्या कारभारविषयक युक्तता म्हणून सरकारने निर्माण केलेला खेड्यांचा समूह किंवा वर्तुळ अशी केली आहे. पण दुसऱ्या प्रकारचे तालुकेही प्रसिद्ध होते. इतर जमीनदारांच्यातर्फे जो सारावसुली करी त्याला तालुकादार म्हणत. आणि ज्या खेड्यांतून तो वसुली करी त्याचे तालुका म्हणून वर्णन करीत.

---

१. पुरवणी, ६६०३ पृ. ५४बी, ५५ए.

अशा रीतीने तालुकादार एका जमीनदाराच्यातर्फे जमीनमहसूल गोळा करी किंवा अनेक जमीनदारांनी त्यांच्या खेड्यातर्फे किंवा अनेक खेड्यांतील भागातर्फे त्याला अधिकार दिलेला असे. आणि त्यांच्यातर्फे तो वसुली करी. शिवाय तालुका हे जमीनदारीला दिलेले नाव होते. ती वंशपरंपरा चालत आलेली नसून नुकतीच विकत घेतलेली असे.

अशा रीतीने तालुक्यात पुढीलपैकी काही घटक असावेत असे दिसते.

१) अनेक खेडी - ज्यांच्या मालकीची खेडी असत किंवा खेड्यामध्ये अविभक्त मालमत्तेचा संयुक्त वारस म्हणून ज्यांचा काही भाग असे अशा जमीनदारांच्यातर्फे एक व्यक्ती करवसुली करी.

२) विकत घेण्यातून मिळालेली नवीन जमीनदारी.

३) कारभारासाठी खेड्यांचा तयार केलेला समूह किंवा वर्तुळ.

यापैकी सियाकनामामध्ये वर्णन केलेला तालुका कशाशी जुळतो ? तो तालुका म्हणून समजता येत नाही; कारण कारभारविषयक उद्देशासाठी गोळा केलेल्या खेड्यांचा संघ किंवा वर्तुळ ते नव्हे. अशा तऱ्हेचा अर्थ लावण्याने अशी खेडी व रैय्याती खेडी वेगळी करता येणार नाहीत. कारण दोन वेगवेगळ्या गटात त्यांचे वर्गीकरण करणे हा मुख्य उद्देश आहे. नव्या मिळविलेल्या जमीनदारीचा ते उल्लेख करते काय ? रैयातीच्या विरुद्ध म्हणून त्याचा उल्लेख करणे आपल्या तर्काला पुष्टी देत नाही; कारण रैयाती म्हणजे जमीनदारी नाही. ती जुनी असते आणि सध्याच्या मालकाकडे वंशपरंपरागत चालत आलेली असते. आपल्याला फक्त एकच पर्याय उरतो. सियाकनाम्यात उल्लेख केलेल्या खेड्यांच्या समूहांच्या अर्थाने तालुक्याचा काय अर्थ लावायचा ज्यात अनेक जमीनदारांच्यातर्फे जे जमीनदारीत किंवा सहकारी जमीनदारीत भागीदार असतील वा नसतील - एक व्यक्ती नेमली जाणे. आपल्याजवळ निश्चित पुरावा आहे त्यावरून दिसते की अशा तालुकदारी सनदा अवध[१०] नावाच्या प्रांताच्या काही भागात प्रत्यक्ष अस्तित्वात होत्या; उलट नवीन मिळविलेली जमीनदारी किंवा जुन्या मोठ्या मालमत्तेतील वेगळी केलेली छोटी जमीनदारी या अर्थाने तालुका बंगालमध्ये[११] चांगला माहीत होता. तालुक्याच्या या व्याख्येच्या संदर्भात खेड्यासाठी रैयाती या संज्ञेचा अर्थ असा होतो. अशा खेड्यांत वैयक्तिक जमीनदार खेड्यांतील जमीनदारीच्या प्रमाणात व्यक्तिशः जमीनमहसूल वसूल करीत. रैय्याती शब्दाचे खरे महत्त्व यात दिसते. याच कारणासाठी जमीनदार व्यक्तिशः खेड्यातील त्यांच्या वाटणीचा महसूल गोळा करीत आणि

---

१०) 'क्रॉनीकल्स ऑफ उनाव ' पृ. १४६-१५६.

११) दस्तूर-उल-अमल-इ-खालीसा पृष्ठे ९b, १०a

फिफ्थ कमिटी रिपोर्ट, भा. ३, ग्लॉसरी पृ. ५१ पुरवणी ६६०३, पृ. ५४b, ५५a

आपल्यातर्फे दुसऱ्या कोणाला गोळा करू देत नसत, अशा जमीनदारांचे वर्णन करण्यासाठी रैयाती हे विशेषण वापरले जाई. दुसऱ्या अर्थाने रैयाती खेडी म्हणजे जेथे सरकार जमीनदार नावाच्या जमिनीच्या मालकाशी व्यक्तिश: संबंध ठेवी ती.

हे लक्षात ठेवले पाहिजे की, गणेशपूर या रैयाती खेड्यात मुकादमांचा उल्लेख केलेला आहे. आता आपण त्यांना एकतर जमीनदार समजू शकतो किंवा त्यांचे प्रतिनिधी. कारण तत्कालीन महसूल साहित्यात मुकादम ही संज्ञा खेड्यांतील जमीनदार किंवा त्याचा प्रतिनिधी यांच्यासाठी वापरलेली आहे.

❖❖❖

परिशिष्ट ब
घैर अमली परगणे व खेडी

मिरात-इ-अहमदीच्या पुरवणीत दिलेल्या खिराजी सरकारातील घैर अमली[१] परगणे व खेडी दाखविणारे कोष्टक :

अ. सरकार अहमदाबाद[२]

एकूण महालांची संख्या	केवळ घैर अमली जमीनदारांच्या ताब्यातील परगण्यांची संख्या	घैर अमली खेडी असलेल्या परगण्यांची संख्या
३३	१	३

घैर अमली खेडी असलेल्या तीन महालातील खेड्यांचा तपशील :

	परगणा	एकूण खेडी	घैर अमली खेडी	जमादीसह असलेली खेडी
१.	इंदर	७६७	२९०	४७७
२.	बीरपूर	१४५	७	१३८
३.	बीर मकनम	६२८	१०५	५२३

१. दक्षिणेतही घैर अमली जमीनदार दाखविण्यात आले आहेत. नलयेरपारनाला परगण्यात ३७ महालांपैकी दोहोंचे वर्णन घैर अमली म्हणून दाखविण्यात आले आहे. (पहा दस्तूर-उल-अमल-इ-शहेनशाही, पृ. ४९a, ५९a)

२. मिरात-इ-अहमदी, पुरवणी, पृ. १८८-१९८.

ब-सरकार पाटण[3]

एकूण महालांची संख्या	जमीनदारांच्या ताब्यातील परगण्यांची संख्या	घैर अमली खेडी असलेल्या परगण्यांची संख्या
१७	२	४

घैर अमली खेडी असलेल्या चार परगण्यांतील खेड्यांचा तपशील-

	परगणा	एकूण खेडी	घैर अमली खेडी	जमादामीसह उरलेली खेडी
१.	पालनपूर	१७९	२९	१५०
२.	तीर्वारा	१०४	७२	३२
३.	वालीया	२५८	१३७	१२१
४.	संताळपूर	-	-	-

क. सरकार बडोदा[4]

यात चार महाल होते. घैर अमली खेडे किंवा परगणा आढळून आला नाही. चारही महाल खिराजी म्हणून दिले आहेत व प्रत्येक परगण्यात असलेली खेड्यांची संख्या जमादामीच्या आकड्यासह दिलेली आहे.

ड. सरकार भडोच[5]

एकूण महालांची संख्या	जमीनदारांच्या ताब्यातील परगण्यांची संख्या	घैर अमली खेडी असलेल्या परगण्यांची संख्या
१२	३	३

३. *मिरात-इ-अहमदी, पुरवणी पृ. १९८-२०४*
४. *मिरात-इ-अहमदी, पुरवणी पृ. २०४-२०५*
५. *मिरात-इ-अहमदी, पुरवणी पृ. २०५-२०६*

जमीनदारांच्याकडे असलेल्या तीन परगण्यांची नावे मिरात-इ-अहमदीच्या पुरवणीत दिलेल्या टिपणासह खाली दिलेली आहेत.

परगणा	ग्रंथाच्या मूळ भागातील टिपण
१. आळतेसर	सर्व परगणा सर्वस्वी घैर अमली जमीनदाराकडे होता. ज्या ज्या वेळी सुरतेच्या मुत्सद्द्याकडे किंवा मोठी सेना ठेवणाऱ्याकडे दिले जाई त्या वेळी सैन्य जेवढे असे तेवढी जमा केली जाई. खेड्यांचे तपशील दप्तरात उपलब्ध नाहीत.
२. तारकेश्वर	डोंगरात बसलेले नझीम व जागीरदार त्यावर ताबा मिळवू शकले नाहीत. जमीनदारांच्या ताब्यात असे.
३. चहार मांडवी	झरतलब जमीनदारांचे क्षेत्र नेहमी सुरतेच्या मुत्सद्द्याकडे दिलेले. जेव्हा मोहीम काढी तेव्हा पेशकाश गोळा करी. जमादामी तीन लाख दाम निश्चित केली गेली होती. खेड्यांचे तपशील दप्तरांत उपलब्ध नाहीत.

परिशिष्ट क
माल-ओ-जिहात आणि
सैरजिहात कराचे स्वरूप

मोगलांच्या सरकारने लागवडीस आणलेल्या आणि कुरणांच्या जमिनीवर नद्या व तळी यांच्या उत्पन्नावर कारुनारुंनी केलेल्य वस्तूंवर, वस्तूंच्या खरेदीविक्रीवर तसेच कारभारासाठी लागणारे कर बसविले होते. या करांचे वर्गीकरण माल, जिहात, सैर जिहात आणि सैर-उल-वाजूह या नावाखाली केले होते. जप्त, माल, जिहात आणि सैरजिहात याखाली असणाऱ्या साराआकारणीच्या हिशेबात जमीनमहसूल (*जामा*) होई.

मोगलकाळांतील जमीनमहसुलाच्या मागणीचे स्वरूप आणि जमिनीच्या उत्पन्नात राज्याचा वाटा समजण्यासाठी या संज्ञांचे अचूक अर्थ व ध्वनित केलेले अर्थ यांची चौकशी करणे आवश्यक आहे. प्रस्तुत लेखकाच्या माहितीप्रमाणे आधुनिक इतिहासकारांनी या दिशेने गंभीर प्रयत्न केलेले दिसत नाहीत.

ऐन-इ-अकबरीमध्ये या संज्ञांच्या अगदी जुन्या व्याख्या दिलेल्या आहेत. थोडक्यात, अबूल फझल म्हणतो, ' राई किंवा पिकाच्या दराने लागवडीस आणलेल्या जमिनीचा जो सारा आकारीत त्याला माल म्हणत. कारुनारुकडून विविध प्रकारचा जो कर गोळा केला जाई त्याला जिहात म्हणत आणि इतर सर्व करांना सैर-जिहात[१] म्हणत. खुलासत-उस-सिआकच्या लेखकाच्या मताप्रमाणे औरंगजेबाच्या कारकिर्दीत हिशेबाची एक पुस्तिका केली गेलेली होती. पिकापासून गोळा केलेल्याला माल म्हणत आणि काही महसूल गोळा करणाऱ्याच्या कारभारातील जाम्यात जमा केलेल्या अनेक करांना जिहात म्हणत. पुढे जिहात मालमध्ये समाविष्ट केला गेला आणि माल-ओ-जिहाद ही एकच संयुक्त संज्ञा वापरली गेली. उलट कापड, कातडी, तेल, धान्ये,

---

१. *ऐन-इ-अकबरी, भा.१-पृ. २०५.*

खाद्यपदार्थ आणि औषधे, घोडे व उंट यांच्यावरील कर जे बाजारात वा चबुतरा-इ-कोतवालीत^२ गोळा करीत त्यांना सैर-इ-जिहात^३ म्हणत.

दोन्ही साधनात दिलेल्या व्याख्यांची तुलना केल्यास माल ह्या शब्दाच्या अर्थाच्या बाबतीत त्यांचे एकमत आहे असे दिसते. ऐनमधील जिहात हा विविध प्रकारच्या कला आणि कारागिरीवरील कर आहे; उलट खुलासत-उस-सियाकमध्ये जाम्यात दाखविलेल्या मालचा जिहात हा आवश्यक भाग आहे. ह्याशिवाय ऐनमध्ये सैर-जिहातची व्याख्या माल-ओ-जिहातपेक्षा अधिक गोळा केलेले कर अशी आहे. खुलासत-उस-सियाकच्या मूळ ग्रंथाप्रमाणे सैर-जिहातमध्ये माल-ओ-जिहातपेक्षा सर्व प्रकारचे कर चबुतरा-इ-कोतवालीवर गोळा केले जात.

औरंगजेबाच्या कारकिर्दीत तयार केलेल्या कारभारविषयक संहितेत खरा किंवा मूळचा कर म्हणजे माल आणि मालच्या^४ साराआकारणीत होणाऱ्या खर्चाची तरतूद म्हणजे जिहात, अशी व्याख्या दिसून येते. इथे लक्षात घेतले पाहिजे की खुलासत-उस-सियाकमध्ये जिहातची जी व्याख्या दिली आहे, त्याच अर्थाने वापरण्यात आली आहे. तरीही वर उल्लेख केलेल्या संहितेमध्ये जिहातचे स्वरूप सांगितले आहे. ह्यावरून आपण तर्क काढू शकतो की, औरंगजेबाच्या काळापर्यंत ऐनमध्ये ज्या अर्थाने जिहात वापरण्यात आला आहे त्याच्यापेक्षा वेगळा अर्थ जिहातला प्राप्त झाला होता. आपल्या दस्तूर-उल-अमल-इ-मुजमलाई ह्या कारभारविषयक संहितेत माल आणि जिहात ह्यांच्या व्याख्येनंतर सैर-उल-वाजूहची व्याख्या दिली आहे. तीत माल-ओ-जिहातच्यावर^५ गोळा केलेले सर्व तऱ्हेचे कर असे सांगितले आहेत. सियाकनामामध्ये आपण वाचतो की, माल-ओ-जिहातवरील गोळा केलेले सर्व प्रकारचे कर सैर-उल-वाजूह^६ ह्या रकान्याखाली दिलेले असतात. परंतु ऐनमध्ये दिलेली सैर-इ-जिहातची व्याख्या हीच आहे आणि खुलासत-उस-सियाकच्या मूळ ग्रंथावरून तर्क असाच निघतो आणि त्यावरून व्याख्या अशी आहे की, बाजारातील जागेत व चबुतरा-इ-कोतवालीमध्ये गोळा केलेले कर जर आपल्याला व्याख्यांच्याच अनुरोधाने जायचे

---

२. चबुतरा म्हणजे मातीचा किंवा गवंड्याने बांधलेला जमिनीच्या थोडा वर असलेला चौथरा. कोतवालाच्या किंवा मुख्य पोलिस अधिकाऱ्याच्या कचेरीला हे नाव देत.

३. खुलासत-उस-सियाक, पृ. १३बी. सैर-इ-जिहातच्या व्याख्येसाठी पहा, फर्हंग-इ-करदानी पृ. ३४बी

४. दस्तूर-उल-अमल-इ-मुजमलाई, पृ. २८ए

५. दस्तूर-उल-अमल-इ-मुजमलाई, पृ. २८ए

६. सियाकनामा, पृ. ६०७.

असेल तर सैर जिहात आणि सैर-उल-वाजूह ह्यांना एक मानण्यास काहीसे सबळ कारण आहे परंतु वरील दोन साधनात सैर-उल्-वाजूहची जी व्याख्या दिलेली आहे तिच्यामुळे दोन्ही संज्ञा एकरूप मानणे कठीण होते आणि त्यामुळे पुढे शोध करणे आवश्यक ठरते.

दस्तूर-उल-अमल-इ-मुजमुलाई, सैर-उल वाजूहची व्याख्या देऊन कर लादण्याच्या अनेक वस्तूंची यादी देते. त्यांचे उपरकाने हासिल-इ-सैर, हाजिआफ्त[७] आणि सैर-जिहात असे आहेत. अजूनही एक रकाना आहे पण त्याचा अर्थ लागत[८] नाही. मूळ ग्रंथाचे काळजीपूर्वक परीक्षण केल्यानंतर, तसेच दोन्ही साधनांतील[९] करावरील निबंधात सुचविले आहे की ह्या साधनात सैर-उल-वाजूह म्हणजे करोरीने माल-ओ-जिहातवर अधिक गोळा केलेले कर आणि त्यांचे पुन्हा अधिक वर्गीकरण सैर-जिहात व सैर-उल-जिहात असे केलेले आहे. निरनिराळ्या उपरकान्यात दस्तूर-उल-अमल-ई-मुजमलाईमध्ये कर देण्याच्या वस्तू स्पष्ट केल्या असल्या तरी मूळ ग्रंथात सैर-इ-जिहातखाली कर गोळा करण्याच्या वस्तू स्पष्ट केलेल्या नाहीत. तरीही एका छोट्याशा टिपणीवरून दिसते की सैर-उल-जिहातखाली दिलेल्या कर भरण्याच्या वस्तू माल-ओ-जिहातलाही लागू होतात. दुसऱ्या शब्दांत म्हणजे सैर-जिहात नावाचे कर माल-ओ-जिहातच्या आकारणी व गोळा करण्याच्यासाठी लावले जात असत. ह्या तर्काला सियाकनामामध्ये दिलेल्या गणेशपूर खेड्यातील साराआकारणीच्या हिशेबाचा उत्तम पुरावा आहे.[१०] ह्या पुराव्यावरून स्पष्टपणे दिसते की सैर - जिहात-जो पुढे आपण तपशीलवार तपासणार आहोत. हा

---

७. दस्तूर-उल-अमल-इ-मुजमलाई, पृ. २८बी, २९ए

८. दस्तूर-उल-अमल-इ-मुजमलाई, पृ. २८ए, २९ए पहा : सियाकनामा, पृ. ३०७. सैर-वाजूहच्या उपरकान्यांत सियाकनाम्यामध्ये पेशकाश, गुप्तखजिना, बैत-उल-माल, बेसिल-इ-बघत आणि बाजीआप्त हे दिले आहेत.

९. दस्तूर-उल-अमल-इ-मुजमलाई, आणि सियाकनामा ह्या दोन्ही साधनात समान असलेले सैर-उल-वाजूह कर खाली दिलेले आहेत.

१. करोरीनी गोळा केलेला पेशकाश.
२. जमिनीवर सापडलेली व खणून काढलेली संपत्ती.
३. सन्मान असलेल्या व्यक्तींची जप्त केलेली संपत्ती.
४. ज्या संपत्तीवर कोणत्याही कायदेशीर वारसाने हक्क दाखविलेला नाही त्यावर कर.
५. दाबण्याचे यंत्र, ६. मळे, ७. दुकान, ८. बाजार.

१०. सियाकनामा, पृ. ३३,३४.

ग्रामीण व शेतीविषयक क्षेत्रात लादलेला एक कर असून त्याचे व माल-ओ-जिहातचे[११] संबंध फार नजीकचे होते. अशा रीतीने आपण निष्कर्ष काढू शकतो की, ऐनमध्ये सैर जिहात म्हणजे माल-ओ-जिहातच्यावर गोळा केलेले सर्व प्रकारचे कर औरंगजेबाच्या कारकिर्दीपर्यंत सैर-जिहात किंवा सैर-उल-जिहात म्हणजे शेतीविषयक कर माल-ओ-जिहातच्या आकारलेल्या रकमेशी संबंधित कर; उलट सैर-उल-वाजूह म्हणजे माल-ओ-जिहातवर गोळा केलेले सर्व प्रकारचे कर आणि सैर-इ-जिहात हे सैर-उल-वाजूहचा एक भाग आहे असे दिसते.

गणेशपूर खेड्याच्या साराआकारणीच्या हिशेबाने ह्या करांच्या स्वरूपासंबंधीच्या तर्काला पुष्टी मिळते; इतकेच नव्हे तर ह्या तीन करांमधील परस्परसंबधांना माल-ओ-जिहात व सैर-जिहात असे म्हटले आहे तेही स्पष्ट होते. आणखीही जमीनमहसुलाच्या मागणीची मर्यादा किती आहे ह्याची कल्पना आपल्याला त्यावरून येते. गणेशपूर खेड्यातील खसरा[१२]-इ-जप्त व जमाबंदी[१३] ह्यांच्या फसली ११०४ मधील निरीक्षणानंतर दिसते की वेगवेगळ्या पिकांचे ज्या ठिकाणी दोन पिके काढली आहेत ते धरूनसुद्धा एकूण क्षेत्र ३४ बिघे १५ बिसवा होते. खेड्यावर सर्व वर्षातून झालेली साराआकारणी खरीप[१४] व रब्बीची[१५] आकारणी धरून रुपये १०६।९। आणे होतात. एकूण जामाचे किंवा एकूण जमीनमहसूल मागणीचे माल जिहात आणि सियार-जिहात ह्यांच्यातील विभाजन पुढीलप्रमाणे आहे.

माल - रुपये ८८ / २ $\frac{१}{२}$ आणे
जिहात - रुपये ४ / ७ $\frac{१}{२}$ आणे

सैर जिहात रुपये १३/१५/-माल-ओ-जिहात रुपये ९२ /११
रुपये १३ /१५
रुपये १०६ /९

---

११. तसेच पहा ' रेव्हेन्यू रेकॉर्डस ', पृ. २६०, फिफ्थ कमिटी रिपोर्ट भा. २, पृ. ७४२.

१२. सियाकनामा, पृ. ३२, ३३.

१३. सियाकनामा, पृ. ३३, ३४.

१४. खरीप - पावसाळा सुरू होण्यापूर्वी एप्रिल-मे मध्ये पेरलेली पिके आणि त्याची मर्यादा संपल्यानंतर ऑक्टोबर-नोव्हेंबरमध्ये कापली जातात. पहा, विल्सनची ग्लॉसरी.

१५. रब्बी - वसंत ऋतूतील पीक किंवा पावसाळ्यानंतर पेरलेले आणि वर्षाच्या सुरुवातीच्या ३,४ महिन्यांत काढलेले पीक. पहा, विल्सन्स ग्लॉसरी.

ह्या हिशेबावरून दिसते की मालची आकारणी करण्यासाठी वेगवेगळ्या पिकांच्यावर वेगवेगळे पैशाचे दर लादले गेले. तर जिहातची आकारणी जरीबाना[१६] आणि देहनिम्मी[१७] ह्या दोहोत ५ टक्के दराने करण्यात आली. मालवर पाच टक्के दर लावल्यानंतर ८८ रुपये २ $\frac{१}{२}$ आणे हिशेबात आपल्याला ४ रुपये ७ $\frac{१}{२}$ आणे मिळतात. आपल्या जिहातआकारणीच्या हिशेबात तीच रक्कम आहे. अशा रीतीने आपल्याला जिहात हा मालवर लादलेला कर आहे किंवा उत्पन्नावरील राज्याच्या वाट्याची आकारणी आहे हे दाखविणारा निश्चित पुरावा मिळतो. जिहातच्या स्वरूपा-विषयीचा हा तर्क मूळ साधनात दिलेल्या आणि वर चर्चा केलेल्या व्याख्येवरून निश्चित होतो. आपल्या आकारणीच्या हिशेबात सैरजिहातच्या आकारणीचे आकडे खरीप आणि रब्बीबद्दल वेगळे दिलेले आहेत. आणि हिशेबावरून दिसते की त्यांचा हिशेब १५ टक्क्याने केलेला आहे. १५% माल-ओ-जिहात ९२ रु. । १० आणे इतका येतो, तो रुपये १३। १५ आणे इतका पडतो. सैर-जिहातची आकारणी बरोबर तितकीच येते. अशा रीतीने सैर-जिहात म्हणजे माल-ओ-जिहात म्हणून जी रक्कम काढलेली असेल तिच्यावरील खर्च. आणि हा कर ग्रामीण शेतकऱ्यांच्यापासून गोळा केला जाई. शिवाय बहुधा माल-ओ-जिहात करांच्या गोळा करण्याच्या संबंधात हा खर्च लादलेला असे. आपण जो खर्च तपासतो आहोत त्यामध्ये सैर-जिहात म्हणून वर्गीकरण केलेले करांचे विषय स्पष्ट केलेले नाहीत. त्यासाठी आपल्याला अन्यत्र पहावे लागेल.

सैर-जिहात असे वर्गीकरण केलेल्या करांच्या काही प्रकाराचा पुरावा सियाकनामामधील दुसऱ्या एका अहवालात उपलब्ध आहे. परगणा फत्तेपूर येथील गोळा झालेल्या व खर्च केलेल्या हिशेबाने आपण ज्या गोष्टीचा शोध[१८] लावतो आहोत त्यावर काही प्रकाश पडेल. या अहवालातील गोळा झालेला पैसा सैर-उल-वाजूहसह तीन विभागात दाखविला आहे. दुसऱ्या क्रमांकाखाली असलेल्या कराचे विविध प्रकार स्पष्ट दाखविले आहेत आणि प्रत्येक नावाखाली किती पैसे जमले हे दाखविले आहे. चर्चेतील मुद्दे स्पष्ट करण्यासाठी जो सैर-उल-वाजूह जमला आहे तो इथे पुन:[१९] दाखविला आहे.

---

१६. *सियाकनामा, पृ. ६२-६५*
१७. *सियाकनामा, पृ. ६४.*
१८. *सियाकनामा, पृ. ६२-६४*
१९. *सियाकनामा, पृ. ६४*

सैर-उल-वाजूह रुपये ६९७

(हिशेब मोडून पुढीलप्रमाणे दाखविला आहे.)

करांचे प्रकार	**पैसे**
सदीर-ओ-वरीद[२०]	रु. ३००/-
शहनागी[२१] आणि टपादारी[२२]	रु. १२५/- (१२६/-)
तलबाना[२३]	रु. २००/-
सर्फ- इ-सिक्का[२४]	रु. ७१/-
एकूण	रु. ६९६/-(६९७/-)[२५]

करांच्या स्वरूपाचे बारकाईने निरीक्षण वर केलेले आहे. त्यावरून दिसते की, सर्फ-इ-सिक्का किंवा रुपयाचा दर शेकडा सोडून जर प्रचलित नाण्यातून दिला नाही तर उरलेल्या कर लादलेल्या तीन वस्तूंना ग्रामीण व शेतीविषयक स्वरूप आहे.

---

२०) सदिर-ओ-वरीद, शब्दश: खेड्यांना जे भेट देतात ते. तांत्रिकदृष्ट्या प्रवासी, यांत्रिक आणि परदेशी म्हणून जे खेड्यांत येतात त्यांच्या खर्चासाठी बाजूला काढलेली दस्तूरी. (पहा-' रेव्हेन्यू रेकॉर्डस ' पृ. २६०) बहुधा अन्यत्र मेहमानी म्हणून उल्लेख केलेली दस्तूरी यात येते. पहा : सियाकनामा, पृ. ७९. फिफ्थ कमिटी रिपोर्ट भाग. २, पृष्ठ ४७२

२१) शहनागी - शुल्क किंवा कर जो पिकांचे रक्षण करण्यासाठी नेमलेल्या शनाला पगार म्हणून दिला जातो. (रेव्हेन्यू रेकॉर्डस, पृ. २६०)

२२) टपादारी - टपादार किंवा टप्प्याचा महसूल अधिकारी त्याचा दस्तूर.

२३) तलबाना - जमीनमहसुलाच्यासंबंधी पैसे देणाऱ्या चिठ्ठ्यासाठी नेमलेल्या लोकांच्या उपजीविकेचा पैसा. (दिवाण-इ-पसंद पृ. ३७, ३८; फर्हंग-इ-करदानी, पृ. ३७a; चहर गुलजार-इ-शुजाई ९४b; दस्तूर-उल-अमल-इ-बेकस पृ. २९b, ३०a, दस्तूर-उल-अमल-इ-मुजमुलाई पृ. ४६a, ४७a; ' रेव्हेन्यू रेकॉर्डस ' पृ. २६०) दिवाण-इ-पसंदच्या लेखकाच्या मताने स्वाराला रोजचे २ रुपये ४ आणे आणि रोजचे २ आणे प्यादाह मिळत असे.

२४) सर्फ-इ-सिक्का यालाच बट्टा असे म्हणत. जर प्रचलित नाण्यात दिली नसेल तर प्रत्येक रुपयातून काही शेकडेवारी घेतली जाई. (कमी नाणी वजन कमी असल्यामुळे) (रेव्हेन्यू रेकॉर्डस, पृ. २६०)

२५) प्रत्यक्ष बेरीज ६९६ येते. पण हिशेब सुरू करण्याच्या सुरुवातीस रु. ६९७ लिहितात. एक रु. ची चूक तपशीलात आहे ती चुकीच्या लिप्यंतरामुळे झाली असावी.

याच्यातील काही शुल्क व पैसे जमीनमहसूल गोळा करण्यासाठी नेमलेल्यांना देत असत, असेही त्यावरून दिसते. करांचे अशा तऱ्हेचे स्वरूप तलबाना शहनागी आणि टपादारी करात होते. सदीर-ओ-वरीद म्हणून गोळा केलेली दस्तूरी जिला अन्यत्र मेहमानी[26] असे म्हटले आहे ती आलेली प्रवासी, यात्रेकरू व परदेशी[27] यांच्या खर्चासाठी काढलेली होती.

हे तर्क अशाच दस्तऐवजातील फिफ्थ रिपोर्टमध्ये असलेल्या पुराव्यावरून बळकट होतात. हे बंगालमधील परगणा अकबरशाहीमधील तुमर-इ-जामा[28] फरा किंवा जादा कर वरील हिशेबावर मोजलेला.

कुसुर दर शेकडा	१५००,	२४८५	१०	५
फूतादारी	०८०,	९७	४	१७
हौवा	१९०,	३०४	१	५
	१७१०			

---

२६) सियाकनामा, पृ. ७८-७९. फिफ्थ रिपोर्ट, भा. २ पृ. ७४२

२७) फिफ्थ रिपार्ट, भा. २ पृ. ७४२,

दस्तूर-उल-अमल-इ-मुजमलाई पृ. ४६ab, ४७a

२८) तुमर-इ-जामा - माल-ओ-जिहातसह किंवा जमिनीचा महसूल आणि सैर जिहात किंवा बदलत्या आयात झालेल्या वस्तू अकबरशाही परगण्यातील सरकार उलूंबर व बंगाल वर्ष १०९८ किंवा इ. स. १६९१.

मोझाह किंवा खेडी	१३५	५	१० पै.
महाल	१५	०	०
	१५०	५	१०

जुम्मा किंवा साराआकारणी हुबूबत किंवा कर
उदा. १५, ५०७, ८९

	२८०,	४१४,	६२	
दामी दर शेकडा	१९०,	२५८,	१५	११
फोतादारी	१४०,	२०७,	२,	१५
दिदारी शेकडा	५५०,	८८०,	८,	८
तुकी शेकडा	१००,	१६५,	११,	१४
बिहाई कागज (कागदाची किंमत)	०११२,	१६,		९२
	१ १	१२,		१८२,
	४ १६	१०६२		१३४
	एकूण	१६,५	७०.	५१३

मेहेमानी	२८८७	०	७
	४८	१०	०
एकूण हुबूब किंवा कर	३९९८	१३	११
एकूण जुमा	१९,	५०६	६०

यातील सन १६९१ मध्ये उल्लेखिलेले आहेत. तुमर- इ-जामाचा किंवा साराआकारणीचा खर्च देणाऱ्या चिठ्ठीच्या भाषांतरावरून समजते की, त्यात माल-ओ-जिहात आणि सैर-जिहात आकारणीत सामील आहे. हिशेबाचे परीक्षण केल्यानंतर दिसते की सैर-जिहात म्हणजे मूळ माल-ओ-जिहातच्या साराआकारणीवर गोळा केलेला पैसा. आणि हे कर ग्रामीण व शेतीविषयक होते. शिवाय काही शेकडेवारीने माल-ओ-जिहात मोजला जातो. कसेही असो, कोणी असे दाखवेल की सियाकनामातील शेकडेवारी हा सर्वसाधारण दर आहे; उलट फिफ्थ कमिटी रिपोर्टमधल्या एका दस्तऐवजात कर देण्याच्या विविध वस्तूवर बदलते दर दिलेले आहेत. ह्या दस्तऐवजात विशेष उल्लेखिलेले कर हे आहेत - दामी[२९], फुतादारी[३०], देहदारी[३१], तुफी[३२], बेहाई[३३], कागझ, कुसूर[३४] आणि मेहमानी[३५] करांच्या स्वरूपाचे परीक्षण केल्यावर दिसून येते की जमीनमहसूल गोळा करण्यासाठी येणाऱ्या खर्चासाठी तसेच इतर खर्च भागविण्याची संयुक्त जबाबदारी शेतकरी जमातीची असे.

वायव्य सरहद्द प्रांताच्या रेव्हेन्यू रेकॉर्डसमध्ये उपलब्ध असलेल्या पुराव्यावरून दिसते की लागवडीत आणलेल्या जमिनीवर काही पैसे लावीत. काही जिल्ह्यांत त्यांचा हिशेब मूळ साराआकारणीच्या $\frac{१}{४}$ असे. सुरुवातीच्या ब्रिटिश राजकर्त्यांनी त्यांचे सैर-

---

२९. दामी - प्रत्येक बिघ्यात एक दाम अशी जमीनदाराला दिलेली दस्तूरी.

३०. फूतादारच्या कचेरीने मिळविलेली दस्तूरी.

३१. ग्रामीण खर्चाची वस्तू. रयतेपासून घेतलेली शुल्काची दस्तूरी आणि खेड्यांतील अधिकाऱ्यांसाठी किंवा इतर खर्चासाठी वापरलेले पैसे.

३२. बंगालमध्ये १ रुपयाची दस्तूरी.

३३. खेड्याशी संबंधित असलेल्या कचेरीचे लेखनसामान खरेदी करण्यासाठी लावलेले पैसे.

३४. कूसूर - वजा केलेले पैसे.

३५. मोगल राज्यात जमीनदारांना प्रवासी, यात्रेकरू व परदेशी यांच्यासाठी खर्च करण्यास दिलेले पैसे. पहा - विल्सनची ग्लॉसरी.

जिहात म्हणून वर्णन केले नाही; परंतु त्यांच्या स्वरूपावरून ग्रामीण खर्च ह्या नावाखाली त्यांचे वर्गीकरण केले. संदर्भातील एक उतारा ह्या करांचे सुबोध स्पष्टीकरण देतो आणि फारसी दस्तऐवजातील दस्तूरींची व्याख्याही देतो. तो सर्वच उतारा येथे सविस्तर देणे युक्त ठरेल... ' पट्ट्यामध्ये ठरलेल्या पैशाच्यापेक्षा अधिक जमीनदाराने त्यांच्याकडे केलेल्या खेड्याच्या खर्चासंबंधीच्या मागणीला त्याच्या ठरलेल्या $\frac{१}{४}$ पैशातून कुळाला द्यावे लागतात. कोणत्याही उदाहरणात मला वाटते ते अधिक होत नाहीत आणि ही रक्कम गरजेपेक्षा अधिक होती. त्यात पटवारी किंवा खेड्यातला हिशेबनीस ह्यांचा भत्ताही त्यात जमा असे. बट्टा किंवा रुपयावरील शेकडेवारी जर प्रचलित नाण्यात दिली गेली नसेल, मोजणी व पाहणीचे पैसे, शेताची राखण करण्यास ठेवलेल्या लोकांचे पगार किंवा शहनस तनूबाना किंवा महसुलाच्या चिठ्ठ्या देण्यासाठी नेमलेल्या लोकांना चरितार्थाचा पैसा, गरीब, प्रवासी, भिकारी व ब्राह्मण ह्यांना दान व जेवणासाठी तहसीलदार किंवा स्थानिक कर गोळा करणारा ह्याला बक्षिसी, जी पुढे जमीनदाराने दिलेले काही रुपयाच्या स्वरूपात फसल हंगामाच्या वेळेस तहसीलदार किंवा स्थानिक अधिकाऱ्याला त्याच्या अमलाला आणि परगण्यातील रक्षक दलाला दिले जात. '[३६]

वर दिलेला उतारा प्रथमत: करांचे उदाहरणार्थ तलबाना शहनागी ह्यांचे स्वरूप दाखवितो. त्याला फारसी दस्तऐवजात सर्फ-इ-सिक्का आणि सदीर-ओ-वरीद म्हणतात. दुसरे ही गोष्ट निश्चित करते की हे ग्रामीण आणि शेतीविषयक कर होते आणि मूळच्या साराआकारणीत ते मिळविले होते. आता असे नजरेस आणले जाईल की वरील उताऱ्यात पाहणी वगैरेसाठी केलेला खर्च भरून काढण्यासाठी कर आहेत. जे फारसी दस्तऐवजात मूळच्या साराआकारणीवर पहिला वेगळा लावलेला पैसा म्हणून दाखविलेला आहे. शिवाय रेव्हेन्यू रेकॉर्डसमधील पुराव्यावरून हे दिसते की, रक्षकासाठी दिल्या गेलेल्या खर्चाचा कर, पूर्वी ज्याला फौजदारी दस्तूरी म्हणत जे आपल्या साधनात सैर-जिहातमध्ये आलेले नाहीत, हे एक तर स्थानिक फरक म्हणून समजावेत किंवा कालानुक्रमात कारभारविषयक पद्धतीत झालेले बदल म्हणून समजावेत.

❖❖❖

३६. *रेव्हेन्यू रेकॉर्डस् ऑफ दी नार्थ वेस्ट प्रॉव्हिन्स, पृ. २६०*

परिशिष्ट ड

दिवाणाच्या कचेरीतील कागद

दिवाण-इ-सुब्याने खालील कागद आपल्या आधीच्या दिवाणाकडून मिळविले:-

१. खालीसा महालाचे तुमर, ज्यावर अमीन, कानूंगो व जमीनदार यांचे शिक्के आहेत.

२. पैबाकी महालासंबंधीचे कागद.

३. परगण्यातील फुताह खानासंबंधी दस्तूर-उल-अमल.

४. प्रत्येक परगण्यातील विहिरींची संख्या दाखविणारे व कानुंगोचे शिक्के असणारे नोंदणीपुस्तक.

५. महाल-इ-जागिरीचे नोंदणीपुस्तक ज्यात महसूल मंत्रालयाने केलेल्या नेमणुकी आहेत.

६. खजिन्यासंबंधीचे अर्ज - करोरी व फुतादारांच्या शिक्क्यासह.

७. महाल-इ-सैरसंबंधीचे अमीन, दरोगा आणि मुशरीफ यांचे शिक्के असलेले कागद आणि एकूण जमा व खर्चाचा रोजनामचा.

८. काढून टाकलेल्या अमीलांचा बार-अमद दाखविणारे तुमर, अमीन व दरोगा यांचे शिक्के असणारे.

९. अमीलांच्या जामीनाचे तमासूक.

१०. जमीनदारांच्याकडून येणे असलेले पेशकाश दाखविणारे नोंदणीपुस्तक.

११. महसूल मंत्रालयातील अमीलाच्या तपासलेल्या हिशेबांच्या प्रती.

१२. अमील व इतर यांना दिलेल्या परवान्यांच्या प्रती.

१३. शाही खजिन्यातील (खिजाना-इ-अमीरा) जमा व खर्च दाखविणारे नोंदणी -पुस्तक.

१४. नकदी मनसबदार, महियानादार, आणि रोजीनादार यांच्या पगाराची मागणी दर्शविणारे नोंदणी-पुस्तक.

१५. दिवाणाच्या न्यायालयाने तुरुंगवासाची शिक्षा दिलेले कारागृहाचे नोंदणी-पुस्तक.

१६. दिवाण-इ-सुब्याच्या कचेरीत खालील कागद ठेवण्यात आले होते.

१. दिवाणाच्या कचेरीने काढलेल्या हुकमांचे व त्यांना मिळालेल्या उत्तरांचे नोंदणीपुस्तक.

२. जमा व खर्च यांचे मोघम आकडे दाखविणारा आणि करोरीचा शिक्का असलेला अवर्जी.

३. परगण्यांचा दस्तूर-उल-अमल ज्यात माल खुबुबात आणि सैर-जिहात यांच्या खाली साराआकारणी दाखविलेली असते.

४. कारकिर्दीच्या सुरुवातीपासून परगण्याचा मुआझिना-ज्यावर कानुंगोची सही आहे.

५. चौधरी, कानूंगो आणि मुकादम इत्यादींना दिलेले इनाम व नानकार अनुदाने दाखविणारे नोंदणीपुस्तक.

६. निरनिराळ्या वस्तूंचे भाव दाखविणारी यादी ज्यावर निर्खनवीस किंमती जाहीर करणाऱ्याचा शिक्का असतो.

७. खजिन्यासंबंधीचे नोंदणीपुस्तक आणि जामा व मुजमल किंवा मोघम जामा व खर्च दाखविणारे व अमीन आणि मुश्रीफ यांचे शिक्के असलेले नोंदणीपुस्तक.

८. परगण्याकडून महसूल मंत्रालयाला पाठविलेली व पाठविणारांचे शिक्के असलेली कागदांची यादी.

९. नेमलेल्या व काढून टाकलेल्या अमीलांची यादी.

१०. अमील व जमीनदार यांच्याकडून सरकारी येणे असलेला अवर्जा.

११. पूर्वीच्या वर्षांची बाकी साधारणपणे दाखविणारे नोंदणीपुस्तक.

१२. परगण्यातून आलेले अमील व इतरांचे अर्ज आणि पत्रे.

१३. आयमा अनुदाने, महसूल मंत्रालयातील परवाने व परवान्यांच्या प्रती आणि प्रांतीय सदर दिलेले तशीहा यांच्या प्रतीसह.

१४. प्रांतात नेमलेल्या मनसबदारांची यादी.

१५. प्रांतातील टांकसाळीसंबंधीचे पुस्तक.

❖❖❖

परिशिष्ट इ
जामादामीचे आकडे

प्रांत	साधने	तारीख	दामातील जामाचे आकडे
बंगाल	ऐन-इ-अकबरी	इ.स.१५९५-९६	५९,८४,५९,३९९
	बादशहानामा	इ.स. १६४६-४७	५०,००,००,०००
	दस्तूर-उल-अमल-इ-शहनशाही	इ.स. १६३८-५०	५२,४६,३६,१०४
	दस्तूर-उल-अमल-इ-अलमगिरी	इ.स. १६५८-५९	४५,७८,५८,०००
	झवाबित- इ - अलमगिरी	औरंगजेबाचे राज्यारोहण वर्ष ३१-३५	५२,४६,३६,२४०
	खुलासत-उस-सियाक	औरंगजेबाचे राज्यारोहणाचे वर्ष ४१वे	१७,२८,४१,०००
	हकीकत-इ-दामी	बहादूरशहाची कारकीर्द	१७,२८,४१,०००
	दार-इल्म-इ-नवी सिंदिगी	सन १७११	७२,७१,९१,०००
	मलुमत-उल-अफक	सन १७१३	५२,३७,३९,११०
	तारिख-इ- शकीरखानी	महंमदशहाची कारकीर्द	४६,२९,१०,५१५
	दस्तूर-उल-अमल इ-गुलाम अहमद	सन १७४८	४९,२९,१०,५१५

प्रांत	साधने	तारीख	दामातील जामाचे आकडे
ओरिसा	ऐन-इ-अकबरी	स.१६९५-९६	------
	बादशहानामा	इ.स. १६४७-४८	२०,००,००,०००
	दस्तूर-उल-अमल-इ-शहनशाही	इ.स. १६३८-५०	१८,४१,००,०००
	दस्तूर-उल-अमल-इ-अलमगिरी	इ.स. १६५८-५९	१२,५५,८०,०००
	झवाबित- इ -अलमगिरी	औरंगजेबाचे राज्यारोहण वर्ष ३१ -३५	------
	खुलासत-उस-सियाक	औरंगजेबाचे राज्यारोहणाचे वर्ष ४१वे	१७,२८,४१,०००
	हकीकत-इ-दामी	बहादूरशहाची कारकीर्द	१७,२८,४१,०००
	दार-इल्म-इ-नवी सिंदिगी	सन १७११	१९,२०,००,०००
	मलुमत-उल-अफक	सन १७१३	१९,७१,००,०००
	तारिख-इ-शकीरखानी	महंमदशहाची कारकीर्द	१८,९७,७०,५९०
	दस्तूर-उल-अमल इ-गुलाम अहमद	सन १७४८	१७,१८,४१,०००
बिहार	ऐन-इ-अकबरी	इ.स.१५९५-९६	२२,१९,१९,४०४
	इकबालनामा	सन १६०५	२६,७७,७४,१६७
	बादशहानामा	इ.स. १६४६-४७	४०,००,००,०००
	दस्तूर-उल-अमल-इ-शहनशाही	इ.स. १७३८-५८	३९,४३,४४,५३२
	दस्तूर-उल-अमल-इ-अलमगिरी	औरंगजेबाचे राज्यारोहणाचे वर्ष ३१-३५	५४,५३,००,९३५

प्रांत	साधने	तारीख	दामातील जामाचे आकडे
बिहार	झवाबित- इ - अलमगिरी	औरंगजेबाचे राज्या-रोहणाचे वर्ष ३१-३५	४२,७१,८१,०००
	खुलासत-उस-सियाक	औरंगजेबाचे राज्या-रोहणाचे वर्ष ४१वे	३९,४३,४४,५३२
	हकीकत-इ-दामी	बहादूरशहाची कारकीर्द	३९,४३,४४,५३२
	दार-इल्म-इ-नवी सिंदिगी	सन १७११	३७,३२,००,०००
	मालुमत-उल-अफक	सन १७१३	३७,१७,९७,०१९
	तारिख-इ- शकीरखानी	महंमदशहाची कारकीर्द	३७,१७,३०,०००
	दस्तूर-उल-अमल इ-गुलाम अहमद	सन १७४८	३९,४३,४४,५३२
अवध	ऐन-इ-अकबरी	इ.स.१५९५-९६	२०,१९,५८,१७२
	इकबालनामा	सन १६०५	२२,९८,६५,०१४
	बादशहानामा	इ.स. १६४६-४७	३०,००,००,०००
	दस्तूर-उल-अमल-इ-शहनशाही	इ.स. १६३०-५०	२७,९५,९७, ६१९
	दस्तूर-उल-अमल-इ-अलमगिरी	इ.स. १६५८-५९	३०,३९,८२,८५९
	झवाबित- इ - अलमगिरी	औरंगजेबाचे राज्या-रोहणाचे वर्ष ३१-३५	३२,१३,१७,११९
	खुलासत-उस-सियाक	औरंगजेबाचे राज्या-रोहणाचे वर्ष ४१वे	४७,९५,७९,६१९
	दार-इल्म-इ-नवी सिंदिगी	सन १७११	२५,८२,००,०००

प्रांत	साधने	तारीख	दामातील जामाचे आकडे
अवध	मलुमत-उल-अफक	सन १७१३	३२,००,७२,१९३
	तारिख-इ-शकीरखानी	महंमदशहाची कारकीर्द	--------
	दस्तूर-उल-अमल इ-गुलाम अहमद	सन १७४८	२७,९५,७९,६१९
अलाहा-बाद	ऐन-इ-अकबरी	इ.स.१५९५-९६	२१,२४,२७,८१९
	इकबालनामा	सन १६०५	३०,४३,५५,७४६
	बादशहानामा	इ.स.१६४६-४७	४०,००,००,०००
	दस्तूर-उल-अमल-इ-शहेनशाही	इ.स. १६३८-५०	४२,२३,४६,६२७
	दस्तूर-उल-अमल-इ-अलमगिरी	सन १६५८-५९	५२,७८,८१,१९६
	झवाबित- इ - अलमगिरी	औरंगजेबाचे राज्या-रोहणाचे वर्ष ३१-३५	४५,६५,४३,२७८
	खुलासत-उस-सियाक	औरंगजेबाचे राज्या-रोहणाचे वर्ष ४१वे	४२,२३,३६,६२२
	हकीकत-इ-दामी	बहादूरशहाची कारकीर्द	४२,२३,४६,६२८
	दार-इल्म-इ-नवी सिंदिगी	सन १७११	३७,८८,००,०००
	मालुमत-उल-अफक	सन १७१३	४३,६६,८८,०७२
	तारिख-इ-शकीरखानी	महंमदशहाची कारकीर्द	३०,७५,२०,०००
	दस्तूर-उल-अमल इ-गुलाम अहमद	सन १७४८	४२,२३,४६,६२७
आग्रा	ऐन-इ-अकबरी	इ.स.१५९५-९६	५४,६२,५०,३०४
	बादशहानामा	इ.स.१६४६-४७	९०,००,००,०००

प्रांत	साधने	तारीख	दामातील जामाचे आकडे
आग्रा	दस्तूर-उल-अमल-इ-शहेनशाही	इ.स. १६३८-५०	९६,१२,६७,०००
	दस्तूर-उल-अमल-इ-अलमगिरी	सन १६५८-५९	१,३६,४६,०२,११७
	झवाबित-इ-अलमगिरी	औरंगजेबाचे राज्यारोहणाचे वर्ष३१-३५	१,१४,१७,००,१५७
	खुलासत-उस-सियाक	औरंगजेबाचे राज्यारोहणाचे वर्ष ४१वे	---------
	हकीकत-इ-दामी	बहादूरशहाची कारकीर्द	०,९६,१२,५७,०१५
	दार-इल्म-इ-नवी सिंदिगी	सन. १७११	१,००,९०,००,०००
	मालुमत-उल-अफक	सन. १७१३	१,०५,१७,०९,२८३
	तारिख-इ-शकीरखानी	महंमदशहाची कारकीर्द	९७,५६,९३,०००
	दस्तूर-उल-अल्म इ-गुलाम अहमद	सन. १७४८	९६,१२,६६,८०५
दिल्ली	ऐन-इ-अकबरी	इ.स.१६९५-९६	६०,१६,१५,५५५
	इकबालनामा	सन १६०५	६२,६२,३३,९५६
	बादशहानामा	इ.स.१६४६-४७	१,००,००,००,०००
	दस्तूर-उल-अमल-इ-शहेनशाही	इ.स. १६३८-५०	१,२२,२९,५०,१३७
	दस्तूर-उल-अमल-इ-अलमगिरी	सन १६५८-५९	१,५५,८८,३९,१०७
	झवाबित- इ -अलमगिरी	औरंगजेबाचे राज्यारोहणाचे वर्ष ३१-३५	१,२२,२९,५०,१३७
	खुलासत-उस-सियाक	औरंगजेबाचे राज्यारोहणाचे वर्ष ४१वे	१,२२,१९,५०,११७

प्रांत	साधने	तारीख	दामातील जामाचे आकडे
दिल्ली	हकीकत-इ-दामी	बहादूरशहाची कारकीर्द	१,२२,१९,५०,१३७
	दार-इल्म-इ-नवी सिंदिगी	सन १७११	७८,२०,००,००,०००
	मालुमत-उल-अफक	सन १७१३	१,१६,८३,९८,२६३
	तारिख-इ- शकीरखानी	महंमदशहाची कारकीर्द	९४,९३,४५,०००
	दस्तूर-उल-अमल इ-गुलाम अहमद	सन १७४८	१,२२,२९,५०,१३७
लाहोर	ऐन-इ-अकबरी	इ.स.१६९५-९६	५५,९४,५८,४२३
	इकबालनामा	सन १६०५	६४,६७,३०,३११
	बादशहानामा	इ.स.१६४६-४७	९०,००,००,०००
	दस्तूर-उल-अमल-इ-शहेनशाही	इ.स. १६३८-५०	८९,३०,३९,३३९
	दस्तूर-उल-अमल-इ-अलमगिरी	सन १६५८-५९	१,०८,९७,५९,७७६
	झवाबित- इ - अलमगिरी	औरंगजेबाचे राज्या-रोहणाचे वर्ष ३१-३५	८९,८९,३२,१७०
	खुलासत-उस-सियाक	औरंगजेबाचे राज्या-रोहणाचे वर्ष ४१वे	८९,३०,३९,०३९
	हकीकत-इ-दामी	बहादूरशहाची कारकीर्द	९९,३०,३७,५१९
	दार-इल्म-इ-नवी सिंदिगी	सन १७११	९३,४८,००,०००
	मालुमत-उल-अफक	सन १७१३	९०,७०,१६,१२५

प्रांत	साधने	तारीख	दामातील जामाचे आकडे
	तारिख-इ-शकीरखानी	महंमदशहाची कारकीर्द	९५,६५,७०,०००
	दस्तूर-उल-अमल इ-गुलाम अहमद	सन १७४८	९६,३०,३९,३१९
मुलतान	ऐन-इ-अकबरी	इ.स.१५९५-९६	१५,१४,०३,६१९
	इकबालनामा	सन १६०५	२५,३९,६४,१७३
	बादशहानामा	इ.स.१६४६-४७	२८,००,००,०००
	दस्तूर-उल-अमल-इ-शहेनशाही	इ.स. १६३८-५०	२१,९८,०२,३६८
	दस्तूर-उल-अमल-इ-अलमगिरी	सन १६५८-५९	३३,८४,२१,७१८
	झवाबित- इ - अलमगिरी	औरंगजेबाचे राज्या-रोहणाचे वर्ष ३१-३५	२१,४३,४९,८९६
	खुलासत-उस-सियाक	औरंगजेबाचे राज्या-रोहणाचे वर्ष ४१वे	२१,७७,०२,४१८
	हकीकत-इ-दामी	बहादूरशहाची कारकीर्द	२१,९८,०२,७१८
	दार-इल्म-इ-नवी सिंदिगी	सन १७११	२२,५५,००,०००
	मालुमत-उल-अफक	सन १७१३	२४,५३,१८,५७५
	तारिख-इ-शकीरखानी	महंमदशहाची कारकीर्द	२३,९५,६०,०००
	दस्तूर-उल-अमल इ-गुलाम अहमद	सन. १७४८	२१,९८,०२,४१८
ठट्ठा	ऐन-इ-अकबरी	इ.स.१५९५-९६	-----
	बादशहानामा	इ.स.१६४६-४७	८,००,००,०००

प्रांत	साधने	तारीख	दामातील जामाचे आकडे
ठठ्ठा	दस्तूर-उल-अमल-इ-शहेनशाही	इ.स. १६३८-५०	६,०१,३८८
	दस्तूर-उल-अमल-इ-अलमगिरी	सन १६५८-५९	८,९२,३०,०००
	झवाबित- इ - अलमगिरी	औरंगजेबाचे राज्यारोहणाचे वर्ष३१-३५	६,८८,१६,८१०
	खुलासत-उस-सियाक	औरंगजेबाचे राज्यारोहणाचे वर्ष ४१वे	------
	हकीकत-इ-दामी	बहादूरशहाची कारकीर्द	६,३०,८१,५८७
	दार-इल्म-इ-नवी सिंदिगी	सन १७११	९,२८,००,०००
	मालुमत-उल-अफक	सन १७१३	९,४९,८६,९००
	तारिख-इ-शकीरखानी	महंमदशहाची कारकीर्द	४,५१,९५,०००
	दस्तूर-उल-अमल इ-गुलाम अहमद	सन १७४८	६,३०,८१,३८८
काश्मीर	ऐन-इ-अकबरी	इ.स.१५९५-९६	७,४६,७०,४११ ७,२९,२१,९७६
	तुझुक-इ-जहांगिरी	-----	७,४६,७०,४११
	बादशहानामा	सन १६४६-४७	१५,००,००,०००
	दस्तूर-उल-अमल-इ-शहेनशाही	इ.स. १६३८-५०	२५,७९,११,३०६
	दस्तूर-उल-अमल-इ-अलमगिरी	सन १६५८-५९	११,४३,९०,०००
	झवाबित- इ - अलमगिरी	औरंगजेबाचे राज्यारोहणाचे वर्ष ३१-३५	२१,४९,११,६८७

प्रांत	साधने	तारीख	दामातील जामाचे आकडे
काश्मीर	खुलासत-उस-सियाक	औरंगजेबाचे राज्यारोहणाचे वर्ष ४१वे	२७,७९,१०,३९७
	हकीकत-इ-दामी	बहादूरशहाची कारकीर्द	२७,२९,२१,३९७
	दार-इल्म-इ-नवी सिंदिगी	सन १७११	१४,०२,००,०००
	मालुमत-उल-अफक	सन १७१३	२१,३०,७४,८२६
	तारिख-इ-शकीरखानी	महंमदशहाची कारकीर्द	१२,६२,८५,०००
	दस्तूर-उल-अमल इ-गुलाम अहमद	सन १७४८	२७,७९,२१,३९७
काबूल	ऐन-इ-अकबरी	इ.स.१५९५-९६	७,४६,७०,४११
	बादशहानामा	सन १६४६-४७	१,६०,००,०००
	दस्तूर-उल-अमल-इ-शहेनशाही	इ.स. १६३८-५०	२०,११,८१,६४२
	दस्तूर-उल-अमल-इ-अलमगिरी	सन १६५८-५९	१९,७०,७८,०००
	झवाबित-इ-अलमगिरी	औरंगजेबाचे राज्यारोहणाचे वर्ष३१-३५	१६,१०,४९,३५४
	खुलासत-उस-सियाक	औरंगजेबाचे राज्यारोहणाचे वर्ष ४१वे	२०,२०,८१,६४२
	हकीकत-इ-दामी	बहादूरशहाची कारकीर्द	११,२१,८१,६४२
	दार-इल्म-इ-नवी सिंदिगी	सन १७११	१३,०९,००,०००
	मालुमत-उल-अफक	सन १७१३	१५,७६,२५,३८०
	तारिख-इ-शकीरखानी	महंमदशहाची कारकीर्द	१९,२४,१८,०००
	दस्तूर-उल-अमल इ-गुलाम अहमद	सन १७४८	२०,२१,८१,६४२

प्रांत	साधने	तारीख	दामातील जामाचे आकडे
अजमीर	ऐन-इ-अकबरी	इ.स.१६९५-९६	२८,८४,०१,५५७
	इकबालनामा	सन १६०५	३०,९९,१७,७२४
	बादशहानामा	सन १६४६-४७	५५,००,००,०००
	दस्तूर-उल-अमल-इ-शहेनशाही	इ.स. १६३८-५०	६०,२९,८०,२७०
	दस्तूर-उल-अमल-इ-अलमगिरी	सन १६५८-५९	६४,८६,६१,६५८
	झवाबित- इ -अलमगिरी	औरंगजेबाचे राज्यारोहणाचे वर्ष३१-३५	८५,२६,४५,७९
	खुलासत-उस-सियाक	औरंगजेबाचे राज्यारोहणाचे वर्ष ४१वे	६०,२९,८०,२७०
	हकीकत-इ-दामी	बहादूरशहाची कारकीर्द	१,२९,८०,२७०
	दार-इल्म-इ-नवी सिंदिगी	सन १७११	८७,००,००,०००
	मालुमत-उल-अफक	सन १७१३	६३,६८,९४,८००
	तारिख-इ-शकीरखानी	महंमदशहाची कारकीर्द	------
	दस्तूर-उल-अमल इ-गुलाम अहमद	सन १७४८	६०,२९,८०,२७०
माळवा	ऐन-इ-अकबरी	इ.स.१६९५-९६	२४,०६,९५,०५२
	इकबालनामा	सन १६०५	२५,७३,७८,२०१
	बादशहानामा	सन १६४६-४७	४६,००,००,०००
	दस्तूर-उल-अमल-इ-शहेनशाही	इ.स. १६३८-५०	४०,८३,४६,९२५
	दस्तूर-उल-अमल-इ-अलमगिरी	सन १६५८-५९	३९,८५,००,०००

प्रांत	साधने	तारीख	दामातील जामाचे आकडे
माळवा	झवाबित- इ - अलमगिरी	औरंगजेबाचे राज्यारोहणाचे वर्ष३१-३५	४०,३९,८०,६५८
	खुलासत-उस-सियाक	औरंगजेबाचे राज्यारोहणाचे वर्ष ४१वे	४०,८३,४६,७१८
	हकीकत-इ-दामी	बहादूरशहाची कारकीर्द	४०,८३,४६,७१३
	दार-इल्म-इ-नवी सिंदिगी	सन १७११	३९,८५,००,०००
	मालुमत-उल-अफक	सन १७१३	४२,५४,८६,६७०
	तारिख-इ-शकीरखानी	महंमदशहाची कारकीर्द	३३,९०,१०,०००
	दस्तूर-उल-अमल इ-गुलाम अहमद	सन १७४८	४०,८३,४६,८१८
गुजराथ	ऐन-इ-अकबरी	इ.स.१५९५-९६	४३,६८,२२,३०१
	इकबालनामा	सन १६०५	४६,९१,५९,६२४
	बादशहानामा	सन १६४६-४७	५३,००,००,०००
	दस्तूर-उल-अमल-इ-शहेनशाही	इ.स. १६३८-५०	५३,८५,२५,०००
	दस्तूर-उल-अमल-इ-अलमगिरी	सन १५५८-५९	८६,९२,८८,०६९
	झवाबित- इ - अलमगिरी	औरंगजेबाचे राज्यारोहणाचे वर्ष३१-३५	४५,४७,४२,१५३
	खुलासत-उस-सियाक	औरंगजेबाचे राज्यारोहणाचे वर्ष ४१वे	५३,६५,२५,०००
	दार-इल्म-इ-नवी सिंदिगी	सन १७११	५३,००,००,०००
	मालुमत-उल-अफक	सन १७१३	४४,८३,८३,०९६

१९८ । मोगलकालीन महसूलपद्धती

प्रांत	साधने	तारीख	दामातील जामाचे आकडे
	तारिख-इ-शकीरखानी	महंमदशहाची कारकीर्द	४६,५१,५०,०००
	दस्तूर-उल-अमल इ-गुलाम अहमद	सन १७४८	५३,६५,२५,०००
वऱ्हाड	ऐन-इ-अकबरी	इ.स.१५९५-९६	६४,००,००,०००
	बादशहानामा	सन १६४६-४७	५५,००,००,०००
	दस्तूर-उल-अमल-इ-शहेनशाही	इ.स. १६३८-५०	-------
	दस्तूर-उल-अमल-इ-अलमगिरी	सन १६५८-५९	९२,६५,४६,०००
	झवाबित- इ - अलमगिरी	औरंगजेबाचे राज्या-रोहणाचे वर्ष३१-३५	९२,६५,४६,०००
	खुलासत-उस-सियाक	औरंगजेबाचे राज्या-रोहणाचे वर्ष ४१ वे	९२,६५,४५,०००
	हकीकत-इ-दामी	बहादूरशहाची कारकीर्द	९२,६५,४५,०००
	दार-इल्म-इ-नवी सिंदिगी	सन १७११	६३,५०,००,०००
	मालुमत-उल-अफक	महंमदशहाची कारकीर्द	९५,००,००,०००
	तारिख-इ-शकीरखानी	महंमदशहाची कारकीर्द	९५,००,००,०००
	दस्तूर-उल-अमल इ-गुलाम अहमद	सन १७४८	९२,६५,४५,०००

❖ ❖ ❖

BIBLIOGRAPHY

CHRONICLES MSS.

1. Nuskha-i-Dilkusha, Bhim Sen, 1700 A.D. British Museum Rieu 1,or.23
2. Muntakhab-ut-Tawarikh, Jagjivandas, 1121 A.H./1709-10 A.D. British Museum Rieu I, Add. 26253
3. Jahandar Nama, Nur-Uddin Farooqi, 1128 A.H./1715-16 A.D. India office, 3988.
4. Farrukh Siyar Nama, Mir Muhammad Ahsan Ijad, 1125 A.H./ 1713-14 British Museum Rieu I, or.25.
5. Haft-i-Gulshan-Muhammad Shahi, Muhanmmd Hadi Kawar Khan, 1132 A.H. 1719-29 A.D. British Museum Rieu 1,or 25 /1795.
6. Shah Nama-I-Munawwar-Ul-Kalam, Sheo Das Lakhnawi, 1134 A.H. 1721-22 A.D. British Museum, Rieu I, or.1795.
7. Farukh-Siyyar-Nama, Muhammad Qasim, Ibrat Husain Lahori, 1135 A.H. 1722-23 A.D. British Museum, Rieu I, Add. 2645.
8. Tuhfat-ul-Hindi, Lal Ram, 1148 A.H./1735-36, British Museum, Rieu I, Add.6584.
9. Tazkirat-ul-muluk, Yahyah Khan, 1149 A.H. India office, Ethe, 409.
10. Ahwal-ul-Khawaqin, Muhammad Qasim, 1151 A.H./1738-39 A.D. British Museum, Rieu I Add. 26244.

11. Tarikh-i-Shakir Khani, Shakir Khan (Muhammad Shah's reign) British Museum, Rieu I, Add. 6585.
12. Tarikh-i-Hindi, Rustam Ali Khan, 1154A.H./1741-42 A.D. British Museum, Rieu I I I, or 1628.
13. Muntakhab-Az-Chahar-Gulzar-I-Shujai, Har Charan Das, 1199 A.H. 1784-85A.D. British Museum or 1732.

PUBLISHED CHRONICLES

1. Akbar Nama, Abul Fazl, Bibliotheca Indica, 3 vols. Calcutta 1873-1887.
2. Tabqat-i-Akbari, Nizam-uddin, Bibliotheca Indica, 3 vols.
3. Muntakhab-ut-Tawarikh, Abdul Qadir Badauni, Bibliotheca Indica, 3 vols.; Calcutta, 1869.
4. Tuzuk-i-Jahangiri, Jahangir, edited by Syed Ahmed, Private Pess, Alley Gurh, 1864.
5. Iqbal Nama-i-Jahangiri, Mutamad Khan, Bibliotheca Indica, Calcutta, 1865.
6. Badashah Nama, Abdul Hamid Lahori, Bibliotheca, 2 vols., Calcutta, 1898.
7. Amal-i-Saleh, Muhammad Saleh Kamboh, Bibliotheca Indica, 3 vols.Calcutta, 1923, 1927, 1939.
8. Alamgiri Nama, Munshi Muhammad Kazim, Bibliotheca Indica, Calcutta, 1872.
9. Muntakhab-ul-Lubab, Khafi Khan, Bibliotheca Indica, 2 vols. Calcutta, 1868, 1874.
10. Siyar-ul-Mutaakhkhirin, Ghulam Husain Tabatabai, 3 vols. Nawal Kishore Press, Lucknow, 1784.
11. Riyaz-us-Salatin, Ghulam Husain Saleem, Bibliotheca Indica, Calcutta, 1890.
12. Mirat-i-Ahmudi, Ali Muhammad Khan, Oriental Institute, Baroda, 3 vols, 1923.
13. Maasir-ul-Umara, Shah Nawaz Khan, Bibliotheca Indica, 3 vols.; Calcutta, 1888-91.

ADMINISTRATIVE MANUALS :

1. Ain-i-Akbari, Abul Fazl, Nawal Kishore Press, 2 vols, Lucknow, 1893.
2. Dastur-ul-Amal-i-Shahanahahi, 1638-1658, British Museum, Reiu I, Add. 22831.
3. Dastur-ul-Amal-i-Alamgiri, post 1658 A.D. British Museum, Rieu I, Add. 6599.
4. Zawabit-i-Alamgiri, post 1692 A.D. British Museum, Rieu III or.1641.
5. Khaulasat-us-Siyaq, 1115 A.H./1703-4, Sulaiman 410/143: : Subhanullah, zamimah, 900/15 : Maulana Azad Library, Aligarh; British Museum, Reiu I I, Add. 6588.
6. Farhang-i-Kardani, Jagat Rai Shujai, 1090/1679 A.D. Abdus Salam 85/135, Maulana Azad Library, Aligarh.
7. Hidayat-ul-Qawaid, Hidayat Ullah Bihari, Farrukh Siyyar's reign, Abdul Salam, 379/149, Maulana Azad Library, Aligarh.
8. Mahmat-ul-Afaq, Amin Uddin Khan, 1125 A.H./1731 A.D.; Abdus Salam 149/379, Maulana Azad Library, Aligarh.
9. Haqiqat-i-Hindustan, Lachmi Narain 1208 A.H./1793A.D. Farsiyah Akhbar, 100, Maulana Azad Library Aligarh.
10. Haqiqat-i-Dami-wa-Hasilat-i-Mumalik-i-Mahrusa, anonymous, Bahadur Shah's reign, Sulaiman 900/21, Maulana Azad Library, Aligarh.
11. Dami-i-wa-Hasil-wa-Musafat-i-mumolik-i-Mahrusa, Ghulam Ahmad, post 1748 A.D. Farsiyah Akbhar, 126, Maulana Azad Library, Aligarh.

COLLECTIONS OF LETTERS AND DOCUMENTS :

1. Nigar Nama-i-Munshi, Munshi Malikzada, 1098 A.H./1693A.D. Maulana Azad Library, Aligarh.
2. Dastur-ul-Amal-i-Bekas, Jawahar Mal Bekas, 1144A.H./1731A.D. Subah Ullah 954/4, Maulana Azad Library, Aligarh.
3. Ruqqat-i-Alamgiri, edited by Najib Ashraf Nadvi, Darul-Musannifin, Azamgarh.

4. Ruqqat-i-Alamgiri, Kanpur.
5. Maktubat-i-Khan-i-Jahan, Gwalior Nama edited by Jalal Hisari,Shahjahan's reign, British Museum Rieu II,Add. 16859.
6. Allahabad Documents, farmans, parwanas, sale-deeds, tashihas judicial decrees etc. covering the period from Akbar to Muhammad Shah.
7. Imperial Farman (1577-1805) Granted to His Holiness, The Tikayat Maharaj, Bombay, 1928.
8. Selected Documents of Shahjahan's Reign, Daftar-i-Diwani, Hyderabad, Deccan, 1950.
9. Durrul-Ulum, Sahib Rai, 1100A.H./1688A.H.1189A.D.M.S. Bod.I,1400 (Walker 104).

WAQAI AND AKHBARAT OR NEWS LETTERS :

1. Waqai Suba Ajmer, Inayatullah, Mir Bakhshi-wa-Akhbar Nawis 22nd, 24th regnal years of Aurangzeb transcript available in the Research Library, Deptt. of History, A.M.U.Aligarh.
2. Selected Waqai of Deccan, Central Records office, Hyderabad.
3. Akhbarat-i-Darbar-i- Muaalla, Royal Asiatic Society, London, 13 vols bound in chronological order. Numbered serially under each year.

BOOKS DEALING WITH LAND REVENUE ADMINISTRATING :

1. Risalah-i-Ziraat, 1750, Ms.Edinburgh (p.123) No.144.
2. Glossary of Revenue term, Khawaja Yasin of Delhi, later part of 18th century, British Museum, Rieu I I, Add.6603.
3. Report (in persian) on the pre-British System of Administration in Bengal, prepared by the Rai Rayan and the Qanungos, 1777 Riue I, Add. 6592, Add. 6586.
4. Memoirs on the Races of the North Western Provinces of India, H.M. Elliot, 2 vols, London, 1869.

5. A Glossory of Judicial and Revenue Tarms of British India, W.H. Wilson, London, 1875.
6. Selections from the Revenue Records of the North west Provinces, 1818-1820, Calcutta, 1866.
7. Studies in the Land Revenue History of Bengal 1769-1787 R.B. Ramsbotham, Calcutta, 1926.

MISCELLANEOUS MSS :

1. Mirat-ul-Istilah, Anand Ram Mukhlis, Later years of Muhammad Shah, Anjuman-i-Tarraqqi-i-Urdu Library, Aligarh.
2. Makhzan-i-Akhbar, Saadat Khan 1205 A.H./1790-91, U.P. State Archives, Office, Allahabad, Document No.183.

FOREIGN TRAVELLERS :

1. Jahangir's India, Francisco Pelsaret, translated by Moreland and Geyl, Cambridge, 1925.
2. Berneir's Voyage to the East Indies, Fancois Bernier, Elysium Press, Calcutta, 1909.
3. A. Journey Through The Kingdom of Oudh in 1849-1850, W.H. Sleeman, 2 vols. London, 1858.
4. The Garden of India, or Chapters on Oudh History and Affairs, H.C. Irwin, B.A. Oxon, London, 1880.

SECONDARY SOURCES :

1. Later Mughls, W. Irvine, Calcutta, 1922.
2. Fall of the Mughal Empire, (Vol.1) Jadunath Sarkar, 1923.
3. Parties and Politics at the Mughal Court, 1707-1740, Satish Chandra, Aligarh, 1959.
4. Mughal Administration, Jadunath Sarkar, Calcutta, 1952.
5. The Army of the Indian Mughals, W. Irvine, London, 1903.
6. The Agrarian System of Moslem India, W.H.Moreland, Central Book Depot, Allahabad.

7. Some Aspects of Muslim Administration, R.P. Tripathi, Allahabad, 1936.

8. Central Structure of the Mughal Empire, Ibn-i-Hasan, London, 1936.

9. The Provincial Government of the Mughals (1526-1558) P. Saran Allahabad.

10. The Manasabdari System and the Mughal Army, Abdul Aziz, Lahore 1945.

11. Parsees At the Court of Akbar, Jivanji Jamshedji Modi, Bombay, 1903.

12. India at the Death of Akbar, W.H. Moreland, London, 1920.

13. From Akbar to Aurangzeb, W.H. Moreland, London. 1923.

14. Revenue Sources of the Mughal Empire in India from A.D. 1593 to 1702, E. Thoms, London, 1871.

15. The Administration of the Sultanate of Delhi, Ishtiaq Husain Qureshy, Lahore, 1944.

16. Mohammaden Theories of Finance, Nicholas P. Agindes, 1916.

BOOKS OF REGERENCE AND JOURNALS :

1. Encyclopaedia of Islam, M.T.H. Houtsman and others, 1937.

2. Islamic Culture Vol. XVI, 1942.

3. The Journal of the Royal Asiatic Society, London, 1936

4. The Journal of the Royal Asiatic Society, London, 1918.

5. The Medieval India Quarterly, Vol. IV, 1961.